കാഞ്ഞിരവും കാരമുൾക്കാടും

kanjiravum karamulkadum

•

shoukkathalikhan

•

first chintha edition
january 2017

•

typesetting & published
chintha publishers, thiruvananthapuram

•

•

cover
midas

•

iiiastration & cover painting
aravindan vattakulam

•

വിതരണം

ദേശാഭിമാനി ബുക്ക് ഹൗസ്

H O തിരുവനന്തപുരം-695 035
phone: 0471-2303026, 6063026
www.chinthapublishers.com
chinthapublishers@gmail.com

ബ്രാഞ്ചുകൾ

ഹെഡ്ഡാഫീസ് ബ്രാഞ്ച് കുന്നുകുഴി • സ്റ്റാച്യു തിരുവനന്തപുരം • കെ എസ് ആർ ടി സി ബസ് സ്റ്റേഷൻ ആലപ്പുഴ • കെ എസ് ആർ ടി സി ബസ് സ്റ്റേഷൻ എറണാകുളം • മച്ചിങ്ങൽ ലെയ്ൻ തൃശൂർ • ഐ ജി റോഡ് കോഴിക്കോട് • മാവൂർ റോഡ് കോഴിക്കോട് • എൻ ജി ഒ യൂണിയൻ ബിൽഡിങ് കണ്ണൂർ • സെൻട്രൽ ബസ് ടെർമിനൽ കോംപ്ലക്സ് താവക്കര കണ്ണൂർ

CO - 2414 / 3962
ISBN - 978-93-86364-02-9

കാഞ്ഞിരവും കാരമുൾക്കാടും
(ഓർമ്മ)

ഷൗക്കത്തലീഖാൻ

ചിന്ത പബ്ലിഷേഴ്സ്
തിരുവനന്തപുരം-695 035
വില : ₹ 105

ഷൗക്കത്തലീഖാൻ

പൊന്നാനിയിലെ എരമംഗലം സ്വദേശി. തവയിൽ ബീവു ചെറ്റാറ യിൽ മൊയ്ഉണ്ണി എന്നിവർ മാതാപിതാക്കൾ. എരമംഗലത്തെ എൽ പി യു പി സ്കൂൾ, പൊന്നാനി എ വി ഹൈസ്കൂൾ, പൊന്നാനി എം ഇ എസ് കോളേജ്, ഫറൂഖ് കോളേജ്, ഭൂവനേശ്വരിലെ ഉത്ക്കൽ യൂണിവേഴ്സിറ്റി എന്നിവിടങ്ങളിൽ പഠനം. ആനുകാലി കങ്ങളിൽ എഴുതുന്നു. *ആസുരനക്രങ്ങൾ, പൊത്ത്* എന്നീ കവിതാ സമാഹാരങ്ങളും *വന്നേരിയുടെ വഴിയടയാളങ്ങൾ* എന്ന ലേഖന സമാഹാരങ്ങളുമടക്കം 3 പുസ്തകങ്ങൾ. തിരൂരിലെ എസ് എസ് എം പോളിടെക്നിക് കോളേജിൽ ജീവനം.

ഭാര്യ : ആരിഫ

മക്കൾ : മുബഷിറ, സ്തുതി, ആയിഷ സന

വിലാസം:- തവയിൽ വിനസ്, എരമംഗലം പി ഒ
മലപ്പുറം- 679587,

ഫോൺ : 9496520865

ഉള്ളടക്കം

പ്രസാധകക്കുറിപ്പ്

ഓർമ്മകൾ മാഞ്ഞുപോകുന്ന കാലത്ത് ഓർത്തെടുക്കുകയാണ് ഷൗക്കത്തലീഖാൻ. ഓർമ്മകളിലേക്ക് ഇരച്ചു കയറുന്ന സ്ഥലവും കാലവും നിഷ്ഫലമായ ഗൃഹാതുരതയിലല്ല ഊന്നുന്നത്. കടന്നുപോയ ഒരു കാലം കോറിയിട്ട ഓർമ്മപ്പാടുകൾ തുടർന്നുള്ള ജീവിതത്തിന്റെ ഹരിതാഭമായി പടർന്നു കയറുകയാണ്. ലോകം വിരലോളം ചുരുങ്ങുകയും വ്യക്തി ലോകത്തോളം വളരുകയും ചെയ്യുന്ന ഇക്കാലത്ത് പ്രാദേശിക ജീവിതത്തിന്റെ സൗരഭ്യം പരത്തുന്ന ഓർമ്മകൾക്ക് ഒരു കുതറലിന്റെ കരുത്തുണ്ട്. മുഖ്യധാരാ ജീവിതത്തിനുപുറത്തുള്ള വാഴ്‌വുകൾക്ക് സാഹിത്യത്തിൽ ഇടം കിട്ടിത്തുടങ്ങുകയാണ്. ഓർമ്മയിലെ കാഞ്ഞിരവും കാരമുൾക്കാടുകളും അപരന്റേതു കൂടിയാകാൻ കഴിഞ്ഞിടത്താണ് ഈ കൃതി ഒറ്റപ്പന പോലെ തല ഉയർത്തുന്നത്.

ചിന്ത പബ്ലിഷേഴ്സ്

കാഞ്ഞിരവും കാരമുൾക്കാടും

ഓത്തുപള്ളി വിട്ട് മുസ്ഹഫും മാറത്തടുക്കിപ്പിടിച്ച് ഓടിക്കിതച്ചാണ് പെരയിലെത്തിയത്. തിണ്ണയിൽ കയറി നിന്ന് മുസ്ഹഫ് ഇറമ്പിലുള്ള തെങ്ങിൻമല്ലിന്റെ വിട്ടത്ത് ഭദ്രമായി വെച്ചു. ഉപ്പ മുമ്പാരത്ത് ഇരുന്ന് ചാർമിനാർ വലിച്ച് പുകയൂതി വിടുന്നുണ്ട്. ചാർമിനാറിന്റെ പാക്കറ്റും ഒട്ടകമാർക്ക് തീപ്പെട്ടിയും ഇനി പെരയ്ക്ക് കാവലാണ്. പറമ്പിൽ കൈക്കോട്ട് കിള നടക്കുന്നു. മടാപ്പിടിയൻ മയമാക്കയും കുളണ്ടർ വേലായുധനും ആണ് നേതാക്കന്മാർ. കുളണ്ടർ മുറ്റത്ത് വന്നുനിന്ന് ഒരു കോപ്പ കഞ്ഞിവെള്ളം ചോദിച്ചു.

ഞാൻ മുണ്ട് വലിച്ചൂരി മണ്ടകത്തേക്ക് വലിച്ചെറിഞ്ഞു. കൈയും കാലും മുഖവും കിണറ്റിൻ കരയിൽ പോയി വെള്ളം കോരി കഴുകാൻ പറഞ്ഞു ഉമ്മ. കുളിക്കാൻ നേരമില്ല. പത്തുമണിക്ക് പത്തുമിനിട്ടേ ഉള്ളൂ. ഞങ്ങൾ ഓത്തുപള്ളിക്കുട്ടികൾക്ക് കുളിക്കാൻ നേരം കിട്ടാറില്ല. അതുകൊണ്ട് തന്നെ കുളിക്കാത്തവരാണ് എന്ന അപഖ്യാതിയുമുണ്ട് ഞങ്ങൾ മാപ്പിളക്കുട്ടികൾക്ക്. കുളണ്ടർ വേലായുധന് കഞ്ഞിവെള്ളം കൊടുത്ത് ഉമ്മ എന്നെ പിടിച്ചുവലിച്ച് തലയിൽ വെളിച്ചെണ്ണ പൊടിയിറക്കിത്തന്നു. ചീർപ്പ് തെരഞ്ഞുനോക്കി കിട്ടിയിട്ടില്ല. ഇക്കാക്കയുടെ മേശ തുറന്ന് റൗണ്ട് ചീർപ്പ് എടുത്ത് മുടി ചീകി.

കുപ്പായം മാറ്റുമ്പോൾ നടുപ്പുറത്ത് ഇന്നലെ രാത്രി കിട്ടിയ അടിയുടെ തിണർപ്പുകൾ ഉമ്മ അടുക്കളക്കരിപുരണ്ട കൈകൊണ്ട് തലോടിത്തന്നു. എന്നിട്ട് ചേർത്തണച്ച് ഒരു ഉമ്മയും. തെങ്ങിൻ കുലച്ചിൽ കൊണ്ടാണ് ഇന്നലെ ഉപ്പ തല്ലിയത്. എനിക്ക് പിന്നെയും സങ്കടം വന്നു.

“യ്യ് ഉപ്പാനേ ദേഷ്യം പിടിപ്പിച്ചിട്ടല്ലേ അന്നെ തല്ലിയത്.”

“ഇക്ക് ചെരിപ്പ് വാങ്ങിത്തരാമെന്ന് എത്രകാലായി പറേണത്.”

“ചെരിപ്പ് വാങ്ങിത്തരാത്തതിന് ആ വൈക്കോകുണ്ട എന്തിനാണ് ഇജ്ജ് തട്ടിമറിച്ചിട്ടത്”

ഉമ്മ എനിക്കെതിരെയുള്ള പരാതികൾ നിരത്തുകയാണ്.

“പെറ്റമ്മ എത്ര മെനക്കെട്ടിട്ടാണ് ആ കൂർക്കത്തലപ്പ് കുയിച്ച് ഇട്ടത്.

ഇജ്ജി അതൊക്കെ നശിപ്പിച്ചില്ലേ. അന്നേ തല്ലുകയേ ചെയ്യൊള്ളൂ."

ഒരു ചെരിപ്പ് വാങ്ങിത്തരണം എന്ന ആവശ്യം കുറേക്കാലമായി മുഴക്കാൻ തുടങ്ങിയിട്ട്. ഇപ്പോൾ നാലാം ക്ലാസിലായില്ലേ. ഓത്തുപള്ളിയിൽ പതിനഞ്ചാം ജുസ്അ് അല്ലേ ഓതുന്നത്. യാസീൻ കാണാതെ ഓതാൻ പഠിച്ചാൽ ചെരിപ്പ് വാങ്ങിത്തരാമെന്ന് ഉപ്പ തന്നെയല്ലേ പറഞ്ഞത്. ആ പെരുവഴിയിലൂടെ നടക്കാൻ തന്നെ വയ്യ. അപ്പടി തൊരടി മുള്ളാണ്. ഇന്നാള് പാടത്തേക്ക് പോകുമ്പോൾ ഇന്റെ കാലിന്മേൽ ഇത്തേറം പോന്ന കാറമുള്ളല്ലേ കുത്തിയത്. സ്കൂൾ പറമ്പ് നിറച്ചും ആമത്തോടാണ്. ആമത്തോട് കുത്തിത്തറഞ്ഞിട്ട് ന്റെ കാലും മുറിഞ്ഞില്ലേ. ഈ മഴക്കാലത്തെങ്കിലും ഒരു ചെരിപ്പ് വാങ്ങിത്തന്നുകൂടെ? പലകയിൽ ഇരുന്ന് ഉപ്പും മുളകും കൂട്ടി കുഞ്ഞിക്കൈയിലുകൊണ്ട് കഞ്ഞികോരി കുടിക്കുന്നതിന് ഇടയിൽ ആ തിരുസന്നിധിയിലേക്ക് ആവലാതികളുടെ ചിറവെള്ളം കുത്തിയൊലിച്ച് ഇറങ്ങിവന്നു.

"ആ കഞ്ഞി മുയിമനും അങ്ങട്ട് കുടിച്ചോ. ചെക്കന്റെ കോലം കണ്ടാൽ മതി. അരി ഇട്ട് വെച്ച പെരേൽത്തീന്ന് അന്നെ കണ്ടാ തോന്നൂല." കുഞ്ഞിക്കൈയില് തൊള്ളയിൽ കുത്തിത്തിരുകി കുണ്ടൻ പിഞ്ഞാണം ഉമ്മ തൊള്ളയിലേക്ക് ഒന്നാകെ ഒഴിച്ചു.

മണ്ടകത്ത് പോയി. തൊട്ടിലിൽ ഉറങ്ങുന്ന സലീനയെ കുലുക്കി ഉണർത്തി. പെണ്ണ് കണ്ണ് തുറന്ന് കരയാൻ തുടങ്ങി. "എന്തിനാടാ ആ കുട്ടീനെ ഒണർത്തുന്നത്." ഉമ്മ ഓലക്കുടി ചുരുട്ടി എന്നെ തല്ലാൻ വന്നു.

"ഇക്ക് ഒരു നൂറുകൂട്ടം പണിയുണ്ട്. കൈകോട്ട് കിളക്കാർക്ക് ചോറും കൂട്ടാനും കൊടുക്കണം. പാടത്ത് ഞാറ് പറിക്കുന്നുണ്ട്. അവിടെ പോകണം. ഒരു നൂറുകൂട്ടം അനദാരികളുണ്ട് വേറെ. ആ കുട്ടി ഉണർന്നാൽ ന്റെ ഒരു പണീം നടക്കൂല." ഇജാസിന്റെ കൈയും പിടിച്ച് ഉപ്പ കിളക്കാർക്ക് അതിരും കള്ളിയും കാണിച്ചു കൊടുക്കുകയാണ്. മടാപ്പിടിയൻ മുന്നിൽ നിന്ന് കൈകോട്ട് കൊണ്ട് ആഞ്ഞുവെട്ടി. നനഞ്ഞ മണ്ണ് ഇളകി. അത് കൈക്കോട്ട് കൊണ്ട് വെട്ടിയെടുത്ത് നീട്ടി വീശയെറിഞ്ഞു.. ചീമക്കൊന്നയും കാട്ടപ്പയും പൊടി അയിനിയും വെട്ടിവെട്ടി അവിടവിടെ കൂട്ടിയിട്ടു. പറമ്പിലെ തെങ്ങുകളൊക്കെ നനഞ്ഞ മണ്ണിന്റെ ഇളക്കവും ആൾപ്പെരുമാറ്റവും കേട്ട് ചിരിക്കാൻ തുടങ്ങി. തെങ്ങിൻ കുരലുകൾ ഇളകിയാടുന്നു. കാരമുൾക്കാടും കാഞ്ഞിരവും വിറയ്ക്കാൻ തുടങ്ങി. ഉപ്പ മടാപ്പിടിയനോട് ഒരു വടി വെട്ടാൻ പറഞ്ഞു.

സ്ലേറ്റിനുമുകളിൽ കേരള പാഠാവലിയും അഭിനവഗണിതവും ഭൂമിശാസ്ത്രവും കറുത്ത റബ്ബറിട്ടു കെട്ടി. മുറ്റം കടന്നപ്പോഴാണ് വണ്ണക്കത്തി ടീച്ചർ പറഞ്ഞ വടിയുടെ കാര്യം ഓർമ്മ വന്നത്. പറമ്പിന്റെ എതക്കൽ ഉള്ള നീലൂരിക്കാട്ടിലേക്ക് നൂഴ്ന്നു കയറി. ഒരു ഓന്ത് എന്റെ ചോരകുടിച്ച് എത്തിച്ചുനോക്കുന്നു. രണ്ട് മൂന്ന് നീലൂരിവടികൾ ഒടിച്ചെടുത്തപ്പോഴാണ് ഉമ്മയുടെ നീട്ടിവിളി കേട്ടത്. "സ്കൂളിൽ വെക്കം പൊയ്ക്കെടാ. ആ നീലൂരിക്കാട്ടിൽ മൂർഖൻ പാമ്പുള്ളതാണ്. എന്ത് ആപത്താണാവോ ഈ

ചെക്കൻ വരുത്തുക." ഉമ്മ മുമ്പാരത്തേക്ക് ഇറങ്ങിവന്ന് അട്ടാദിക്കുകയാണ്.

"കുത്തട്ടെ മുള്ള്. പിന്നെ പാമ്പും കടിക്കട്ടെ."

ചെരുപ്പ് വാങ്ങിത്തരാൻ പറഞ്ഞിട്ട് കേൾക്കുന്നില്ലല്ലോ. കാശ് ഇല്ലത്രെ. എന്നാണ് കാശ് ഇനി ഉണ്ടാകുക. എത്ര കിട്ടിയാലും തികയുന്നില്ല. എന്നും പാടത്തും പറമ്പിലും പണിക്കാരാണ്. അവിടെ കിള ഇവിടെ പൂട്ടൽ, ഞാറു പറി കൊയ്ത്ത് മെതി. നെല്ല് എവിടെനോക്കിയാലും നെല്ലിന്റെ ചാക്കുകളാണ് നെല്ലിന്റെ കൂമ്പാരങ്ങൾ.

കാശ് ഒട്ടും ഇല്ലതാനും. ഒരു ചെരിപ്പ് വാങ്ങിത്തരാൻ പറഞ്ഞിട്ട് കാലം കുറെ ആയി. ഉപ്പാടെ കൈയിൽ ഒറ്റ പൈസ പോലും ഇല്ലത്രെ. ഒരു ചെരുപ്പ് കിട്ടിയിരുന്നെങ്കിൽ ആ ഇടവഴിയിലൂടെയും വേലിപ്പഴുതിലൂടെയും ഒക്കെ ധൈര്യത്തോടെ നടക്കാമായിരുന്നു. കാലിൽ അപ്പടി മുറിവുകളാണ്. ആമത്തോട് മുറിഞ്ഞുള്ള വേദനകൾ വേറെയും. ഒരു ചെരിപ്പ് കിട്ടിയിരുന്നെങ്കിൽ ....

രാത്രി പെയ്ത മഴയിൽ നനഞ്ഞു കിടക്കുകയാണ് റോഡ്. റോട്ടിലെ കുഴികളിലും താഴ്ന്ന ഇടങ്ങളിലുമൊക്കെ വെള്ളം കെട്ടിനില്ക്കുന്നു. അശോകനും അഷറഫും പൈങ്കിളി മാമദും വരുന്നുണ്ട്. അവരുടെ കൂടെ നടന്ന് വെള്ളക്കെട്ടുകളിൽ വെള്ളം പൊട്ടിച്ച് കളിച്ചു. വേലിയുടെ തുഞ്ചത്തുള്ള കൂവളത്തിന്റെ അറ്റത്ത് വന്നിരിക്കുന്ന തുമ്പികളുടെ പിന്നാലെ നടന്നു. തുമ്പിയെ പിടിക്കണമെങ്കിൽ വളരെ പതുക്കെ സാവധാനം നടന്ന് ഒറ്റ പിടുത്തമാണ്. അശോകന് തുമ്പിയെ പിടിക്കാനറിയാം. കാളവണ്ടി പോകുന്നുണ്ട്. അതിന്റെ പിന്നിൽ ഞാന്നു കിടന്ന് മൂരിച്ചാണകത്തിൽ ചവിട്ടി കാലിൽ അഴുക്കായി. വലിയ കുളത്തിൽ ഇറങ്ങി കാലു കഴുകാമെന്നു പറഞ്ഞു പൈങ്കിളി മാമദ്. ഓത്തുപള്ളിയുടെ അടുത്ത് കോട്ടും കള്ളിത്തുണിയും തുർക്കിത്തൊപ്പിയുമായി ഇബ്രാഹിം മുസ്ലിയാർ നില്ക്കുന്നു. ആ മഹാസാനു കടന്ന് ഈ മൂരിച്ചാണകം പുരണ്ട കാലും വെച്ച് എങ്ങനെ വലിയ കുളത്തിൽ ഇറങ്ങും. ഞങ്ങൾ പറങ്കൂച്ചിയുടെ പിന്നിൽ ഒളിച്ചു. കുറേ നേരം നിന്നു. പൈങ്കിളിയുടെ കൈയിൽ ചകിരിക്കൊട്ടനും എരിയങ്കലത്തിന്റെ ഇലയുമുണ്ടായിരുന്നു. രണ്ട് പുന്നക്കോട്ടികൾ കൊടുത്ത് ഒരു എരിയങ്കലത്തിന്റെ ഇല വാങ്ങി തിന്നു. എരിവുള്ള നല്ല മധുരമാണ് എരിയങ്കലത്തിന്റെ ഇലയ്ക്ക്.. മൊയ്‌ലിയാർ പോയിരിക്കുന്നു. ഞങ്ങൾ സംഘമായി കുളത്തിലിറങ്ങി മൂരിച്ചാണകം കഴുകിക്കളഞ്ഞു. കുളത്തിന്റെ വക്കത്ത് തവളാപൂട്ടലുകളുണ്ടായിരുന്നു. അശോകൻ വെള്ളം തട്ടിത്തെറിപ്പിച്ച് ഒരു വെട്ടൻ പൂച്ചൂടിയെയാണ് കിട്ടിയത്. അവൻ അത് സ്ലെയിറ്റ് മായ്ക്കുന്ന വെള്ളമുള്ള ഇഞ്ചക്ഷന്റെ ഒഴിഞ്ഞ കുപ്പിയിലേക്ക് ഇട്ടു. വലിയകുളത്തിന്റെ വക്കത്തിരുന്ന് കണ്ടോപ്പി ചൂണ്ടലിടുന്നു. ഞങ്ങൾ കണ്ടോപ്പിയുടെ കൂടയിലേക്ക് നോക്കി. രണ്ടു വലിയ കണ്ണനും കുറേ കുറുന്തല പരലുമുണ്ട്. കണ്ടോപ്പി ചൂണ്ടലിടാൻ തുടങ്ങുമ്പോൾ മീനുകൾ അയാളുടെ ചൂണ്ടക്കൊളുത്തിലേക്ക് ഓടി വരു

മത്രെ. മുഷിഞ്ഞ ചുരുളൻ തലേകെട്ടിലും കഴുത്തിലുള്ള അയിക്കല്ലിലും അതിനുള്ള മാരണങ്ങൾ മന്ത്രിച്ചു കെട്ടിയിട്ടുണ്ട്. അങ്ങാടിയായി . വലിയ കുളം അങ്ങാടി. അങ്ങാടിയിലൂടെ പോകാൻ കുട്ടികൾക്ക് വിലക്കുണ്ട്. മീൻ മാർക്കറ്റ് ചുറ്റി കാപ്പിക്കാരൻ മൊയ്ദുണ്ണിക്കയുടെ കടയുടെ പിന്നിലൂടെ ട്രാൻസ്ഫോർമറിന്റെ അടിയിലൂടെ അതിന്റെ മുഴക്കങ്ങളും ലോഹച്ചുറ്റുകളുടെ അത്ഭുതങ്ങളും കൺകുളിർക്കെ കണ്ട് വലിയ കുണ്ടനിടവഴി കടന്നാൽ സ്കൂൾ പറമ്പായി. ആ പെരും മാവിന്റെ ഉച്ചിയിൽ ഒന്ന് എറിയാതെ പൈങ്കിളിക്ക് സമാധാനമില്ല. അവിടെ അതാ ഒരു അണ്ണാൻ കുഞ്ഞ് ഇരിക്കുന്നു. നേരം വൈകി. കാപ്പിക്കാരനോട് സമയം ചോദിച്ചു. 10.20. സ്കൂൾ പറമ്പിൽ ചെട്ട്യാർമാരുടെ തിരക്കാണ്. ചെമ്പൻ മുടിയും സ്പിരിറ്റിന്റെ മണവുമുള്ള ചപ്രക്കൂട്ടങ്ങൾ. മുഷിഞ്ഞ വസ്ത്രങ്ങൾ. കരിപുരണ്ട കലത്തിന്റെ മിഴിച്ചുനോട്ടങ്ങൾ. ആമ ചുടാൻ തുടങ്ങിയിരിക്കുന്നു. ആമത്തോടുകളുടെ കഷ്ണങ്ങൾ ചിതറിക്കിടക്കുന്നു. സ്കൂളിൽ എത്തി. നേരം വൈകിയല്ലോ. ഞാൻ കൊണ്ട് വന്ന നീലൂരി വടി വാങ്ങി അച്ചുതൻ മാസ്റ്റർ ഉള്ളം കൈ നോക്കി രണ്ടെണ്ണം തന്നു. നടുപ്പുറത്ത് ഇന്നലെ കിട്ടിയ തേങ്ങാകുലച്ചിലിന്റെ മാരക പ്രഹരത്തോടൊപ്പം നീലൂരിക്കാടും എന്നെ ചതിച്ചിരിക്കുന്നു. അച്ചുതൻ മാസ്റ്റർ നല്ല തടിയുള്ള ഒരു നീലൂരി വടികൊണ്ട് അന്ന് ക്ലാസ്സിൽ ഒരു ചാറ്റൽ മഴ പെയ്യിച്ചു. ശുചിത്വത്തിന്റെ അനിവാര്യതയെക്കുറിച്ച് പറഞ്ഞ വേലായുധൻ മാസ്റ്റർ രണ്ടാമത്തെ പീരീഡിൽ വൃത്തിയിലും വെടിപ്പിലും നടക്കണമെന്ന് ഉപദേശിച്ചു. എല്ലാവരും കാലിൽ ചെരിപ്പ് ധരിക്കണമെന്ന് ഉപദേശിച്ചു. കുട്ടികൾ വൃത്തിയായിരിക്കണം. ആരൊക്കെയാണ് ചെരിപ്പുള്ളവർ വേലായുധൻ മാസ്റ്റർ ചോദിച്ചു. നാല്പതു പേരുള്ള ക്ലാസ്സിൽ മൂന്ന് ആൺകുട്ടിയും ഒരു പെൺകുട്ടിയും എഴുന്നേറ്റുനിന്നു. മനയ്ക്കലെ ജയകുമാർ തന്റെ കെട്ടിപ്പൂട്ടിയ പ്ലാസ്റ്റിക് ചെരുപ്പുമായി ഒന്നാം ബെഞ്ചിൽ അഭിമാനത്തോടെ ഇരുന്നു. സുന്ദരിടീച്ചറുടെ ഹരികൃഷ്ണൻ, അച്ച്യുതൻ മാസ്റ്ററുടെ സുഭാഷ് കുമാർ, സുലൈമാൻ ഹാജിയുടെ മകൻ കുഞ്ഞഹമ്മദ്, കാണക്കോട് മനയിലെ ശ്രീപതി എന്നിവർ താന്താങ്ങളുടെ ചെരുപ്പുമായി പുളകിതരായി. പെൺകൂട്ടത്തിൽ എ വി ശോഭന തന്റെ പൂവുള്ള ചെരുപ്പുമായി നമ്രമുഖിയായി. വേലായുധൻ മാസ്റ്റർ തേഞ്ഞ വള്ളിച്ചെരുപ്പുമായി ഓഫീസിലേക്ക് പോയി. ചെരിപ്പിട്ട സുജായികൾ, ചെരിപ്പിടാത്ത മറ്റൊരു വിഭാഗവും..

ചെരിപ്പിടാത്തവരെ കളിയാക്കി തന്റെ തേഞ്ഞ വള്ളിച്ചെരിപ്പിൽ കയറി വേലായുധൻ മാസ്റ്റർ ഗിരിപ്രഭാഷണം തുടങ്ങി. പുറത്തെ തേങ്ങാകുലച്ചിലിന്റെ പാടുകൾ ഇതിനകം പീഡിതരോട് ഐക്യദാർഢ്യപ്പെട്ടിരിക്കണം. ജയകുമാറിന്റെ അടുത്തേക്ക് കുറച്ച് ചേർന്നിരുന്നു. മനയ്ക്കലെ കുട്ടിയാണ്. നല്ല വെളുത്തു തുടുത്ത സുന്ദരക്കുട്ടപ്പൻ. അവൻ ക്ലാസ്സിൽ ഒന്നാമനുമാണ്.. മാതൃകാവിദ്യാർത്ഥി. വണ്ണക്കത്തിട്ടീച്ചർ അവന്റെ നഖവും കൈകാലുകളും ചെവിയുമൊക്കെപ്പിടിച്ച് ഉറക്കെ പറയും. എല്ലാവരും

ജയകുമാറിനെ പോലെ വൃത്തിയിലും വെടിപ്പിലും വരണം. അവനെ കൊണ്ടുപോകാനും കൊണ്ടുവരാനും ആളുണ്ട്. ജയകുമാറിന്റെ കെട്ടി പ്പൂട്ടിയ ചെരിപ്പ് ഞാൻ ഒന്ന് കാലിലണിയാൻ ചോദിച്ചു.

"ചളിയാകും."

"അയ്യേ നിന്റെ കാലിലെന്താ... ഇത്. ഭയങ്കര നാറ്റവുമുണ്ടല്ലോ." മൂരിച്ചാണകത്തിന്റെ അവശിഷ്ടം കാലിന്റെ ഞെരിയാണിയുടെ ഭാഗ ത്തുണ്ട്.. ആരും കാണാതെ അത് കൈകൊണ്ട് തുടച്ച് ചൊറിപിടിച്ച ബെഞ്ചിന്റെ അടിയിൽ തേച്ചു. ജയകുമാറിന്റെ അടുത്ത് നിന്ന് മാറി ഇരുന്നു. സ്ലേയിറ്റ് കടിച്ചു തിന്നുന്ന ചക്കരബാബുവിന്റെ അടുത്താണ് ഞാനിപ്പോൾ. അവന്റെ ട്രൗസറിൽ നിന്നും എരിയങ്കലത്തിന്റെ ഇലകൾ തലനീട്ടി നോക്കി. തിക്കി തിക്കി അവനെന്നെ നിലത്തേക്കിട്ടു. തലയ് ക്കിട്ട് ഒരു കിഴുക്കും തന്നു. നന്നായി വേദനിച്ചു. നടുപ്പുറത്ത് ചെരിപ്പിന് വേണ്ടി കരഞ്ഞപ്പോൾ തേങ്ങാക്കുലച്ചിൽ തന്ന തലോടലുകൾ... ഉള്ളം കൈയിൽ സ്വന്തം പറമ്പിലെ നീലൂരിക്കാടുകൾ തന്ന ആശ്ലേഷങ്ങൾ... ഇപ്പോൾ ഇതാ ചക്കരബാബുവിന്റെ തിക്കലും. അവന്റെ മുതുക്കൻ കൈകൊണ്ട് എന്റെ കഴുത്തിനിട്ട് കിഴുക്കിയിരിക്കുന്നു. എങ്കിലും അവിടെ ഇപ്പോൾ എരിയങ്കിലത്തിന്റെ സുഗന്ധമുണ്ട്. കഞ്ഞികുടിക്കാൻ പോകു ന്നതിനുള്ള നീണ്ട ബെല്ലടിച്ചു. എല്ലാവരും ഉപ്പുമാവിനുള്ള ഓട്ടമായി. ഒറ്റ ഓട്ടത്തിന് ഞാനും വീട്ടിലെത്തി. ഉമ്മയില്ലാത്തത് കാരണം ഉച്ചപ്പ ട്ടിണി ചവച്ച് പറമ്പിലേക്ക് നോക്കി. കരിയോലകൾ നിരത്തിവെച്ച് കൈക്കോട്ട് കിളക്കാർ വിശ്രമിക്കുന്നു. കടലാവണക്ക് നില്ക്കുന്ന കള്ളി കിളച്ച് മാടിമാടി ഒതുക്കിയിരിക്കുന്നു. ഇനി മാട്ടത്തിന്റെ മേലെ നിന്ന് സുഖ മായി താഴോട്ട് നിരങ്ങാം. പണിക്കരുടെ കാവു കടന്നപ്പോഴാണ് ഉപ്പയെ കണ്ടത്. കൈയിൽ ഒരു പൊതിയുമുണ്ട്.. വെളുത്ത നൈലോൺ നൂലു കൊണ്ടാണ് കെട്ടിയിരിക്കുന്നത്. പലചരക്കു സാധനമല്ല. എന്തോ വിശിഷ്ട സാധനമാണ്. ഉപ്പയെ ഞങ്ങൾക്കൊക്കെ വല്ലാത്ത പേടിയാണ്. കൊമ്പൻ മീശക്കാരനാണ്. ഐവ മെയ്ദുണ്ണി , പേർഷ്യക്കാരൻ മെയ്ദുണ്ണി എന്നീ പേരുകൾക്കപ്പുറം മീശക്കാരൻ മെയ്ദുണ്ണി എന്ന പേരുമുണ്ട് ഉപ്പാക്ക്.. കാര്യസ്ഥൻ മയമുക്കാന്റെ ചങ്ങാതിക്കുറിക്ക് പോയി 5 രൂപ വരിയെഴുതി ചെറ്റാറയിൽ മെയ്ദുണ്ണി എന്ന് പറഞ്ഞപ്പോഴാണ് വരിയെഴുത്തുകാരൻ മുട്ടുംപ്ലി മെയ്ദ പേർഷ്യക്കാരൻ എന്ന് ബ്രാക്കറ്റിൽ എഴുതി മുഴുമിപ്പിച്ചത്. ഉപ്പ അടുത്തെത്തി. പേടി കാരണം ഞാൻ റോഡിന്റെ അങ്ങേഭാഗത്തേക്ക് നീങ്ങി നടന്നു. കൈ രണ്ടും പിന്നിൽ കെട്ടിയാണ് ഉപ്പ നടക്കുക. എന്താ യിരിക്കും ആ പൊതിയിൽ.

ഇന്നലെ ചെക്കൻ ചെരുപ്പിന് വേണ്ടി കരഞ്ഞതല്ലേ. ചെരുപ്പായിരി ക്കുമോ. കൗതുകം വിടരാൻ തുടങ്ങി. വളവു തിരിഞ്ഞ് അദ്ദേഹം തിരിഞ്ഞു നോക്കുന്നുണ്ട്. ചീത്ത പറയുമോ? നടത്തത്തിന് വേഗത കൂടി. കല്ലു കൊണ്ട് തച്ചുപൊട്ടിയ വലത്തേക്കാലിലെ തള്ളവിരൽ നീറുന്നുണ്ട്. പല്ലൂ രയിലെ പടിക്കലെത്തി. ആ നൈലോൺ നൂലുകൊണ്ട് കെട്ടിയ പൊതി

യിൽ എന്തായിരിക്കും. ഉപ്പാക്ക് അലിവ് തോന്നി മനസ്സ് മാറിയിരിക്കുമോ. കൊമ്പൻ മീശയുടെ അറ്റത്ത് സ്നേഹത്തിന്റെ കൂർമ്മതയായിരിക്കുന്നു. വീട്ടിലേക്ക് സാധനങ്ങൾ വാങ്ങിച്ചുകൊണ്ടുവരുന്ന പതിവില്ല. ഇന്ന് എന്താണ് സ്പെഷ്യൽ പൊതിയുമായി ഈ നട്ടുച്ചയ്ക്ക്. ഉമ്മാക്കുള്ള നാല്പാമരാദി കഷായമായിരിക്കുമോ? അതോ ഇജാസിന് കരപ്പനുള്ള കൊടക്കാടൻ വൈദ്യരുടെ മരുന്നാകുമോ?

കണ്ണൻ പോക്കരുടെ കാളവണ്ടി ബീരാവുഹാജിയുടെ പലചരക്കു കടയിൽ സാധനങ്ങൾ ഇറക്കി മടങ്ങി വരുന്നു. രാവിലെ കാല് വെടക്കാക്കിയ മൂരി ഇതിൽ ഏതായിരിക്കും? കാളവണ്ടി ഒരു ഗട്ടറിൽ വീണു. മൂരികളുടെ പുറത്ത് പോക്കരുടെ ചാട്ടവാറിന്റെ ശബ്ദം. "മ്പ.....മ്പ..മ്പ ഏല മൂര്യേ." മിണ്ടാപ്പാവങ്ങൾ.. ഒരു മൂരിയതാ മൂത്രമൊഴിക്കുന്നു. പുറകെ ചാണകവുമുണ്ട്. ഫ്രഷായ മൂരിച്ചാണക ലായനി റോഡിലാകെ പരന്നു. അങ്ങാടിയുടെ പിൻഭാഗത്തേക്ക് നീങ്ങി കരുവാൻ വേലുക്കുട്ടി ആലയുടെ മൂട്ടിൽ കിടന്ന് ഉറങ്ങുന്നു. തള്ളയാടിന്റെ പള്ള പോലെ കൈകളിലെ മസിൽ ഉന്തി നില്ക്കുന്നു. ഒന്ന് പോയി തൊട്ടാലോ. അച്ചിശർക്കര മണക്കുന്ന അങ്ങാടിയിൽ ചാക്കിന്റെ കരിമ്പനോല കവചങ്ങളിൽ മണിയനീച്ചകൾ ആർത്തിരക്കുന്നു. അറവുശാലയുടെ അരികിലൂടെ ചോരച്ചാല് കട്ടപിടിച്ച് കിടപ്പുണ്ട്.. സ്കൂൾ പറമ്പിൽ കരിപിടിച്ച മൺകലങ്ങൾക്കരികിൽ ആമയിറച്ചി പകുത്തെടുക്കുന്നു ചെട്ടിയക്കുട്ടികൾ. കലപില തമിഴിൽ ഒരു ഭാഷ. ഇരുന്ന് വെയിലു തിന്നുന്നു.

ക്ലാസ്സിലെത്തി. നാലുമണിയാകുന്നില്ലല്ലോ. വേലപ്പൻ എന്ന കർഷകൻ എന്ന പാഠം ദേവിടീച്ചർ ഉറക്കെ വായിപ്പിച്ചു. എന്തൊക്കെയോ ചോദിച്ചു. ഒന്നിനും ഉത്തരം കിട്ടിയില്ല. ചക്കരബാബു കേട്ടെഴുത്തു നടക്കുമ്പോൾ സ്ലേറ്റിന്റെ മരവക്കുകൾ കടിച്ചു തുപ്പി.. ദീർഘചതുരത്തിലുള്ള അവന്റെ സ്ലെയ്റ്റിൽ നാലുഭാഗങ്ങളിലും മുൻവരിപ്പല്ലിന്റെ അടയാളങ്ങൾ കാണാം. പുളിക്കത്രകാവിലെ മുരളിയും ഹരിദാസനും കൊണ്ടുവന്ന ചകിരിക്കൊട്ടന്റെ കുരുവും എരിയങ്കിലത്തിന്റെ ഇലകളുടെയും വില്പന തകൃതിയായി. പുന്നക്കോട്ടികൾ പറങ്കിയണ്ടികൾ, ഉണങ്ങിയ മാങ്ങാത്തോലുകൾ, പഴുത്തനൊട്ടങ്ങ എന്നിവയുടെ കൈമാറ്റക്കച്ചവടവും. ഇവ നിറഞ്ഞുകവിഞ്ഞ് മുരളിയുടെ ട്രൗസറിന്റെ പള്ള വീർത്തു..

കളിക്കാൻ വിട്ടു. തച്ചുപൊട്ടിയ കാലിന്റെ വിരലിൽ എം പ്രകാശൻ വീണ്ടും ചവുട്ടി. ശരീരവേദനകളും മുറിവുകളും കൂടി വരുന്നു. മുറിയാളരുടെ ലീഡർ ചക്കരബാബു തന്നെ. അവന്റെ മേത്ത് അപ്പടി മുറിവടയാളങ്ങളാണ്. മൂസക്കുട്ട്യാക്കയുടെ തോട്ടിന്റെ കരയിൽ നില്ക്കുന്ന പെരും അയ്നിയിൽ കൊത്തിപ്പിടിച്ച് കയറി നിരങ്ങിവീണിട്ട് ചക്കരയുടെ കൈയിലും കാലിലും ഒന്നാകെ തോലിരങ്ങിയ മുറിവ് ഒരു നീണ്ട വടുവായി മാറിയിട്ടുണ്ട്. അയിനിച്ചക്ക പൊട്ടിക്കാൻ കയറിയതിന് കിട്ടിയ കൂലി. എപ്പഴും തെങ്ങുംമൊരി ഉരച്ചെടുത്ത് മുറിവിൽ വെച്ച് കെട്ടുന്നത് കാണാം. സ്കൂളിലെ ഗജപോക്കിരിയല്ലേ ചക്കര ബാബു. മൂസക്കുട്ട്യാ

ക്കയുടെ കിണറ്റിൽ പോയി വെള്ളം കുടിച്ചു. സ്കൂൾ കുട്ടികൾക്ക് വെള്ളം കോരിക്കുടിക്കാൻ ഒരു പാളയും കയറുമുണ്ട്. ടാറിട്ട് അടച്ച പാട്ട കൊണ്ട് കോരി വെള്ളം കുടിച്ചു. നല്ല മധുരം തോന്നി.അവരുടെ മുറ്റത്തതാ ഒരു ആട്ടിൻകുട്ടി ടാറിൽ പുതഞ്ഞ് കിടന്ന് കരയുന്നു. മണ്ണെണ്ണക്കുപ്പിയുമായി അട്ട മയമുക്ക മൂസക്കുട്ട്യാക്കയെ സഹായിക്കുന്നു.. മനയ്ക്കലെ ജയ കുമാറിനെയും അരവിന്ദാക്ഷനേയും വിളിക്കാൻ മുഖം കോടിയ കുമാരൻ വന്നു നില്പായി. കാളിയത്തേൽ അസറുവും കെ കുമാരനും കൂടി വന്ന് ബാബുഹോട്ടലിന് സമീപമുള്ള വെള്ളക്കെട്ടിൽ കാൽവഞ്ചികളിറക്കി കാൽപ്പടക്കങ്ങൾ പൊട്ടിക്കാൻ വിളിച്ചു. ഇടത്തെ കാൽ വെള്ളക്കെട്ടിൽ ചാടി ഒറ്റച്ചവിട്ട് പൊങ്ങിയ വെള്ളം വലത്തെ പൊറാടികൊണ്ട് ഒറ്റ വെട്ട് ഠേ... ഠേ.. എന്ന ഒരു പൊട്ട് കേൾക്കാം ഇതാണ് വെള്ളം പൊട്ടിച്ചു കളി. നമ്പീശൻമാഷ് ബെല്ലടിക്കാൻ ശ്രീനിവാസന് നിർദ്ദേശം നല്കിക്കഴിഞ്ഞു. ക്ലാസ്സിലേക്കോടി. ബെല്ലടി നിന്നതും ജയ ജയ ജയഹെ സ്കൂൾ പറമ്പിലുപേക്ഷിച്ച് ഓട്ടമായി. മൂസക്കുട്ട്യാക്കയുടെ പറമ്പിൽ അട്ടമയമുക്ക കൈക്കോട്ടുകൊണ്ട് ഒരു കുഴിവെട്ടിമൂടുന്നു. ഇഞ്ചിപ്പുല്ലുകളുടെ കാട്ടിൽ ഒരു തള്ളയാട് നിർത്താതെ കരയുന്നു. മയമുക്കയുടെ കൈയിൽ ടാറിന്റെ കറകൾ പറ്റിപ്പിടിച്ചിട്ടുണ്ട്.. പ്രാകുന്ന സെയ്ദു പറയുന്നു. മൂസക്കുട്ട്യാക്കയുടെ ആടുങ്ങൾക്ക് തകരവിത്തിന്റെ മൂപ്പേ ഉള്ളൂ. ഏറിയാൽ ഇരുപതോ ഇരുപത്തഞ്ചോ ദിവസം.

മഴക്കാറുണ്ട്. പെട്ടെന്ന് ഒരു ഇടിയും വെട്ടി. അഴകു മാമദും പല്ലൂരയിൽ മാമദ്ക്കയും മാർക്കറ്റിൽ അടിയുണ്ടാക്കുന്നു. അഴകു മാമദും വാഴയിലെ മൈദിൻ കുട്ടിയും കൂടി. “വെക്കം പൊയ്ക്കെടാ ഇടിയും മിന്നലുമല്ലെ വരുന്നത്.” കുഞ്ഞിക്കയാണ്. ഉമ്മയുടെ ഒരേയൊരു നേരാങ്ങളാ . ചായപ്പീടികയിൽ കള്ളിമുണ്ടും മടക്കിക്കുത്തി സമോവറിൽ നിന്നും തിളച്ച വെള്ളവുമെടുത്ത് കൈകൾ വായുവിൽ നീട്ടിപ്പിടിച്ച് ചായവീഴ്ത്തുകയാണ് കുഞ്ഞിക്കാക്ക. അവിടെ ഇത്തിരിനേരം കൂടി പറ്റിനിന്നാൽ ഒരു വെള്ളച്ചായയും പഴമ്പൊരിയും കിട്ടും. നേരമില്ല. ഉച്ചയ്ക്ക് ഉപ്പ കൊണ്ടുപോയ കൗതുകം തുറന്നു നോക്കാൻ മനസ്സും വെമ്പുകയാണ്, ആ ആകാംക്ഷ കാലിൽ അണിയാതെ നിപ്പെരങ്ങ് കിട്ടുന്നില്ല. അത് അണിഞ്ഞിട്ടു വേണം ജയകുമാറിന്റെ മുന്നിൽ അന്തസ്സോടെ ചെന്ന് ഇരിക്കാൻ. വേലായുധൻ മാസ്റ്ററുടെ വൃത്തിയുള്ളവരുടെ കൂട്ടത്തിൽ കയറി പറ്റണം. അഹങ്കാരികളായ ഹരികൃഷ്ണനെയും ശ്രീപതിയെയും അമ്പരിപ്പിക്കണം. ഏ വി ശോഭനയ്ക്കും ആ ചെരുപ്പൊന്ന് കാണിക്കണം.. പണിക്കരുടെ കാവിലുള്ള പൊട്ടക്കിണറ്റിൽ .കൂടോത്രപ്പൊതികൾ എറിയാൻ ആരോ വന്നു നില്ക്കുന്നുണ്ട്. മന്ത്രവാദി അറമുഖന്റെ ശിങ്കിടികളാണ്. അരയാലിലകൾ വിറയ്ക്കുന്നു. കരിയിലകൾക്കുമുകളിലൂടെ ചെമ്പോത്തുകൾ പതുക്കപ്പതുക്കെ നടന്നുപോകുന്നു. കാവിന്റെ ഉള്ളിൽ ചെലാട്ടിക്കിളിയുടെ പടയുണ്ട്. കൊങ്ങത്തിത്തള്ള ഒരു അപ്പത്തിന്റെ കഷ്ണം. ചെലാട്ടിക്കൂട്ടത്തിലേക്ക് എറിഞ്ഞുകൊടുത്തു. കാരമുൾക്കാട്ടിലേക്ക് എന്തോ ഇഴഞ്ഞുപോയി.

കാലിൽ ഒരു തൊരടിമുള്ളും കുത്തി. പെരയിലെത്തി. ചാർമ്മിനാറിന്റെ കൂടും ഒട്ടകമാർക്ക് തീപ്പെട്ടിയും താക്കീതു നല്കി. ഉപ്പ വീട്ടിലില്ല. ഇനി ധൈര്യമായി സംസാരിക്കാം. പാട്ടുപാടാം. കൂക്കി വിളിക്കാം. വൈക്കോൽ കുണ്ടയിൽ കിടന്ന് കെട്ടിമറിയാം. പറങ്കൂച്ചിയുടെ ഇലകൾ ഒടിച്ചു വീഴ്ത്താം. ടയറിന്റെ വട്ട് ഉരുട്ടി പണിക്കരുടെ പറമ്പിലേക്ക് കയറിപ്പോകാം. റേഡിയോ ഓൺചെയ്ത് ശ്രീലങ്കൻ പ്രക്ഷേപണ നിലയം ഉറക്കെ വെച്ചു. 'നീലഗിരിയുടെ സഖികളേ....... ജ്വാലാമുഖികളേ' എന്ന പാട്ട് ഒഴുകി വന്നു. ഉമ്മയെ കാണാനില്ലല്ലോ. മണ്ടകത്തും ഇടനാഴികയിലും ഇല്ല. വടക്കിനിയിലും കാണാനില്ല. ഉമ്മ കൈക്കോട്ട് കിളക്കാരുടെ അടുത്താണ്. പറമ്പിലേക്ക് ഓടിച്ചെന്നു. "ഉമ്മാ ....ഉച്ചക്ക് ഉപ്പ വരുമ്പോ കൈയിലുണ്ടായിരുന്ന പൊതിയിൽ എന്താണ്." "അത് അനക്കും ഇജാസിനും ഓരോ ജോഡി ചെരുപ്പാണ്." ആകാംക്ഷയുടെ പൊതിക്കെട്ടഴിഞ്ഞു. എവിടയാ വെച്ചിരിക്കുന്നത്. മണ്ടകത്ത് നെല്ലിട്ടു വെക്കുന്ന കള്ളിപ്പെട്ടിയുടെ മോളിലുണ്ട്. പൊന്നനിയൻ ഇജാസ് അതാ ദിഗംബരനായി നടന്നു വരുന്നു.. അവന്റെ കാലിൽ കെട്ടും പൂട്ടുമൊക്കെയുള്ള ഒരു നീലച്ചെരുപ്പ്. അതിന്റെ പെരുന്നാളാഘോഷത്തിൽ ഞാനവന്റെ പിന്നാലെ ഓടിച്ചെന്ന് പിടിച്ചു നിർത്തി ചെരുപ്പ് നോക്കി. ചെരുപ്പ് കാണാൻ എനിക്ക് തിരക്കായി. മണ്ടകത്ത് കയറി. ഇരുട്ടാണ്. മണ്ടകത്ത് എപ്പോഴും ഇരുട്ടാണ്. കണ്ണ് കാണുന്നില്ല. അടുപ്പൂതി അരിപ്പാക്കുടി കാട്ടി തീയുണ്ടാക്കി ചിമ്മിനിവിളക്ക് കത്തിച്ചു. വിളക്കുമായി മണ്ടകത്ത് എത്തി. പെരാ പെരാ എന്നൊരു ഒച്ച. പൊരിഞ്ഞകോഴികൾ മണ്ടകത്തേക്കാണ് എപ്പോഴും ഓടി വരാറുള്ളത് . കോഴിയെ പിടിച്ച് മുറ്റത്തേക്ക് വലിച്ചെറിഞ്ഞു. എന്നിട്ട് മണ്ടകത്തിൽ കള്ളിപ്പെട്ടിയുടെ മൂല നന്നായി പരതി. ആകാംക്ഷ കൈയിൽ തടഞ്ഞു. പൊതിയുടെ കെട്ടഴിച്ചു. ഹായ് ചെരുപ്പ്. കടും ചുകപ്പ് നിറമാണ്. കെട്ടും പൂട്ടും ഉണ്ട്. കിട്ടിയപാടെ ആ അനുഭൂതിയുടെ ചൂരും ചുണയും ഒന്നാകെ ഉള്ളിലേക്ക് ആവാഹിച്ചു. സ്വപ്നത്തിന്റെ ശോണിമ ഉള്ളിലാകെ നിറഞ്ഞു. ജീവിതത്തിൽ ആദ്യം കിട്ടിയ ആ സ്വപ്ന പാദുകം പകൽ വെളിച്ചത്തിലേക്ക് കൊണ്ടു വന്നു. ചിമ്മിനിവിളക്കൂതി വാതിലിന്റെ മുക്കിലേക്ക് വെച്ചു. പിന്നെയും പിന്നെയും ഉമ്മ വെച്ച് ആ സ്വപ്ന ഗന്ധത്തിന്റെ അനുഭൂതികൾ ഉള്ളിലേക്ക് എവിടേക്കോ ഇറങ്ങിപ്പോയി. ചവിട്ടു കല്ലിൽ വെച്ച് തച്ചുപൊട്ടിയ വിരലിലെ രക്തക്കറ തുടച്ച് നനഞ്ഞ മണ്ണും ചെളിയും ചേർന്ന് അശുദ്ധമായ 2 കാലുകളെ ചെരുപ്പിന്റെ പിന്നിലെ സ്റ്റീൽ നിറത്തിലുള്ള കെട്ടും പൂട്ടും അഴിച്ചു. കാലിൽ അണിഞ്ഞു. കാൽപൊറാടികൾ മൂടി. രണ്ട് കാലും പരമാവധി ഉള്ളിലേക്ക് കയറ്റി. ചെരുപ്പിന്റെ കാൽ ഭാഗം വെളിയിലാണ്. പാകമാകാത്ത ഒരു സ്വപ്നമായിരുന്നുവോ അത്. ആച്ചു നീലയും വെള്ളയും യുണിഫോമിൽ കയറി വന്നത് പെട്ടെന്നായിരുന്നു. ചെരുപ്പിട്ട കാലിലേക്ക് നോക്കി അവൾ ഉറക്കെ പ്രഖ്യാപിച്ചു. "ഇത് പാകമല്ല. വെക്കം മാറ്റിച്ചാളെ." കുളണ്ടർ വേലായുധനും ഉമ്മയും പറഞ്ഞു. പാകമല്ല. മടാപ്പിടിയൻ മയമാക്കയും പറഞ്ഞു.

"പാകമല്ല. എവിടുന്നാണ് വാങ്ങിച്ചത് എന്ന് വെച്ചാൽ അവിടെ കൊണ്ടു പോയി പെട്ടെന്ന് മാറ്റിച്ചാളെ." ആദ്യം കിട്ടിയ സ്വപ്നം കൈവിട്ടുപോകു ന്നല്ലോ എന്ന ഭീതിയോടെ ഞാനും പറഞ്ഞു. "ഇതുമതി. ഇതുമതി" "എന്താ ചെക്കനക്ക്. പാകമല്ലാത്ത ചെരുപ്പ് എങ്ങനെയാ ഇട്ട് നടക്കാ." ഉമ്മ ചെരുപ്പ് കാലിൽ നിന്നും ഊരി വാഴയുടെ ഇല കൊണ്ട് മണ്ണും ചെളിയും തുടച്ചു. ഇനി ആ ഒലുമക്കടലാസ്സിൽ പൊതിഞ്ഞ് പായ്പ്പൊ ത്തിൽ കൊണ്ടുവെച്ചാളെ. തലയിലെ തട്ടം നേരെയാക്കി ഉമ്മ പറമ്പി ലേക്ക് തന്നെ പോയി. നഷ്ടപ്പെടാൻ പോകുന്ന കിനാവ് നെഞ്ചത്തടുക്കി പ്പിടിച്ച് പിന്നെയും കള്ളിപ്പെട്ടി പരതി. ഇരുട്ടിലൂടെ വിരൽ പായിച്ച് ഒലുമ ക്കടലാസ്സ് കൈയിൽ തടഞ്ഞു. സ്വപ്നം പൊതിഞ്ഞ് പായ്പ്പൊത്തിൽ വെച്ചു. പെറ്റമ്മ ചക്കരക്കിഴങ്ങും ശർക്കരച്ചായയും കൊണ്ടു വന്നു. അത് തിന്നുന്നതിനിടയിൽ പെറ്റമ്മ ചോദിച്ചു. "എന്താ അനക്ക് മണ്ടകത്ത് ഒരു പൈമാസി." "പൈമാസി ഒന്നുമല്ല. ഉപ്പ എനിക്ക് ചെരുപ്പ് വാങ്ങിത്തന്നി ട്ടുണ്ട് അത് നോക്കിയതാ." മോണകാട്ടി ചിരിച്ച് പെറ്റമ്മ മുറുക്കാൻ തുപ്പൽ മുറ്റത്തേക്ക് നീട്ടിത്തുപ്പി. എന്നിട്ട് വടിക്കിനിയിലെ ഉരലിൽ ചെന്നിരുന്നു. വെള്ളക്കുപ്പായം പെരയുടെ വെട്ടത്ത് തുക്കിയിട്ടിരിക്കുന്നു. ചാർമ്മിനാറും തീപ്പെട്ടിയും എത്തിനോക്കുന്നുണ്ട്. ഞങ്ങളിവിടെ ഉണ്ടെന്ന് നേർത്ത് വരുന്ന പുകച്ചുരുളുകൾ സ്വകാര്യം പറഞ്ഞു.

അങ്ങാടിയിലുള്ള ചേട്ടന്റെ കടയിൽ നിന്നാണ് ചെരുപ്പ് വാങ്ങിച്ചത് എന്ന അരുളപ്പാടുണ്ടായി. ചെരുപ്പ് മാറ്റിയെടുക്കാം എന്നുള്ള ഉത്തരവും വന്നു. സ്വപ്ന പാദുകവും കെട്ടിപ്പിടിച്ച് ധൃതിയിൽ പുറത്തിറങ്ങി. ചായയും ചക്കരക്കിഴങ്ങും തിന്നാത്തതിൽ പെറ്റമ്മ കിടന്ന് നിലവിളിക്കുന്നു. അങ്ങാ ടിയുടെ തെക്കേ അറ്റത്ത് സ്കൂളിന്റെ മുന്നിലാണ് ചേട്ടന്റെ പീടിക. ഒരു പൈസയ്ക്ക് രണ്ട് പല്ലിമുട്ടായി കിട്ടുന്ന കട. എരമംഗലത്തെ ഏറ്റവും വലിയ കച്ചവടസ്ഥാപനം. പാട്ടയും ബക്കറ്റുകളും കൈതോലപ്പായയും ചൂടിക്കയറുകളും പാതാളക്കരണ്ടിയും കൂറ്റൻ ഭരണികളിൽ മിഠായികൾ കുട്ടികളെ നോക്കി മാടിവിളിക്കുന്ന എരമംഗലത്തെ ചേട്ടന്റെ പീടിക. വലിയ ഭരണിയുടെ പിന്നിൽ നില്ക്കുന്ന കാക്കികുപ്പായക്കാരനായ ദീർഘ കായനാണ് ചേട്ടൻ. വരയൻ കള്ളികളുള്ള കള്ളിമുണ്ടാണ് ചേട്ടൻ ധരി ക്കാറുള്ളത്. തൂവെള്ള നിറത്തിൽ കൃതാവുള്ള ക്ലീൻ ഷേവുള്ള മുഖം. നടു കുറച്ച് വളഞ്ഞിട്ടുണ്ട്. ചേട്ടന്റെ പീടികയിൽ നിന്നും വാഴക്കാടന്റെ വീടര് ഒരു കൈതോലപ്പായ വാങ്ങി ഇറങ്ങി വരുന്നു. ഓലക്കുണ്ടകളിൽ ഉറുപ്പികയ്ക്ക് നൂറ് മത്തിയുമായി ആളുകൾ കിഴക്കോട്ട് നടക്കുന്നു. ചേട്ടന്റെ പീടികയിലേക്ക് കയറി പൊതി സഹായി ചക്കപ്പനെ ഏല്പിച്ചു. വെള്ളക്കുപ്പായത്തിന്റെ കുടുക്കിടാത്ത ചക്കപ്പൻ പൊതി വാങ്ങി തുറന്നു നോക്കി. "ഇത് നമ്മടെ പേർഷ്യക്കാരൻ മൊയ്ദുണ്യാപ്പ്ള കൊണ്ടുപോ യതല്ലേ. രണ്ട് മൂന്ന് ദിവസായി മൂപ്പര് ഇവിടെ വരാൻ തുടങ്ങിയിട്ട്. മൊത ലാളി ഇല്ലാത്തത് കാരണം ഇന്നാണ് ചെരുപ്പ് വാങ്ങി പോയത്. ഇത് എന്തേ ഇപ്പോ മടക്കി കൊണ്ട് വന്നേ."

"ഇത് പാകല്യ മാറ്റിത്തരണം." മരപ്പടിയിൽ അട്ടിയിട്ട ചെരുപ്പുകളുടെ കൂട്ടത്തിൽ പലതും ഇട്ട് നോക്കി ഒരു എണ്ണം പോലും പാകമാകുന്നില്ല. അവസാനം ചേട്ടൻ തന്നെ പറഞ്ഞു. മോനേ ഒരു ആഴ്ച കഴിഞ്ഞാൽ വണ്ടി വരും. മയ്ദുണ്ണ്യാപ്ലടെ മോനല്ലേ. അപ്പോ നമക്ക് മുന്ത്യേത് നോക്കി തന്നെ ഇട്ക്കാം." ശരിക്കും പാകമാകുന്നത്. ആ സ്വപ്നം വഴുതിപ്പോയിരിക്കുന്നു.. നെഞ്ചത്തടുക്കിപ്പിടിച്ച ആ പ്രേമത്തെ ഒരിക്കൽകൂടി നോക്കി തിരിച്ചു പോന്നു. വീട്ടിലും പറമ്പിലും ഓടിനടന്ന് അർമാദിക്കുകയാണ് ഇജാസ്. പുതിയ ചെരുപ്പ് കിട്ടിയ ആഘോഷം. അവൻ പറമ്പിലാകെ ചെരുപ്പിട്ട് ഓടിക്കളിക്കുന്നു. ഏനാമ്പഴത്തിന്റെ കൊമ്പിൽ കയറുന്നു. ഇരുമ്പാംപുഴിയുടെ ഉയരം കുറഞ്ഞ കൊമ്പിൽ ചെരുപ്പ് തൂക്കിയിടുന്നു. അവൻ വീടാകെ നിറയുന്നു. ഇപ്പോൾ ഇജാസിന്റെ കാലിലല്ല ചെരുപ്പ്. കിണറ്റിൻ കരയിൽ നിന്നും കഴുകി വൃത്തിയാക്കിയ ചെരുപ്പുമായി തിണ്ണ നിരങ്ങുന്നു.

ചെരുപ്പ് കാലിലിടാനുള്ള ഭാഗ്യം ഇല്ലാതായ എന്നെ നോക്കി ആച്ചു പറഞ്ഞു. "അതിനൊക്കെ യോഗം വേണം മോനേ യോഗം." ഓളുടെ ഒരു യോഗം. അവളുടെ മുടി പിടിച്ചുവലിച്ച് പുറത്ത് പടോന്ന് ഒരു ഇടി വെച്ച് കൊടുത്തു. ഇജാസ് ചെരുപ്പ് കാലിൽ നിന്നും മാറ്റി ഇപ്പോള അത് രണ്ട് കൈയിലും വെച്ച് തിണ്ണയിലൂടെ ബസ്സ് ഓടിച്ച് കളിക്കുകയാണ്. എന്നിട്ട് വിഷണ്ണനായി നില്ക്കുന്ന എന്റെ മുന്നിലൂടെ അച്ചാലും മുച്ചാലും പോം..പോം.....എന്ന് മുഴക്കുന്നു. അന്ന് രാത്രി ഏറെ നേരം കഴിഞ്ഞാണ് ഉറങ്ങിയത്. കാലിൽ മണൽതരികൾ കിടന്ന് കിലുങ്ങുന്നു. വളംകടിയുടെ ലക്ഷണമാണ്. പായയിൽ വെച്ച് കുറേ ഉരച്ചു. ചേട്ടന്റെ കടയിൽ തിരിച്ചേല്പിച്ച ആ ചുവന്ന ചെരുപ്പിന്റെ മൊഞ്ചും മോറും കാലിൽ വന്ന് ഇക്കിളി കൂട്ടുന്നു. ചിമ്മിനി വിളക്കിന്റെ അരണ്ട വെളിച്ചത്തിലാണ് കണ്ടത്. ഇജാസ് ചെരുപ്പ് ഇട്ടിട്ടാണ് ഉറങ്ങുന്നത്. ഉപ്പ അവന്റെ ചെരുപ്പ് ഊരിയെടുത്ത് മാറ്റിവെക്കുന്നു. മണ്ണെണ്ണ ഇല്ലാത്തത് കാരണം വിളക്കുകളൊക്കെ ഊതി ഉമ്മ വാതിൽ അടച്ചു. കുപ്പിവിളക്ക് കത്തിച്ച് ഉസ്മാൻക്ക കയ്യാലയിൽ ഇരുന്നു പഠിക്കുന്നു. കുപ്പിവിളക്കുമായി ആച്ചു ഇടനാഴികയിൽ പുസ്തകത്തിൽ മുഖം പൂഴ്ത്തി ഉറങ്ങുന്നു. റാന്തൽ വിളക്ക് എടുത്ത് തിരിതാഴ്ത്തി ഉമ്മ മുമ്പാരത്ത് തൂക്കിയിട്ടു. നായ്ക്കൾ ഓരിയിടുന്നു. പാലമരത്തിൽ വന്നിരുന്നു ഒരു കുത്തിച്ചൂളൻ കരയുന്നു. ആരോ മരിക്കാനായിരിക്കുന്നു. മലക്കുൽ മൗത്തിനെ കണ്ടിട്ടായിരുന്നത്രെ കുത്തിച്ചാളാൻ കരയുന്നത്. മണ്ടകത്ത് മുറിക്കുള്ളിൽ നിന്നും പെറ്റമ്മയുടെ അശരീരി. പെട്ടന്നുണ്ടായ ഭയപ്പകർച്ചയിൽ ഞാൻ മണ്ടകത്ത് പെറ്റമ്മ കിടക്കുന്ന പത്തായപ്പെട്ടിയിലേക്ക് ചാടിക്കയറി.

രാവിലെ ഇജാസിന്റെ ചെരുപ്പ് ആയിരുന്നു കണി. അവൻ കൈയിൽ നിന്നും അത് തലയിലേക്ക് മാറ്റി സ്ഥാപിച്ചിരിക്കുന്നു. ഒരു ആഴ്ച എങ്ങനെ തള്ളിനീക്കും ഒരു ആഴ്ച കഴിഞ്ഞാൽ പുതിയ ചെരുപ്പിന്റെ വണ്ടി വരുമെന്നായിരുന്നു ചേട്ടൻ പറഞ്ഞിരുന്നത്. കുളത്തിൽ നിന്നും

വുളൂഅ് എടുത്ത് വേച്ച് വേച്ച് വരുന്നു പെറ്റമ്മ. ചെറിയക്ക ചെരുപ്പ് ഇട്ട് പറമ്പിലിരിക്കാൻ പോകുന്നു. നീർക്കോട്ടേലെ പറമ്പിലെ ഒഴിഞ്ഞ വിശാലതയിൽ പൂഴി മണലിന്റെ വൃത്തിയും തിരഞ്ഞ് പോകുകയാണ്. പൂക്കാരൻ അപ്പു വന്നിട്ടുണ്ട്. ചാക്കിലാക്കിയ വിത്ത് മുളപ്പിക്കാനായി കുളത്തിലേക്ക് എടുപ്പിക്കുന്നു. വേലായുധേട്ടനും വന്നിട്ടുണ്ട്. പൊക്കാളിയാണത്രേ വിത്ത് . മൂന്ന് പൂവലും കൃഷി ചെയ്യാൻ പറ്റുന്ന മണ്ണൂപ്പാടത്തിന്റെ മഹിമകൾ അപ്പു വിവരിക്കുന്നു. ഈ പാടം കാരണമാണ് ഈ നെല്ലും വൈക്കോലും. ഈ പെരയിലിങ്ങനെ ശല്യമായി നില്ക്കുന്നത്.

ഗൾഫിൽ നിന്നും ഇക്കാക്കയുടെ കത്ത് വരാത്ത ദുഃഖത്തിലാണെന്ന് തോന്നുന്നു ഉപ്പ. രാവിലെ എണീറ്റപ്പോൾ ഉപ്പ കത്തുകൾ തൂക്കിയിടുന്ന കമ്പിയിൽ നിന്നും ഒരു കത്ത് ഊരിയെടുത്ത് ഒറ്റയ്ക്കിരുന്ന് വായിക്കുന്നു. ആച്ചുവിനെ വിളിച്ച് പോസ്റ്റോഫീസിൽ പോയി എയറോഗ്രാം വാങ്ങിക്കുന്നതിനായി നാല്പത്തഞ്ച് പൈസ എടുത്തുകൊടുത്തു. ഇന്ന് രാത്രി കത്തെഴുത്ത് ഉണ്ടാകും എല്ലാവരും കൂടി വട്ടം വളഞ്ഞിരുന്ന് നടുമുഖത്ത് ഇരുന്നാണ് കത്ത് എഴുതുക. ഉസ്മാൻക്കയാണ് എഴുത്തുകാരൻ. പാടത്ത് പണിക്ക് കാശില്ലാത്തത്, ഉപ്പാടെ വായുമുട്ടിന്റെ വിവരണങ്ങൾ, സോഷ്യലിസ്റ്റ് പാർട്ടിയുടെ വിശേഷങ്ങൾ, എ കെ ജിയുടെ സൂക്കേട് ഇവയൊക്കെ വിവരിക്കും. ഇവക്കെല്ലാം പരിഹാരമായി കുറച്ച് പൈസ വേഗം അയയ്ക്കണമെന്നാണ് പ്രത്യേകം എഴുതുക. കത്തിന്റെ അടിയിൽ ഒരു വരി എഴുതാൻ എന്നെ അനുവദിക്കാറുണ്ട്.

സ്കൂളിൽ പോയെങ്കിലും ഒരു ഉഷാർ തോന്നിയില്ല. ഇന്റർവെല്ലിന് ചേട്ടന്റെ കടയിൽ ചുറ്റിപ്പറ്റി നിന്നു. കുട്ടി എന്തിനാ ഇന്ന് വന്നത്. ഒരു ആഴ്ച കഴിഞ്ഞിട്ട് ചെരുപ്പ് വരൂന്നല്ലേ പറഞ്ഞത്. ചേട്ടന്റെ പരിഭവം. അല്ല ഞാൻ പല്ലിമുട്ടായി വാങ്ങാനാണ് വന്നത്. പൈങ്കിളി മാമദും കെ.കുമാരനും കുടെ ഉണ്ടായിരുന്നു. കെ കുമാരൻ പല്ലിമുട്ടായി വാങ്ങി ഒരു എണ്ണം എനിക്ക് തന്നു.. എരമംഗലം കൃഷ്ണടാക്കീസിലെ കടല വില്പനക്കാരൻ കൂടിയാണ് കെ കുമാരൻ. *ഉണ്ണിയാർച്ച* നാലു വാരം ഓടിയപ്പോൾ മാറ്റിനിക്ക് കടല വില്ക്കാൻ പോയ അവൻ ഒരു മാസം സ്കൂളില് വന്നതേ ഇല്ല.

വേലായുധൻ മാസ്റ്ററുടെ ക്രിയാത്മകമായ പ്രബോധനഫലമായി ഒരു ആഴ്ചയ്ക്കുള്ളിൽ ചെരുപ്പ് ക്ലബ്ബിൽ കുട്ടികൾ ഇരുന്ന് കത്ത് എഴുത്ത് തുടങ്ങി. അടിയിൽ ഒരുവരി എഴുതാൻ എനിക്കും അനുവാദം കിട്ടി.

വല്ല്യക്കാക്ക്.

ഇക്കാക്ക നാട്ടിൽ വരുമ്പോൾ എനിക്ക് ഒരു നല്ല ചെരുപ്പ് കൊടുത്തയയ്ക്കണം. എന്ന് അനുജൻ ഷൗക്കത്ത്.

കൃത്യം ഒരുമാസം കഴിഞ്ഞ് ഞാനും കെ കുമാരനും കൂടി ചേട്ടന്റെ കടയിൽ ഹാജരായി. ഉച്ചയ്ക്ക് വലിയ ചോറ്റു പാത്രത്തിൽ പോർക്ക് ഇറച്ചിയും മത്തോക്കും കൂടി തട്ടിവിടുകയായിരുന്നു ചേട്ടൻ. ഞാൻ ചോദിച്ചു. “ചെരുപ്പ് വന്നോ”?

"ഏത് ചെരുപ്പ്"?

"ന്റെ പ്പ പേർഷ്യക്കാരൻ മൊയ്തുണ്ണി ഒരു ചെരുപ്പ് വാങ്ങിയിരുന്നില്ലേ. അതിൽ ഒന്ന് പാകമാകാത്തത്, മാറ്റിത്തരാനായി തിരിച്ചേല്പിച്ചിരുന്നു.... അത് വന്നോ ..."

"ആ മ്മളെ പേർഷ്യക്കാരന്റെ"

"അതെ."

"മോനേ ലോഡ് വന്നിട്ടില്ലല്ലോ."

നിരാശയോടെ ഞാനും കെ കുമാരനും കൂടി *അച്ചാണി* എന്ന സിനിമയുടെ വാൾ പോസ്റ്റ് കാണാൻ മെട്രോ ഹോട്ടലിന്റെ മുന്നിലേക്ക് പോയി. ചെരുപ്പിടാതെ പനങ്കുല എന്ന കുറ്റപ്പേരുള്ള മുഹമ്മദ് മാസ്റ്റർ നടന്നു പോകുന്നത് കുമാരൻ കാണിച്ചു തന്നു.

"മാഷമ്മാരല്ലേ അവർക്ക് എന്തും ആകാം."

കന്നിയും മകരവും പണിയെടുക്കാൻ മണ്ണൂപാടത്തേക്കുള്ള അയ്യാറെട്ടിന്റെയും ചീരയുടെയും വിത്തുകൾ കയ്യാലയിൽ കൂട്ടിയിട്ട് നനഞ്ഞ ചാക്കുകൊണ്ട് ഉമ്മയും വേലായുധേട്ടനും കൂടി മൂടിയിട്ടു. ഒരു ദിവസം അതിനു മുകളിൽ കയറി ചാടിക്കളിച്ചതിന് ഉമ്മ കൊട്ടക്കയിലിന്റെ കണ കൊണ്ട് പള്ള നിറച്ചും അടിച്ചു. മുട്ടിനു താഴെ പിന്നെയും തിണർപ്പുകൾ ... വൈകുന്നേരം സലീനാക്ക് കൊടുക്കുന്ന കുന്നമ്പഴത്തിന്റെ പൊടി ശർക്കര ചേർത്ത് ഒരു പാത്രം തന്നു.

വിത്ത് പനിച്ചു കിടക്കുകയാണ് അതിന്റെ മുകളിൽ ചാടി മറിയരുത്. ചാടി മറിഞ്ഞാൽ വിത്തിന്റെ പനി മുറിയും. വിത്തുകൾ മുളയ്ക്കാതാകും ഉമ്മ കാലിന്മേൽ മലർത്തിക്കിടത്തി കുട്ടിക്ക് പൊടി കൊടുക്കുന്നതിനിടയിൽ ഉപദേശിച്ചു. ഞാൻ നേരെ കയ്യാലയിലേക്ക് ചെന്ന് നനഞ്ഞ ചാക്കിന്റെ അടിയിൽ നെന്മണികൾക്ക് മേലെ തൊട്ടു നോക്കി. നല്ല ചൂടുണ്ട്. വിത്ത് പനിച്ചുകിടക്കുകയാണ്. ഇജാസും സലീനയും പനിച്ചു കിടക്കുമ്പോൾ ചൂടുള്ളതുപോലെ വിത്തിനും ചൂടുണ്ട്. വിത്തുകൾ പനിച്ചു കിടക്കുകയാണ് പോലും.

ഇക്കാക്കയുടെ കത്ത് വന്നു. ഒരു ഫോട്ടോയും ഉണ്ടായിരുന്നു. ഉപ്പയും ഉമ്മയും കൂടി മുരിങ്ങാമരത്തിന്റെ ചുവട്ടിൽ വെച്ച് ഫോട്ടോ കണ്ട് രസിച്ചു. ഇക്കാക്ക് മീശ നന്നായി വന്നിരിക്കുന്നു എന്ന സത്യം എല്ലാവരും മനസ്സിലാക്കി. അടുത്ത വരവിന് കല്യാണകാര്യം നോക്കണം. കത്തിന്റെ ഉള്ളിൽനിന്ന് 100 രൂപയുടെ പത്ത് നോട്ടുകൾ ഉപ്പ കീശയിലേക്ക് എടുത്ത് വച്ചു. കത്തിന്റെ കവറിലുണ്ടായിരുന്ന സ്റ്റാമ്പുകൾ ഉസ്മാൻക്ക സൂക്ഷിച്ച് കീറിയെടുത്ത്. കത്ത് ഞങ്ങളെല്ലാവരും മാറിമാറി വായിച്ചു. രണ്ട് പേജ് നിറച്ചുമുണ്ട്. കത്ത് അവസാനിപ്പിക്കുന്നത് ഇങ്ങനെയാണ്. കത്ത് ചുരുക്കുന്നു. ആയിരം ഉമ്മകളോടെ സ്വന്തം മകൻ ഉമ്മർ. കത്തിന്റടിയിൽ ഒപ്പ്. കത്തിന്റടിയിൽ ഷൗക്കത്തിന് എന്ന ഭാഗത്ത് ഇങ്ങനെ എഴുതിയിരിക്കുന്നു.

ഷൗക്കത്തിന്, നീ എത്രാം ക്ലാസ്സിലാണ് പഠിക്കുന്നത്. കൈയക്ഷരം

നന്നാക്കുക. ഇക്കാക്ക വരുമ്പോൾ നിനക്ക് ചെരുപ്പ് മാത്രമല്ല കൊണ്ട് വരുന്നത്. ഒരു വാച്ചും പേനയും ഉണ്ടായിരിക്കും. എന്ന് സ്വന്തം വല്യക്കാക്ക.

ബീരാവുഹാജിയുടെ പീടികയിൽ പോയി 100 രൂപയ്ക്ക് 5 രൂപകൾ കൊണ്ടുവന്നു. കന്നുപൂട്ടുകാരൻ അപ്പു, കുഞ്ഞിമാൻ, വേലായി എന്നിവരുടെ കണക്ക് തീർത്തു. കിളക്കാരുടെ മുഴുവൻ പൈസയും കൊടുത്തു. മായിനാക്കയുടെ പീടികയിൽ മുന്നൂറ് രൂപ പറ്റ് കൊടുത്തു. ഉപ്പാടെ വെള്ളക്കുപ്പായത്തിന്റെ കീശ പിന്നെയും കാലിയായി. ചാർമ്മിനാർ തീർന്നു. തേങ്ങാപ്പറ്റുകാരൻ കുമ്മപ്പറമ്പിൽ മയമുട്ടിക്കയുടെ വീട്ടിൽ ഉപ്പ ഇരിക്കുന്നത് കണ്ടു. പെറ്റമ്മാടെ കോഴിക്കുഞ്ഞുങ്ങൾ വിരിഞ്ഞു കഴിഞ്ഞു. ഇരുപത്തിനാല് എണ്ണത്തിൽ രണ്ടെണ്ണം ചത്തു. ഇടനാഴികയിൽ പെറ്റമ്മ അവയ്ക്ക് കാവൽ നില്ക്കുന്നു. നെല്ല് കുത്തി ചേറി കിട്ടിയ മുറത്തിൽ നിന്നും പൊടിയരി വേറെയാക്കി വെച്ചിട്ടുണ്ട്. അത് കുറച്ചെടുത്ത് പെറ്റമ്മ കോഴിക്കുഞ്ഞുങ്ങൾക്ക് വിതറിക്കൊടുത്തു. തള്ളക്കോഴി ചിറകു വിരത്തി കൊത്താൻ വരുന്നു.. എറളാടികൾ കോഴിക്കുഞ്ഞുങ്ങളെ റാഞ്ചാതിരിക്കാൻ പുത്തൻപള്ളിക്കലെ മൂപ്പർക്ക് പത്ത് കോഴിമുട്ടകൾ വേലായുധേട്ടനെ വിളിച്ചു കൊടുത്തയയ്ക്കുന്നത് കണ്ടു.

രണ്ടാഴ്ച്ച കഴിഞ്ഞ് ചേട്ടന്റെ കടയിൽ പിന്നെയും പോയി. പായയും ചൂടിക്കയറും പ്ലാസ്റ്റിക്ക് ബക്കറ്റും പുറത്തെടുത്ത് വെക്കുകയായിരുന്നു അയാൾ. "ലോഡ് വന്നിരുന്നു. അതിൽ ചെരുപ്പില്ലല്ലോ മോനേ. അടുത്താഴ്ച്ച എന്തായാലും വരും." പാകമല്ലെങ്കിലും ചെരുപ്പ് കൊടുക്കേണ്ടായിരുന്നു. അത് മതിയായിരുന്നു. അത്രയ്ക്ക് ഭംഗിയുണ്ടായിരുന്നു ആ ചെരുപ്പിന്. അതിന്റെ പുതുമണം ഇപ്പോഴും മൂക്കിൻ തുമ്പത്തുണ്ട്. ചെരുപ്പ് കാലിൽ നിന്നും ഒഴിച്ച നേരമില്ല ഇജ്ജാസിന്. ഉപ്പാടെ കൂടെ കോസഡിയിൽ കിടക്കുമ്പോളും അവന്റെ കാലിൽ ചെരുപ്പ് ഉണ്ടാകും. കുമ്മപ്പറമ്പില് മജീദ് ഒരു ചെരിപ്പുകാരനായി. അത് ഒരു വള്ളിചെരുപ്പ് ആയിരുന്നു. കൊല്ലം രാമൻ ചെരുപ്പ് ഉണ്ടാക്കിക്കൊടുക്കുമത്രേ. അയാളെ ഒന്ന് പോയി കണ്ടാലോ. പക്ഷേ, അതിന് അനുവാദമില്ല.

രണ്ട് മാസമായി ചേട്ടന്റെ പീടികയിലേക്ക് നടക്കാൻ തുടങ്ങിയിട്ട്.

തനിക്ക് മാത്രം പാകമാകുന്ന കെട്ടിപ്പൂട്ടും കൊളുത്തുമുള്ള ചെരിപ്പ് ആ പീടികയിൽ ഇല്ല പോലും. ഇപ്പോൾ ചേട്ടൻ എന്നെക്കണ്ടാൽ നന്നായി തിരിച്ചറിയും പേർഷ്യക്കാരന്റെ മോനല്ലേ. അടുത്താഴ്ച എന്തായാലും വരും. ആ ആഴ്ചയും വന്നില്ല. പിറ്റേ ആഴ്ചയിലും വന്നില്ല. ഇപ്പോൾ പഴയ പോലെ ചേട്ടന് എന്നെക്കണ്ടാൽ ഒരു സന്തോഷവുമില്ല. മുഖം പെട്ടന്ന് ഗൗരവം കൊള്ളും. എന്തോ ഒരു വെറുപ്പുള്ളതുപോലെ. ഒരിക്കൽ അല്പം ദേഷ്യത്തോടെ ചേട്ടൻ പറയുകയും ചെയ്തു. വന്നിട്ടില്ല എന്നല്ലേ പറഞ്ഞത്. പിന്നെ എന്തിനാ എപ്പോഴും ഇങ്ങനെ വന്ന് ആളെ ബുദ്ധിമുട്ടിക്കുന്നത്. രണ്ടാഴ്ച കഴിഞ്ഞ് വാ. ഇനി ചെരുപ്പ് കിട്ടാതെ വരുമോ. ഇതിനിടയിൽ രണ്ട് മൂന്ന് പുതിയ കൂട്ടുകാർ കയ്യിലും കാലിലും ഉണ്ടായി .പുതിയ മുറിവുകൾ. പണിക്കരെ കാവിലെ കാരക്കാട്ടിൽ നിന്നും

കാരപ്പഴം പൊട്ടിക്കാൻ പോയപ്പോൾ ഉള്ളം കാലിൽ ഒരു കാരമുള്ളു കുത്തി. നന്നായി കടഞ്ഞു. പഴുത്തു. മുറിക്ക് ചലം വെച്ചു. മുറിവായിൽ നിന്ന് നീരും വരാൻ തുടങ്ങി. മുറിവായ കെട്ടി തൊത്തിച്ചാടിയാണ് ഇപ്പോൾ നടപ്പ്. അത് കഴിഞ്ഞപ്പോഴാണ് തെങ്ങുകയറ്റം കഴിഞ്ഞ പറമ്പിൽ നിന്നും ഒരു മടലിന്റെ കൂർത്ത അറ്റം ഞെരിയാണിയുടെ താഴെ തുളച്ചു കയറിയത്. മുറി പഴുത്തു. മാറഞ്ചേരിയിലെ ആശുപത്രിയിലേക്ക് യാത്ര പോകാൻ തുടങ്ങി. മുറിവ് ഉണങ്ങിയെങ്കിലും ഇപ്പോൾ അവിടെ വട്ടത്തിൽ ഒരു അടയാളമായി. തെങ്ങുകൾ തന്ന ഒരു സ്നേഹചുംബനം. രണ്ടാഴ്ചയായിരുന്നു. സ്കൂളിൽ മുടങ്ങിയത്. വല്ല്യക്കാക്ക കൊടുത്തയച്ച പോളിസ്റ്റർ കുപ്പായം കുമാരന്റെ സ്റ്റൈൽ ടൈലറിങ്ങിൽ നിന്നും തയ്പ്പിച്ചതും ഇട്ട് സ്കൂളിലെത്തി. ചുവന്ന് പളപളാ മിന്നുന്ന ലങ്കുന്ന കുപ്പായം വേലായുധൻ മാസ്റ്റർ വരെ പിടിച്ചുനോക്കി. “ഇത് എവിടുന്നു കിട്ടി?”

“ഇക്കാക്ക ഗൾഫിൽ നിന്നും കൊടുത്തയച്ചതാണ്.”

ഇന്റർവെല്ലിന് എം പ്രകാശനെയും കൂട്ടി ചേട്ടന്റെ കടയിലേക്ക് പോയി. സഹായി ചക്കപ്പനാണ് കടയിൽ.

“ചെരുപ്പ് വന്നോ.”

“ആ വന്നല്ലോ. മോൻ ഇരിക്ക്.”

ഹാവൂ സമാധാനമായി. ചെരുപ്പ് ഇരിക്കുന്ന മരപ്പലകയുടെ കള്ളിയിലേക്ക് ചക്കപ്പന്റെ കൂടെ പ്രവേശിച്ചു ഒരു എണ്ണം ചുവന്നചെരുപ്പ് കാലിൽ ഇട്ട് നോക്കാൻ പറഞ്ഞു ചക്കപ്പൻ. അയാൾ കെട്ടും പൂട്ടും അഴിച്ചു തന്നു. സ്വപ്നപാദുകം ഇതാ കരഗതമായിരിക്കുന്നു. ഇതും കാലിൽ ഇട്ട് ഇപ്പോൾ തന്നെ ക്ലാസ്സിൽ ഇരിക്കാമല്ലോ. ലങ്കുന്ന കുപ്പായവും ചുവന്ന് ലങ്കുന്ന ചെരുപ്പ്.

മോനേ മുതലാളി ഒന്നിങ്ങോട്ട് വന്നോട്ടെ. ഒരു അഞ്ച് മിനിട്ട് നില്ക്ക്. അയാളുടെ സമ്മതമില്ലാതെ ചക്കപ്പൻ ചെരുപ്പ് തരും എന്ന് തോന്നുന്നില്ല. കടയുടെ അരികിൽ ടാറിൻ വീപ്പകൾ അടുക്കിവച്ചിരിക്കുന്നു. വീപ്പ പൊട്ടി ഉരുകിയൊലിച്ച ടാറുകൾ റോഡ് സൈഡിൽ കെട്ടിക്കിടക്കുന്നു. തൊട്ടടുത്ത് ഇഞ്ചിപ്പുല്ലിന്റെ കാട്ടിൽ മൂസക്കുട്ട്യാക്കയുടെ തള്ളയാടുകൾ കുട്ടികളോടൊപ്പം പുല്ല് തിന്നുന്നു. “ഞാൻ പോകുന്നു ഇപ്പോൾ ബെല്ലടിക്കും.” എം പ്രകാശൻ സ്കൂളിലേക്ക് പോയി, ചക്കപ്പൻ കപ്പി അന്വേഷിച്ചു വന്ന ആൾക്ക് കപ്പി എടുത്തു കൊടുത്തു. ചെരുപ്പ് അതാ അവിടെ ....ചേട്ടന്റെ വരവും കാത്ത് അതിന്റെ ഉടമയുടെ കൂടെ ഇറങ്ങിപ്പോകാൻ അക്ഷമയോടെ കണ്ണും മിഴിച്ച് ഇരിക്കുന്നു. എന്റെ കാലിലേക്ക് കയറിപ്പറ്റാനുള്ള തിരക്ക് എന്നെപ്പോലെ തന്നെ ചെരുപ്പിനുമുണ്ട്.. വണ്ണക്കത്തി ടീച്ചറാണ്. നേരം വൈകിയാൽ അങ്ങാടിയിലെ പീടികയിൽ ചിറിയിൽ നോക്കി നിന്നതിന് രണ്ടടി കൂടുതൽ കിട്ടും. കോങ്കണ്ണിൽ അപ്പടി ക്രൂരതയാണ് വണ്ണക്കത്തി ടീച്ചർത്ത്. 5 മിനിട്ട് കഴിഞ്ഞു. 10 മിനുട്ടായി. അത് ഇരുപത് മിനിട്ടിലേക്ക് വളർന്നു. കാര്യസ്ഥൻ മാമുക്ക വന്ന് ഒരു കുറിപുസ്തകം വാങ്ങിപ്പോയി. മടാപ്പിടിയൻ മയമാക്ക ഒരു പുതിയ കൈക്കോട്ടും വാങ്ങി. വേലി

കെട്ടുന്ന കമ്പി വാങ്ങാൻ പത്തിരുത്തമ്മേൽ ഉള്ള വേലികെട്ടുകാരൻ ചങ്ങനും വന്നു. നിന്നുനിന്ന് അര മണിക്കൂറായി. എന്നെ നോക്കി ചിരിതുടങ്ങിയ പല്ലിമുട്ടായികളുടെ മുഖം ദേഷ്യം കൊണ്ട് കോടാൻ തുടങ്ങി. ഒടുവിൽ ചേട്ടൻ എന്ന ദീർഘകായൻ കരയണയാൻ പോകുന്ന പെരമഞ്ചി പോലെ അലൂമിനിയം പാത്രങ്ങളുള്ള ചാക്കും ചുമന്നു വന്നു. ചക്കപ്പൻ വന്ന് ചാക്ക് ഇറക്കി. മൂട് തട്ടി. വിയർത്ത് കുളിച്ച ചേട്ടൻ കാക്കിക്കുപ്പായത്തിന്റെ രണ്ട് കുടുക്കുകൾ അഴിച്ചിട്ടു. അയാൾ എന്നെ കണ്ടിരിക്കുന്നു. ചക്കപ്പൻ കാര്യം പറഞ്ഞു.

"മ്മ്ളെ ചെരുപ്പ് അന്വേഷിച്ച് വരുന്ന ആ പേർഷ്യക്കാരന്റെ കുട്ടിയില്ലേ. ദാ കുറെ നേരമായി ഇവിടെ കാത്തു നില്ക്കുന്നു. ആ കുട്ടി പാകമായ ചെരുപ്പ് എടുത്തു വച്ചിട്ടുണ്ട്. അത് അങ്ങട്ട് കൊടുക്കട്ടെ."

"വേണ്ട അത് കൊടുക്കണ്ട." മുഖത്തടിച്ചതുപോലെയായിരുന്നു ചേട്ടന്റെ മറുപടി.

ടാറിൻ വീപ്പയുടെ അറ്റത്ത് നിന്നും ഒരു നിലവിളി കേട്ടു. മുസക്കുട്ട്യാക്കയുടെ ഒരു ആട്ടിൻ കുട്ടി കൂടി വീപ്പയിൽ വീണിരിക്കുന്നു. തള്ളയാട് അമറി അമറി. കുറ്റിയടിച്ച കയറും പറിച്ച് ഉറക്കെ കരയുന്നു. ആട്ടിൻ കുട്ടിക്ക് നീങ്ങാൻ ആകുന്നില്ല. മ്പേ ....മ്പേ.

"അല്ല അപ്പോ ആ കുട്ടി കുറേ ആയില്ലേ വരാൻ തുടങ്ങിയിട്ട്."

"മേടിച്ചതിന്റെ കാശ് തന്നെ തന്നിട്ടില്ല. എന്നിട്ടാപ്പോ..ഇതും കൂടി കൊടുക്കുന്നത്. മൂന്ന് ഉറുപ്പിക മുന്നത്തേത്. മൂന്നര ഉറുപ്പിക ഇതിന്റീം. രണ്ടും കൂടി ആറര ഉറുപ്പിക. ചക്കപ്പാ ഇയ്യ് തര്വോ അത്.. ചക്കപ്പാ മുണ്ടാണ്ട് അവിടെ എങ്ങാനും പോയി ഇരുന്നോ."

ഒന്നും മുണ്ടാതെ നിരാശയും ദുഃഖവും കൂട്ടിക്കുഴച്ച് തിരിച്ചു നടന്നു.. നേരംവൈകിയതിനും കണ്ണിൽ കണ്ട പീടികയിൽ ചിറിയിൽ നോക്കി നിന്നതിനും നീലൂരിയുടെ വടികൊണ്ട് ആറ് അടി കിട്ടി. തുള്ളിച്ചാടിയ കണ്ണീരിന്റെ അലകളിൽ പൊങ്ങിക്കിടന്നു. എല്ലാ ദുഃഖങ്ങളെയും കെട്ടിപ്പിടിച്ച് അണച്ചുകൊണ്ട്. പുതിയ ലങ്കുന്ന കുപ്പായത്തിന്റെ അറ്റം കൊണ്ട്. ഒഴുകിച്ചാടിയ ആ പരിശുദ്ധിയുടെ തെളിനീര് ഒപ്പിയെടുത്തു. നനവ് പുരണ്ട കുപ്പായത്തെല്ലിലേക്ക് എല്ലാവരും ഉറ്റുനോക്കുന്നുണ്ട്.

കിട്ടാതെപോയ ആ ചെരിപ്പ് ആ വർഷം മുഴുവൻ കാലിന്റെ അടിയിൽ കിടന്ന് അകന്നുപോയ കിനാവിന്റെ നൊമ്പരങ്ങളെ ഓർത്തിരിക്കണം. നനഞ്ഞും തപിച്ചും തണുത്തും കിടന്ന മൺവീറിലേക്ക് ഉള്ളം കാൽ അമർത്തിച്ചവിട്ടിയപ്പോൾ വിരൽ മൊട്ടിലൂടെ അന്ന് ഉള്ളിലേക്ക് തറഞ്ഞു കയറിയ മണ്ണിന്റെ നനവും വേവും ആണ് ഇന്നും ഉള്ളിൽ മുള കാത്ത് കിടക്കുന്ന അകം വേവുകളെ പനിച്ചു കിടക്കാൻ പഠിപ്പിച്ചത്. ചരാചരപ്രേമത്തിന്റെ ചക്ഷുസ്സുകളുമായി എല്ലാം എല്ലാവരുടേതുമാണ് എന്ന കാഴ്ചപ്പാടങ്ങളുമായി അതിരുകളില്ലാത്ത ശാരദാകാശങ്ങൾക്ക് മേലെ അവയ്ക്ക് എത്രകാലം പറന്നുയരാനാകും.

ദേശാഭിമാനി വാരിക ഡിസംബർ 15. 2013

ഇബ്രാഹിം മുസ്ല്യാർ

'ഇസ്സത്തുൽ ഇസ്ലാം മദ്രസ.... നീണാൾ വാഴട്ടെ, സ്ഥാപകർക്കും ഞങ്ങൾക്കും തൗഫീക്ക് നല്കട്ടെ.... സ്ഥാനം സ്വർഗ്ഗം അതിൽ.... സ്ഥാനാർത്ഥികളാകട്ടെ...... നബിദിനം നബിദിനം സ്വാഗതം നബിജന്മദിനത്തിന് സ്വാഗതം.'

റബിഉൽ അവ്വൽ 12. ഇബ്രാഹിം മുസ്ല്യാരുടെ നബിദിനാഘോഷയാത്ര വരവറിയിക്കുകയാണ്. മുന്നിൽ തൊപ്പിയും കറുത്ത കോട്ടുമണിഞ്ഞ് ഞെരിയാണിക്ക് മേലെ മുണ്ടുടുത്ത് ഇസ്സത്തുൽ ഇസ്ലാം മദ്രസ്സ എന്ന ഓത്തുപള്ളിയുടെ നായകൻ. കൂടെ രണ്ടുവരികളിലായി കുട്ടികൾ. കൂട്ടത്തിൽ കുറച്ച് മുതിർന്ന മേപ്പാഠക്കാർ ഘോഷയാത്രയെ നിയന്ത്രിക്കുന്നുണ്ട്. വേറെ ചിലർ മുദ്രാവാക്യങ്ങൾ നീട്ടിവിളിക്കുന്നു. പ്രവാചക സ്നേഹം അവരുടെ ചങ്കിലൂടെ ഇബ്രാഹിം മുസ്ലിയാരുടെ വരികളായി മുഴങ്ങുന്നു. ഘോഷയാത്ര കാണാൻ വഴിയോരങ്ങളിൽ നിറയുന്നു.

ഒന്നുരണ്ടു മാസങ്ങൾക്കുമുമ്പെ തുടങ്ങും നബിദിനത്തിനുള്ള തയ്യാറെടുപ്പുകൾ. ഓത്തുപള്ളിയിൽ വരാതെ മൊയ്ല്യാരെ കാണുമ്പോൾ മുങ്ങിനടക്കുന്ന ഹമുക്കീങ്ങളെ ഓത്തുപള്ളിയുടെ ഭ്രമണപഥങ്ങളിലേക്ക് ആകർഷിക്കപ്പെടുന്നു. ഉഗ്രപ്രതാപിയായ ഈ സൂര്യൻ നിസ്കരിക്കാതെയും മദ്രസ്സയിൽ വരാതെയും ഇബിലീസിന്റെ കൂടെ കറങ്ങിത്തിരിയുന്ന ഉപഗ്രഹങ്ങളെ കണ്ടേടത്തുവെച്ച് ചെവിക്ക് പിടിക്കും. ജാജ്വല്യമാന്യമായ ആ രൂപത്തിനു മുന്നിൽ കുട്ടികൾ. എന്നാൽ നബിദിനാഘോഷത്തോടനുബന്ധിച്ച് ഓത്തുപള്ളിയിലേക്ക് വിരുന്നുവരുന്ന വിസിറ്റിങ്ങ് പ്രൊഫസർമാരെ ഇബ്രാഹിം മുസ്ലിയാർ ശകാരിക്കാറില്ല. അവരെയൊക്കെ പിടിച്ച് ഓരോ കാര്യങ്ങളേല്പിക്കും. നബിദിനത്തിന് കൊടി വേണം. കൊടി കെട്ടാൻ ചീമക്കൊന്നയുടെയും മുളയുടെയും ഓരോ വടികൾ.

24 കാഞ്ഞിരവും കാരമുൾക്കാടും

ഷൗക്കത്തലീഖാൻ

തോട്ടേക്കാട്ടിലും വല്ല്യോളത്തിന്റെ അതിരുകളിലും നില്ക്കുന്ന ചീമക്കൊന്നകളിൽ നിന്നും മുളങ്കൂട്ടങ്ങളിൽ നിന്നും പാകമായ വടികൾ സംഘടിപ്പിക്കേണ്ടത് മേപ്പാടക്കാരുടെ പണിയാണ്. പതിനഞ്ചാം ജൂസും പത്തികിത്താബും ഓതുന്നവരിൽ നിന്നും മിടുക്കന്മാരെ ഇബ്രാഹീം മുസ്ലിയാർ നീട്ടിവിളിക്കും. 'അലിമോനേ.......................' രണ്ട് അലിമാരുണ്ടായിരുന്നു ഓത്തുപള്ളിയിൽ. ഒന്ന് ചെറ്റാറയിൽ അലി. മറ്റൊന്ന് നീർക്കോട്ടേൽ അലി. രണ്ട് പേരും മുസ്ലിയാരുടെ ശിഷ്യഗണങ്ങളിൽ പ്രധാനികൾ. മുന്നൂറിൽ പരം കുട്ടികളുള്ള ഈ ഓത്തുപള്ളിയിൽ ഇബ്രാഹിം മുസ്ലിയാരുടെ കനത്ത ശബ്ദം ഒരു പെരുമഴയായി പെയ്യും. *ഖുർആനി*ലെ പലപല അദ്ധ്യായങ്ങൾ ഓത്തുപള്ളിക്ക് ചുറ്റും അലയടിച്ചുയരും. അലീനെവിളിച്ച് മുസ്ലിയാർ, വെള്ളിയാഴ്ചരാവിൽ യാസീനോതിക്കും. "യാസീൻ....... വൽഖുർആനിൽ ഹക്കീം......." മണിച്ച് മണിച്ച് അലിയുടെ കണ്ഠം ഒരു ഗസലിന്റെ ശ്രുതിമധുരിമയിൽ അങ്ങനെ പുരോഗമിക്കും. മറ്റ് മുന്നൂറ് പേരും പിൻപറ്റും. "ഇന്നമാ......... അംറൂഹൂ.." സാവധാനത്തിൽ അലി ഉപസംഹരിക്കും. വ്യാഴാഴ്ചക്കാശ് പിരിച്ചതിനുശേഷം ഇബ്രാഹിം മുസ്ലിയാർ കുട്ടികളെ വിട്ട് കടയിൽ നിന്നും മിഠായിയോ പഴങ്ങളോ മറ്റോ ചീരണിയായി വാങ്ങിക്കും. അവ വീതിച്ചു കൊടുത്തതിനു ശേഷം അവശേഷിക്കുന്ന തുച്ഛമായ ചില്ലറകളാണ് മുസ്ലിയാരുടെ വരുമാനം. ബുധനാഴ്ച രാത്രി കുടുംബത്തിൽ നിന്നും അഞ്ച് പൈസയോ പത്ത് പൈസയോ കൂടിയാൽ ഇരുപത്തിയഞ്ച് പൈസയോ വാങ്ങിക്കും. നിർബ്ബന്ധങ്ങളില്ലായിരുന്നു ഈ കീഴ്വഴക്കത്തിന്. വ്യാഴായ്ചക്കാശ് മാത്രം പിരിച്ച് ഇരുപത് ഇരുപത്തിരണ്ട് വർഷങ്ങളോളം ഇബ്രാഹിം മുസ്ലിയാർ എന്ന വിളക്കുമരം ഈ പ്രദേശത്ത് അദ്ധ്യാത്മചൈതന്യത്തിന്റെ പ്രഭാപൂരം വിതറി.

ഓത്തുപലകയിൽ അക്ഷരങ്ങൾ കലമുകൊണ്ടെഴുതി അദ്ദേഹം പറയും. 'അലിഫിന് ഫത്തഹ് - അ, കിസറ്, ളമ്മ് മദ്ദ് സുക്കൂൻ' ആ പട്ടിക അങ്ങനെ നീളും. മൂച്ചിപ്പലക, ദീർഘചതുരത്തിൽ മുറിച്ചെടുത്ത പലകകൾ - മദ്രസ്സയിൽ ചേർക്കുന്ന ആദ്യ ദിവസം തന്നെ കിട്ടും. കുന്നത്തുനിന്ന് ചെകിടി എന്ന് പറയുന്ന ഒരു പ്രത്യേക തരം കളിമണ്ണ് ഓത്തുപള്ളിയുടെ കവാടത്തിൽ ഒരു പാട്ടയിൽ കൊണ്ട് വന്ന് വെച്ചിരിക്കും. പലകയുടെ രണ്ട് പുറത്തും മുളയുടെ ചീളുകൊണ്ട് പേനപോലെ കൂർപ്പിച്ചെടുത്ത കലമ് മഷിയിൽ മുക്കി നല്ല വൃത്തിയുള്ള കൈയക്ഷരത്തിന്റെ ഉടമയായ ഇബ്രാഹിം മുസ്ലിയാർ അലിഫ് മുതൽ യാഅ് വരെ എഴുതിച്ചേർക്കും. ഓത്തുപള്ളിയുടെ അകത്ത് നിറയെ പൂഴിമണ്ണായിരുന്നു. ചരു, മേൽഭാഗം, ഇടനാഴി എന്നിങ്ങനെ വ്യത്യസ്ത ക്ലാസ്സുകളിൽ വിവിധ വിഭാഗത്തിൽ പെട്ട കുട്ടികളുണ്ടാകും. ഓത്തുപലകയിൽ പഠിക്കുന്നവർ നന്നെ പൈതങ്ങളാണ്. കാലൊടിഞ്ഞ് ക്ഷയരോഗികളെപോലെ മെലിഞ്ഞ ബെഞ്ചുകളിൽ കുട്ടികൾ ആ കർണ്ണകഠോരതയെ ഭയന്ന് ഓതുകയായിരിക്കും. അന്നന്ന് ഹൃദ്യസ്ഥമായ ഭാഗങ്ങൾ മേപ്പാഠക്കാരുടെ സാന്നിദ്ധ്യത്തിൽ തെറ്റില്ലാതെ ഓതിക്കേൾപ്പിച്ച ശേഷം മുസ്ലിയാർ അത് സാക്ഷ്യ

പ്പെടുത്തി ഖലമുകൊണ്ട് പലകയുടെ മദ്ധ്യത്തിൽ ഗുണനചിഹ്നമിടും. ഓത്തുപള്ളി വിട്ടുപോകുമ്പോൾ പലകയുടെ മുകളിൽ ചെകിടിയെടുത്ത് റോഡിന്റെ ഓരം ചേർന്ന് നടക്കും. തെക്കാമലപ്പറമ്പിലയും പല്ലൂരയിലെയും പെരേലപ്പറമ്പിലെയും വീണുകിടക്കുന്ന കണ്ണിമാങ്ങകൾപോലും പെറുക്കാനാകാതെ പൈതമക്കൾ നടന്നുനീങ്ങും. വീട്ടിൽ ഭദ്രമായൊരിടത്ത് ഓത്തുപലക വെച്ച് വൈകുന്നേരങ്ങളിൽ സ്കൂൾ വിട്ട് വന്നാൽ വെള്ളമെടുത്ത് ഗുണനചിഹ്നമിട്ട ഹൃദിസ്ഥതകളിലേക്ക് ചെകിടി വെച്ച് കുഴയ്ക്കും. അലിഫും മീമും മാഞ്ഞുപോകും. കുഴച്ച ചെകിടി പലകമ്മേൽ പടരുമ്പോൾ ചെകിടിയുടെ മാദകഗന്ധം! പലകയിൽ വൃത്തിയായി വിതാനിച്ച ചെകിടി, നിരപ്പാക്കിയ പലകയുടെ അതിരുകളിൽ തള്ളവിരലും നടുവിരലും വെച്ച് വൃത്തിയായി വടിക്കും.

ഓത്തുപലക ഉണക്കാൻ വെച്ച ശേഷം പൂരപ്പറമ്പുകളിലും മണ്ണൂപ്പാടത്തെ കൊയ്ത്തുകഴിഞ്ഞ കണ്ടങ്ങളിലും കുത്തിമറിയും.

നേരം പരപരാ വെളുത്താൽ ഉമ്മമാരുടെ നീട്ടിവിളി 'ഓത്തുപള്ളീ..... പോണില്ലടാ.?' പുതപ്പ് വലിച്ച് മകരമഞ്ഞിന്റെ തണുപ്പിൽ ലോകത്തിലെ ഏറ്റവും വലിയ സുഖങ്ങളിലൊന്നായ പുലർക്കാല ഉറക്കത്തിലേക്കു വീഴുമ്പോൾ ചന്തിയിൽ ചൂലുംകെട്ടിന്റെ ചുംബനം നുണയാം.! 'ണീക്കെടാ ഇബിലീസേ' കണ്ണും തിരുമ്മി പല്ലും തേച്ച് കൊപ്പ്ളിച്ച് കട്ടൻചായയും മോന്തി പൈതങ്ങൾ വീടിറങ്ങുമ്പോൾ ഓത്തുപലകയും പുതിയ പാഠങ്ങൾ പഠിപ്പിക്കാനായി അവരുടെ കൈകളിൽ മൗനികളായി കയറിപ്പറ്റും. ചെകിടി പൂത്ത വിശുദ്ധ വിതാനങ്ങളിലേക്ക് കലമുകൊണ്ട് ഇബ്രാഹീം മുസ്ലിയാർ പുതിയ അറിവുകൾ എഴുതിവെക്കും.

പിന്നെ ക്ലാസ്സ് കയറ്റമാണ്. ഒന്നാം ജൂസുള്ള മുസഹഫ് പുത്തൻ പള്ളിയിൽ നിന്നോ പൊന്നാനിയിൽ നിന്നോ കൊണ്ടുവരും. 'ഫാത്തിഹ' *ഖുർആനി*ലെ പ്രഥമ അദ്ധ്യായം. 'അൽഹംദുലില്ലാഹി റബ്ബിൽ ആലമീൻ 'ഫാത്തിഹയുടെ രാജവീഥിയിലൂടെ പിന്നെ സൂറത്തുകളിലേക്കുള്ള മലകയറ്റമാണ്. സൂറത്തുൽ ഫാത്തിഹ. ഭൂഗോളത്തിന്റെ ഹൃദയത്തിൽ സദാ മുഴങ്ങുന്ന സ്തുതിയുടെ പൂങ്കാവനം...... പിന്നെ ഞങ്ങൾ ചങ്ങാതിമാരോട് തിരക്കും.; തട്ടമിട്ട സുന്ദരികളോടും: നിന്റേത് ഏതാ? ഇന്നാ അൻസൽല്ലാഹു ലൈലത്തുൽ ഖദ്റിനെക്കുറിച്ച് മുന്നറിയിപ്പ് തന്ന സൂക്തം.

'നിന്റേത്' എനിക്ക് അറഐത്തല്ലദീ പിന്നെ... ചിലർക്ക് 'അൽഹാക്കുമുത്തകാസുർ.'

അങ്ങനെ ഒന്നാം ജൂസിന്റെ ദളങ്ങൾ സുഗന്ധം പൂശി ആയത്തുകളുടെ പൂക്കാലം.

ഒന്നാം ജുസ് പൂർത്തിയാക്കിയാൽ പത്തോ പതിനഞ്ചോ പേരെ ഒരുമിച്ചിരുത്തി അഞ്ചാംജൂസുകാരുടെ ഒരു ബാച്ച് രൂപീകരിക്കും. നന്നായി ഓതാൻ കഴിവുള്ള കുട്ടികളെ നേതാവാക്കും. ഇങ്ങനെ കുറച്ച് ഛോട്ടാ ഛോട്ടാ നേതാക്കന്മാരെ മുദീറാക്കി നിരവധി സംഘങ്ങളുടെ കൂട്ടായ്മകളിലൂടെ ഓത്തുപള്ളി ഒരു ജൈവികചക്രത്തിലൂടെ ചലിച്ചുകൊണ്ടിരിക്കും.

ഇതിനിടയ്ക്ക് സൂർ എന്ന കാഹളത്തെക്കുറിച്ചും നരകത്തിലെ ഭീകരതയെക്കുറിച്ചും ഖിയാമത്ത് നാളിന്റെ ഭയാനകതയെക്കുറിച്ചും ഉൾക്കിടിലത്തോടെ പറയും. പിടയ്ക്കുന്ന നെഞ്ചുകളിലൂടെ ഓത്തുപളി അത് ഏറ്റുവാങ്ങും. നരകത്തിന്റെ താക്കീതുകൾ കേട്ട് ഭയന്ന ഓത്തുപള്ളി ഒരു ചടച്ച തെങ്ങിനെപ്പോലെ ഉള്ളുരുകി നിന്നു. വ്യാഴാഴ്ച നടക്കുന്ന ദുആയിലും ശനിയും ഞായറുകളിലും നടക്കുന്ന നീണ്ട ദുആകളിലും ആ സാത്വികന്റെ കുറിയ കണ്ണുകളടഞ്ഞ് ധാരധാരയായി കണ്ണീരിറ്റി സമൃദ്ധമായ നെഞ്ചിലെ താടിരോമങ്ങളിലേക്ക് ഉർന്നിറങ്ങുന്നത് വർദ്ധിച്ച ഉൽകണ്ഠയോടെ കുട്ടികൾ നോക്കിനിന്നു. *ഖുർആനി*ലെ വിശിഷ്ട അദ്ധ്യായങ്ങൾ തന്റെ വൃത്തിയുള്ള കൈപ്പടയിൽ എഴുതി മദ്രസയുടെ ചൊറിപിടിച്ച ചുമരുകളിൽ തൂക്കും. ഒരു നീണ്ട വടിയുടെ അറ്റം പിടിച്ച് പറയും: 'ഖും' ഓത്തുപള്ളിയും കുട്ടികളും ആ ആജ്ഞയിൽ എഴുന്നേറ്റ് നില്ക്കും 'യാസീൻ........ വഇലൈഹി തുർജ്ജഊൻ' ആ നിർഝരകല്ലോലിനി നിലയ്ക്കുകയായി.

നിയതമായ സിലബസ്സുകളോ പുസ്തകങ്ങളോ ഇല്ലാത്ത കാലത്ത് അദ്ദേഹം സ്വന്തം ഗൗരവത്തിന്റെയും കാർക്കശ്യത്തിന്റെയും സീലുകൊണ്ട് തികച്ചും സ്വകീയമായ രീതികളിൽ പഠിപ്പിക്കുകയായിരുന്നു. എരമംഗലത്ത് നിസ്കാരപ്പള്ളികളിൽ വൈദ്യുതിയില്ലാത്ത എഴുപതുകളിൽ ഹൗള് നിറച്ചിരുന്നത് ഓത്തുപള്ളിയിലെ മുതിർന്ന കുട്ടികളായിരുന്നു. തണ്ടും തടിയുമുള്ള തന്റെ ശിഷ്യരെക്കണ്ടാൽ നിസ്കാരപ്പള്ളിയുടെ കയർ തൂക്കിടിച്ച് ഒരിടിവെട്ട് കേൾക്കാം. 'ആ ഹൗളിലേക്ക് ലേശം വെള്ളം മുക്കി ഒയ്ക്കെടാ.' നിസ്കാരത്തിന്റെ സമയം സൂചിപ്പിക്കുന്ന സമയസൂചികളുടെ നിശ്ചലതകൾ ആ കരവിരുതിൽ പള്ളിയുടെ അങ്കണത്തിൽ പല കാലങ്ങളിൽ തൂങ്ങിക്കിടന്നിരുന്നു.

നബിദിനത്തിന് വളരെ നേരത്തെ ഉണർന്ന് ഓത്തുപള്ളിയിലെത്തണം. എങ്കിലേ മുളയുടെ അലകുള്ള കൊടി കിട്ടൂ. വെള്ളക്കടലാസിൽ നീളത്തിൽ വെട്ടിയ ഒരു ദീർഘചതുരത്തിന്റെ ഒരു കത്രിക വട്ടത്തിൽ, പിന്നെ അതിന്റെ മദ്ധ്യത്തിൽ അറബി അക്ഷരങ്ങളിൽ, മാസങ്ങളുടെ യത്നത്താൽ ഇബ്രാഹിംമുസ്ലിയാർ മുക്കിയൊഴിച്ച ഇസ്സത്തുൽ ഇസ്ലാം മദ്രസ്സ എന്ന നാമം അന്ന് മദ്ധ്യാഹ്നം വരെ പാറിക്കളിക്കും. അന്നുമാത്രമാണ് എരമംഗലം ദേശത്തിന്റെ അതിരുകൾ ഞങ്ങൾ കാണാറുള്ളത്. തെക്ക് നാക്കോല വടക്ക് കുമ്മിപ്പാലം കിഴക്ക് തോട്ടേക്കാട്ട്, പടിഞ്ഞാറ് അറക്കിലാംകുന്ന്. ഓരോ പ്രദേശത്തുനിന്നും കിട്ടിയ ചീരനികളായ ചക്കരച്ചോറ്, മിഠായികൾ, മോരുംവെള്ളം, അവിലുംവെള്ളം ഓത്തുപള്ളിയിലെ കുട്ടികളെ കാത്ത് ഉച്ചവരെ കൺചിമ്മി നില്ക്കും.

ശനി, ഞായർ ദിവസങ്ങളിലാണ് ഓത്തുപള്ളി ദീർഘസമയം പ്രവർത്തിക്കുന്നത്. അല്ലാത്ത ദിവസങ്ങളിൽ ഒമ്പതരയ്ക്കേ സല്ലല്ലാഹു അലാ മുഹമ്മദ് ഓതി ഓത്തുപള്ളി വിടും. ഓത്തുപള്ളി അവസാനിക്കുന്നതിനുള്ള സ്വരനാദധാരയാണ് ഈ സലാത്ത്. സലാത്തിന്റെ അവസാനത്തിൽ

യാറബ്ബിസല്ലി അലൈഹിവസല്ലം എവിടെയാണ് വരുന്നത് എന്ന് നോക്കി ഞങ്ങൾ കാത്ത് നില്ക്കും. ഓത്തുപള്ളിയുടെ മുദീർ അതാ യാറബ്ബി സല്ലി അലൈഹിവ സല്ലം ചൊല്ലുന്നു. ഓത്തുപള്ളിക്കുട്ടികൾ സ്കൂളിൽ നേരം വൈകികളായിരുന്നു. ഓത്തുപള്ളിക്ക് അവധി കിട്ടുന്ന വെള്ളിയാഴ്ചകളിൽ മാത്രമാണ് അവർ നന്നായി വൃത്തിയിലും വെടിപ്പിലും. സ്കൂളിൽ വന്നിരുന്നത്. സുന്നത്ത് കല്യാണം കഴിഞ്ഞ ആൺകുട്ടികൾ മാത്രമാണ് സ്ക്കൂളിൽ മുണ്ടുടുത്തു വരിക. മുണ്ടുടുത്തു വരുന്ന കുട്ടികളെക്കണ്ടാൽ അന്നത്തെ കാക്കി ട്രൗസറുകാർ പറയും ഓന്റെ മാർക്കം കഴിഞ്ഞിരിക്കുന്നു. മദ്രസ്സയിൽ അലിഫ് പഠിക്കാനെത്തുന്ന ആദ്യ ദിവസമാണ് മുണ്ടുടുക്കാനുള്ള ലൈസൻസ് കിട്ടുന്നത്. മദ്രസ്സ കഴിഞ്ഞ് വീട്ടിലെത്തിയാൽ മുണ്ടും വലിച്ചെറിഞ്ഞ് പുന്നക്കോട്ടികൾ, പളുങ്ക് കോട്ടികൾ, പറങ്കിയണ്ടി എന്നിവ കുത്തിത്തിരുകി ഗർഭവതികളായ ട്രൗസറുകളുമൊത്ത് ഓത്തുപലക പെരയുടെ വിട്ടത്ത് വെച്ച് ദീനിയാത്തിനും അമലീയാത്തിനും പകരം കേരളപാഠാവലിയും അഭിനവ ഗണിതവും എഞ്ചുവടിയും റബ്ബറിട്ടുകെട്ടി സ്കൂളിലേക്ക് ഒറ്റ ഓട്ടം വെച്ച് കൊടുക്കും. ശനി ഞായർ ദിവസങ്ങൾ മുസ്ലിയാർക്ക് പിഞ്ഞാണമെഴുത്തിന്റെയും നീണ്ട പ്രാർത്ഥനകളുടെയും ദിവസങ്ങൾ കൂടിയാണ്. അലീമൂന്റെ ഉമ്മാക്ക് എന്നും മാറാത്ത വയറുവേദനയായിരുന്നു. ഒടുക്കം രണ്ട് ആഴ്ച ഇബ്രാഹിം മുസ്ലിയാർ എഴുതിക്കൊടുത്ത പിഞ്ഞാണചികിത്സ കൊണ്ടാണ് കേട് മാറിയത് എന്ന് മൊയ്ല്യാരുടെ മദ്ഹ് പറഞ്ഞ് അലീമു ഞങ്ങളോട് തർക്കിക്കാൻ വന്നു. പലരുടെയും കൈയിൽ മുസ്ഹഫിന്റെ കൂടെ മുണ്ടിൽ പൊതിഞ്ഞ പിഞ്ഞാണങ്ങളുമുണ്ടായിരിക്കും . ശനിയാഴ്ച രാവിലെ ഈ പിഞ്ഞാണങ്ങൾ മൊയ്ല്യാരുടെ ഇരിപ്പിടത്തിന് സമീപം വെക്കും. അലീമു പതുക്കെ ശബ്ദം താഴ്ത്തി പറയും. ഉമ്മാക്ക് തല പൊളിച്ചിലും വയറുവേദനയുമാണ്. പിഞ്ഞാണം എഴുതിത്തരാൻ പറഞ്ഞു. മറ്റു ചില പിഞ്ഞാണങ്ങൾ ഇങ്ങനെയും പറഞ്ഞു. ബാപ്പാക്ക് ഉറക്കം ഇല്ല ആസ്മ കൂടുതലാണ്. പിഞ്ഞാണം എഴുതിത്തരാൻ പറഞ്ഞു. തൊഴുവാനൂരെ മണിക്ക് എന്നും വെടക്കിന്റെ കേടാണ്. ഓന്റെ ഉമ്മ പിഞ്ഞാണം എഴുതിക്കൊടുത്തയയ്ക്കാൻ അനുജൻ അസ്സൈനായുടെ കൈയിലും കൊടുത്തയച്ചിട്ടുണ്ട് ഒരു കുണ്ടൻ പിഞ്ഞാണം. മണിയുടെ കേട് കുറച്ചെങ്കിലും മാറിയത് മൊയ്ല്യാരുടെ പിഞ്ഞാണം കുടിച്ചതിൽ പിന്നെയാണ്. ഓന്റെ അനുജൻ അസ്സൈനാരാണ് ഇത് പറഞ്ഞത്. മണി മദ്രസ്സയിലും സ്കൂളിലും ഒന്നും പോകുന്നില്ല. പറങ്കൂച്ചിക്കാടുകളും മൂച്ചിക്കൂട്ടങ്ങളുമാണ് ഓന്റെ സ്കൂളും മദ്രസ്സയും. കേട് കാരണം മണിക്ക് എന്നും അവധിയാണ്. ഞങ്ങൾ മദ്രസ്സ വിട്ട് വരുമ്പോൾ മണി ഓലക്കെട്ടിന്റെ മോളിൽ കുച്ചുയിരിക്കുന്നുണ്ടാകും. ലോകത്തെ സകലമാന കറകളും അടിഞ്ഞുകൂടിയ അവന്റെ മടിക്കുത്ത് നിറയെ പറങ്കിയണ്ടികളായിരിക്കും. ഒരു ദിവസം അസ്സൈനാർ മണിയെയും കൂട്ടി മദ്രസ്സയിൽ വന്നു. മൊയ്ല്യാർ അവനെ അടുത്തിരുത്തി മന്ത്രിച്ച് ഊതി. അന്റെ കേട്

അല്ലാഹു ഷിഫയാക്കിത്തരട്ടെ . എല്ലാ ബലാല് മുസീബത്തുകളും പിശാചുകളും ഒഴിഞ്ഞുപോകട്ടെ. മൊയ്ല്യാർ ശൂഫ് എന്ന് പറഞ്ഞ് മണിയുടെ മൊട്ടത്തലയിലേക്ക് നീട്ടിയൂതി. മൊയ്ല്യാരുടെ വായയുടെ സുഗന്ധം മണിയുടെ മൊട്ടത്തലയെ തഴുകിയുണർത്തി. യാസീൻ ഓതി മന്ത്രിച്ച മൊയ്ല്യാരുടെ കൈയിൽ അസ്സൈനാർ രണ്ട് ഉറുപ്പിക വെച്ചുകൊടുത്തു. ഇയ്യി ആ സി കെ മയമുണ്ണിയുടെ പീടികയിൽ പോയി രണ്ട് പേക്കറ്റ് നാരങ്ങാമുട്ടായി വാങ്ങിച്ചിട്ട് വാ.......... പിന്നെ മുട്ടായി വിതരണമായിരുന്നു. ഓത്തുപള്ളി വിടുമ്പോൾ മേപ്പാടക്കാരൻ ചെറ്റാറയിൽ അലി എനിക്ക് രണ്ട് മുട്ടായി അധികം തന്നു.

മൊയ്ല്യാർ ആദ്യം താമസിച്ചിരുന്നത് മദ്രസ്സയോട് തൊട്ട് ചേർന്ന് റോഡിന്റെ എതിർവശത്തുള്ള ഒരു നെടുംപുരയിലായിരുന്നു. അങ്ങാടിയുടെ അധിപനായിരുന്ന പോക്കുട്ടിഹാജിയാണ് മൊയ്ല്യാരെയും കുടുംബത്തെയും എരമംഗലത്തേക്ക് കൊണ്ടുവന്നത്. ചീമക്കൊന്നകൾ നിരന്നു നില്ക്കുന്ന അതിരും കള്ളികളുമൊന്നുമില്ലാത്ത വെള്ളാപ്പുള്ളി പറമ്പിന്റെ തെക്കുപടിഞ്ഞാറൻ മൂലയിൽ ഒരു നെടുംപെരയിട്ട് കുടുംബസമേതം താമസിക്കാനുള്ള അനുവാദം നല്കി. എരമംഗലത്തുകാർക്ക് ഇസ്ലാംദീൻ പഠിപ്പിക്കണം നാട്ടിലെ കുട്ടികൾക്ക് മതപഠനത്തിനായി ഓത്തുപള്ളിയും നടത്തണം. നിസ്കാരപ്പള്ളിയിൽ അഞ്ചുനേരം ബാങ്ക് കൊടുത്ത് നിസ്കാരത്തിന് ഇമാമത്ത് നില്ക്കണം. അങ്ങനെയാണ് ഇബ്രാഹിം മുസ്ലിയാരുടെ അഞ്ചുനേരത്തെ ബാങ്ക് അങ്ങാടിയിൽ മുഴങ്ങാൻ തുടങ്ങിയത്. ഓത്തുപള്ളിയുടെയും നിസ്കാരപ്പള്ളിയുടെയും നടത്തിപ്പുകാരനും കാര്യദർശ്ശിയും നാട്ടുകാർക്ക് ഭയഭക്തി ബഹുമാനവുമുള്ള മുസ്ലിയാരായി ഇബ്രാഹിം മുസ്ലിയാർ.

പോക്കുട്ടിഹാജി മരിച്ചു. മകൻ കമ്മുട്ടിഹാജിയുടെ കാലമായി പിന്നീട്. നാട്ടിലെ എല്ലാ കുടികിടപ്പുകാർക്കും പത്ത് സെന്റ് കിട്ടിയിട്ടും മൊയ്ല്യാർക്ക് നെടുംപുര ഇരിക്കുന്ന സ്ഥലം മാത്രം. പത്തുപതിനഞ്ച് കൊല്ലമായിട്ടും നെടുംപുരയുടെ താങ്ങ് മാത്രം. എഴുപതുകളിൽ മിച്ചഭൂമി സമരം വന്നതൊന്നും മൊയ്ല്യാർ അറിഞ്ഞ മട്ടില്ല. പല കുടിയിരിപ്പുകാരെയും ജന്മിമാർ കുടിയിറക്കി. വാഴയിൽ മയമുണ്ണി എന്ന ജന്മി കണ്ടോപ്പിയെയും കുടുംബത്തെയും കുടിയിറക്കി. കുണ്ടം ചട്ടിയും തലയിലേറ്റി പായയും ചിമ്മിനിവിളക്കുമായി അവർ കരഞ്ഞ് പോകുന്നത് ഞങ്ങൾ ഓത്തുപള്ളിയിൽ ഇരുന്ന് നോക്കി. സൂറത്തുൽ ഫാത്തിഹയുടെ അർത്ഥം പഠിക്കുകയായിരുന്നു അപ്പോൾ ഞങ്ങൾ. അന്ന് ഓത്തുപള്ളി വിട്ടുപോരുമ്പോൾ ചുവന്ന കൊടിയുമേന്തി ഒരു ജാഥ പോകുന്നതു കണ്ടു. ഓത്തുപലക മാറത്തടുക്കി ഞങ്ങൾ ജാഥയുടെ മുന്നിലേക്ക് ഓടിച്ചെന്നു. കണ്ടോപ്പി ഭാര്യ ഖദീജാത്ത മക്കളായ മൊയ്തുണ്ണി അഗ്ഗ്വാക്കർ, മൂസ, ആമിന എന്നിവരെ മുന്നിൽ നടത്തി ഗോപുപ്പണിക്കരും ബാലേട്ടനും വേലുകുട്ടിയുമൊക്കെയാണ് അവരെ നയിക്കുന്നത്. അവർ വാഴേലം മയമുണ്ണിക്കാടെ പറമ്പില് കൊടി നാട്ടാൻ പോകുകയാണത്രേ. ഇറക്കിയ കുടി

ലിലേക്ക് അവരെ താമസിപ്പിക്കാൻ കൊണ്ടുപോകുകയാണത്രേ. ജാഥ കാണാൻ വേലിയരികിൽ നിന്ന ജാനുട്ടി പറയുന്നതു കേട്ടു.

70 കളിൽ മിച്ചഭൂമി സമരം വന്നതൊന്നും മൊയ്ല്യാർ അറിഞ്ഞ മട്ടില്ല. ഇതിനിടയക്ക് മൊയ്ല്യാർക്ക് എങ്ങാനും പത്തു സെന്റ് കൊടുക്കേണ്ടി വന്നാലോ എന്ന് ഭയന്ന് പുതിയ ഹാജിയാർ മൊയ്ല്യാരെ ഓത്തുപള്ളിയോട് ചേർന്ന ഒരു മൂലയിലേക്ക് ചുരുട്ടിക്കൂട്ടി. അടുത്ത ശനിയാഴ്ച മൊയ്ല്യാരുടെ ദുആ ഇങ്ങനെയാണ് ഞങ്ങൾ കേട്ടത്. "നരകത്തിലെ തീയിൽ നിന്നും ഞങ്ങളെ നീ കാക്കണേ തമ്പുരാനേ. സ്വർഗ്ഗത്തിലെ പൂങ്കാവനത്തിൽ ഞങ്ങളെ ഒരുമിച്ചുകൂട്ടണേ തമ്പുരാനേ.......... തൊഴുവാനൂരെ മണിയുടെ വെടക്കിന്റെ കേട് മാറ്റിക്കൊടുക്കണേ തമ്പുരാനേ. കവിളരിശു പിടിച്ചു ബുദ്ധിമുട്ടുന്ന മുടിയംകാവിൽ അവറൂന്റെ സൂക്കേടും വേദനയും ശമിപ്പിച്ചുകൊടുക്കണമേ തമ്പുരാനേ. എനിക്ക് ഈ നാട്ടിൽ അഭയം തന്ന മയമുട്ടി ഹാജിയുടെ ആഹറം വെളിവാക്കിക്കൊടുക്കണേ തമ്പുരാനേ. ഞങ്ങളുടെ പ്രിയപ്പെട്ട ഉസ്താദിന്റെ ഇരിക്കക്കൂടയും സ്ഥലവും കഷ്ടത്തിലാണ് തമ്പുരാനേ അത് എത്രയും പെട്ടെന്ന് നേരെയാക്കിക്കിട്ടാൻ ഹാജിയാർക്ക് തോന്നിക്കണേ തമ്പുരാനേ.... നേർബുദ്ധി കാട്ടണേ തമ്പുരാനേ." ഞങ്ങൾ ആമീൻ ചൊല്ലി മുഖം ഉഴിഞ്ഞ് പ്രാർത്ഥന അവസാനിപ്പിച്ചിട്ട് ഇബ്രാഹിം മൊയ്ല്യാർ കണ്ണടച്ചിരുന്നു പിന്നെയും ഓരോന്ന് ചൊല്ലുന്നു.

അരൂത മയമുക്കയായിരുന്നു ഇബ്രാഹിം മൊയ്ല്യാരുടെ അടുത്ത കൂട്ടുകാരൻ. പറമ്പുകളിൽ നിന്ന് അരൂത എന്ന ചെടി പറിച്ച് വില്ക്കലായിരുന്നു മയമുക്കയുടെ പ്രധാന പരിപാടി. അതിനാൽ അയാളെ അരൂത എന്ന് എല്ലാവരും വിളിച്ചു. നാട്ടിലെ സസ്യപ്പെട്ട മനുഷ്യൻ. പച്ച അരപ്പട്ട കള്ളിത്തുണിക്ക് മീതെ ചുറ്റി. ആയിരം മടക്കുകളുള്ള തലേക്കെട്ടും കെട്ടി. അഞ്ചടിയുള്ള ആ കുറിയ രൂപം ചാടിച്ചാടിയാണ് നടക്കുക. ഇടുങ്ങിയ കണ്ണുകൾ എപ്പോഴും തുറന്നു പിടിച്ച് ഇബ്രാഹിം മൊയ്ല്യാരെ ചുറ്റിപ്പറ്റി കാണും. മൗലൂത് ഓതാൻ വീടുകളിലേക്ക് അരൂത മയമുക്കയാണ് ഇബ്രാഹിം മൊയ്ല്യാർക്ക് തുണ പോകുക. വെടക്കിന്റെ കേടുള്ളവർക്ക് പിഞ്ഞാണം എഴുതുമ്പോൾ ചേർക്കുന്ന മഷിക്കൂട്ടിൽ മൊയ്ല്യാർ പല ഔഷധക്കൂട്ടുകളും കൂട്ടിയിരുന്നു. അരൂത എന്ന നാട്ടുമരുന്ന് അങ്ങനെ പിഞ്ഞാണമെഴുത്തിന് മൊയ്ല്യാർ അങ്ങനെ അരച്ചുചേർക്കാറുണ്ട്. അരൂത മയമുക്ക അങ്ങനെയാണ് മൊയ്ല്യാരുടെ ലോഹ്യക്കാരനാകുന്നത്.

ഓത്തുപള്ളിക്കുട്ടികളുടെ ഓത്തുപലകകളുടെ മുകളിലും മുസഹഫ് ഉറകളുടെ ഖൽബിലും കയറിയിരുന്ന മൊയ്ല്യാരുടെ പിഞ്ഞാണങ്ങൾ അങ്ങനെ നാട്ടിലെ ദീനങ്ങൾക്കുള്ള പാരാസെറ്റാമോളായി. ഓത്തുപലകയിൽ നിന്നും വിടുതൽ നേടുന്ന കുട്ടികൾ *ഖുർആൻ* ഹൃദിസ്ഥമാക്കണമെങ്കിൽ മുസഹഫുകൾ വേണം. മുസ്ഹഫുകൾക്ക് വേണ്ട ഒരു പ്രധാന സംഗതിയാണ് മുസ്ഹ് ഉറകൾ.. ഏറ്റവും പരിശുദ്ധമാക്കപ്പെട്ട *ഖുർആൻ* ശ്രദ്ധയോടെ വൃത്തിയിലും വെടിപ്പിലും കൊണ്ടുനടക്കണം.

നജ്ജീസുള്ള സ്ഥലങ്ങളിൽ *ഖുർആൻ* വെക്കാൻ പാടില്ല. മുപ്പതാം ജൂസ് മുഴുവനായുള്ള ഖിത്താബ് മേപ്പാടക്കർക്ക് കൊടുക്കുമ്പോൾ മൊയ്ല്യാർ ഇതൊക്കെ ആവർത്തിച്ച് പറയും. ഗോപുവിന്റെ കടയിൽ നിന്ന് വെളുത്ത കോറത്തുണി വാങ്ങിക്കൊണ്ടുവരണം. മുസ്ഹഫ് ഉറ മൊയ്ല്യാർ തന്നെ തുന്നിക്കൊടുക്കും. മുസ്ഹഫിന്റെ ഉള്ള് കൊള്ളുന്ന കവർ ലക്കോഡ് പോലെ സൂചികൊണ്ട് തുന്നി അതിന് ചരട് കൊണ്ട് ഒരു വാലും ഉണ്ടാക്കും. ഓത്തുപള്ളി വിട്ടാൽ ഈ മുസ്ഹഫ് ഉറകൾ തുറന്ന് മുസ്ഹഫ് അതിന്റെ ഉള്ളിലാക്കുന്നു. തുണിയുടെ അറ്റം ചരട് കൊണ്ട് ഭദ്രമായി കെട്ടുന്നു. ആദർശശുദ്ധിയുള്ളവരെ കളിയാക്കാൻ ഒരു മുസ്ഹഫിന്റെ ഉറ എന്ന ഒരു നാടൻ പ്രയോഗം തന്നെയുണ്ട്. കൊതു അബു വായിരുന്നു മുസ്ഹഫ് ഏറ്റവും വൃത്തിയായി സൂക്ഷിച്ചിരുന്നത്. അവന്റെ ഓത്ത് ധൃതിയിലും വടിവിലുമാണ്. അതുകാരണം വെള്ളിയാഴ്ച രാവിൽ കുറേ ജാസ്തി ചീർണി മൊയ്ല്യാർ കൊതു അബുവിന് കൊടുക്കും. നീലച്ചട്ടയില അബുവിന്റെ മുസ്ഹഫ് എന്നും പുതുപുത്തനായിരുന്നു. അതിന്റെ പേജുകളിൽ ആലി ഹാജിയുടെ പീടികയിൽ നിന്നും ദൂരെക്കളയുന്ന ചന്ദനത്തിരിയുടെ കൂടുകൾ അവൻ ശേഖരിക്കും. അവ ആയത്തുൽ ഖുർസീ എന്ന സൂറത്തിലും യീസിനിലും ഫാത്തിഹയിലും അബു ചന്ദനത്തിരി കൂടുകൾ വെച്ച് സുഗന്ധിപ്പിക്കും. അബു മുസ്ഹഫ് തുറക്കുമ്പോൾ ഓത്തുപള്ളിയാകെ സുഗന്ധഹാരിയാകും.

ഇസ്ലാംദീനുകാർ ഏറ്റവും നജ്ജീസുള്ള ഒരു മൃഗമായി കണ്ടിരുന്നത് ശ്വാനവംശത്തെയായിരുന്നു. നായ തൊട്ടാൽ അവിടവും നായ കേറിക്കിടന്ന സ്ഥലവും ഏഴുപ്രാവശ്യം കഴുകണം. നിസ്കാരം നിർബ്ബന്ധമാകുന്ന ഒരു മുസ്ലിമിന് നായ്ക്കളുടെ സാന്നിദ്ധ്യം അശുദ്ധിയുടെ മുന്നറിയിപ്പാണ്. നജ്ജീസിന്റെ കേദാരം. നായ്ക്കൾ നരകത്തിന്റെ കാവല്ക്കാരാണ്. പൂച്ച സ്വർഗ്ഗത്തിന്റെയും. എന്നാൽ ഒരു നായയ്ക്ക് മൊയ്ല്യാർ രാവിലെ അയ്യപ്പന്റെ കടയിൽ നിന്നും പുട്ടും കടലയും വാങ്ങി വാഴയിലയിൽ വെച്ചു കൊടുക്കുന്നത് ഞങ്ങൾ ഓത്തുപള്ളിക്കുട്ടികൾക്ക് കൗതുകം നിറഞ്ഞ കാഴ്ചയായിരുന്നു. ആഴ്ചകളോളം മുതുക് ഒടിഞ്ഞ് അതും താങ്ങിപ്പിടിച്ച് നടക്കുന്ന ദയനീയാവസ്ഥയിലുള്ള ഒരു പട്ടി അങ്ങാടിയിലുണ്ടായിരുന്നു. അത് തെക്കോട്ടും വടക്കോട്ടും നടക്കുന്നത് ഓത്തുപള്ളിക്കാലത്ത് ഒരു കരൾ പിളരുന്ന കാഴ്ചയായിരുന്നു. കൂടെ നാലഞ്ച് കുട്ടികളും. ഏതോ വീടിന്റെ വെണ്ണീരിൻ പുരയിൽ സുഖപ്രസവം കഴിഞ്ഞ് വിശ്രമിക്കുന്ന പട്ടിയുടെ ഊരയിൽ ക്രൂരനായ തവള മാമു പഴുക്കമടലെടുത്ത് പടോന്ന് അടിച്ചെത്രെ. അടികൊണ്ട് പിടഞ്ഞ പട്ടിയും കുട്ടികളും. ഒടിഞ്ഞ് ഊരയും പകുതി ശരീരം പൊക്കാനാകാതെ മുൻകാലുകളിൽ ഊന്നിയ പട്ടി അങ്ങാടിയിലെ ഒരു സ്ഥിരം കാഴ്ചയായി. ഞാന്നുകിടക്കുന്ന പിൻഭാഗം കൂടി മുൻകാലിൽ താങ്ങി കുറേ ദൂരം നടക്കും. കുട്ടികൾ പിന്നാലെ വരും. അവയ്ക്ക് മുലയും കുടിക്കണം. എല്ലാവരും ആട്ടിപ്പായിച്ച ഈ നരകത്തിന്റെ കാവല്ക്കാരിയെ ആരും ഗൗനിക്കുന്നില്ല.

ആർക്കും ഭൂതദയയുമില്ല. അങ്ങനെയാണ് ഈ പട്ടിയെ മൊയ്ല്യാർ കൊടുത്ത് നോക്കുന്നത്. എന്നും രാവിലെ പുട്ടും കടലയുമായി മൊയ്ല്യാർ പട്ടിക്ക് പ്രഭാതഭക്ഷണം നല്കി. പിന്നീട് ഈ പട്ടി തൊഴുവാനൂരെ പെരും തോടിൽ ചത്തുകിടക്കുന്ന വാർത്ത കുട്ടികളാരോ പറഞ്ഞ് മൊയ്ല്യാരുടെ ചെവിയിലുമെത്തി. അന്ന് മൊയ്ല്യാരുടെ ഒച്ച വളരെ പതുക്കെയായിരുന്നു. സുലൈമാൻ നബിയുടെ കാലത്ത് പക്ഷിമൃഗാദികൾ സംസാരിച്ചിരുന്ന കഥ പറഞ്ഞുതന്നു. *ഖുർആനി*യെ ചില ജന്തു കഥകളും. ചെറ്റാറയിൽ അലിയെവിളിച്ച് സ്വലാത്ത് ചൊല്ലിപ്പിച്ച് ഓത്തുപള്ളി അന്ന് നേരത്തെ വിട്ടു. ഏതോ നാട്ടിൽ എഴുന്നെള്ളിപ്പിന് കൊണ്ടുവന്ന ഗുരുവായൂർ കേശവൻ എന്ന ആനയെ ഓത്തുപള്ളിക്ക് സമീപം ഒരു ദിവസം തളച്ചപ്പോൾ ഒരു കുല നേന്ത്രപ്പഴം നല്കിയാണ് ആ ഗജകേസരിയെ സല്ക്കരിച്ചത്. ഞാൻ എട്ടാം ക്ലാസ്സിലേക്ക് ജയിച്ചു. മുപ്പതു ജൂസും പത്തിക്കിത്താബും നിസ്കാരത്തിന്റെ പ്രത്യേക പ്രാർത്ഥനകളും പഠിച്ച് ഇസ്സത്തുൽ ഇസ്ലാം മദ്രസയോടും ഇബ്രാഹിം മുസ്ലിയാരോടും സലാം പറഞ്ഞു.

അങ്ങാടിയിലേക്ക് പോകുമ്പോൾ ഒരു കരുതലോടെ തന്നെയാണ് എന്റെ നടത്തം. ആ ഭ്രമണപഥത്തിന്റെ ആകർഷണത്തിൽ നിന്ന് ഇനിയും മുക്തനായിട്ടില്ല.

"സഊദ് ....?"

മൊയ്ല്യാരാണ്

മുണ്ടിന്റെ മടിക്കുത്തഴിച്ച് ഞാൻ മൊയ്ല്യാരുടെ അടുത്തെത്തി.

"യ്യിന്ന് അസർ നിസ്കരിച്ചോ?"

"ഇല്ല."

"എന്താ നിസ്കരിക്കാത്തത് പഹയാ അനക്ക് മരിച്ചുപോണ്ടേ"

മൊയ്ല്യാർ പെട്ടെന്ന് തന്നെ തരളിതനായി.

"മോനേ നിസ്കരിക്കണം. പടച്ചോനേപ്പറ്റി ഒരു വിചാരം വേണം എപ്പളും പടപ്പുകൾക്ക്."

ഞാൻ പള്ളിയിൽ കയറി വുളൂഅ് എടുത്തു. മൊയ്ല്യാർ കല്പിച്ചു. അദ്ദേഹം ഞാൻ ചെയ്യുന്നത് സൂക്ഷ്മമായി നോക്കുന്നുണ്ട് എന്റെ വുളു തെറ്റി. അദ്ദേഹം വചനങ്ങൾ ചൊല്ലി. ഞാൻ ഏറ്റുപറഞ്ഞു. നിസ്കാരം തുടങ്ങി. അത്തഹിയ്യാത്തുവിലെ എന്റെ ഇരുത്തം മൊയ്ല്യാർ ശരിയാക്കിത്തന്നു. നിസ്കാരം കഴിഞ്ഞ് പള്ളിയിൽ നിന്നും പുറത്തിറങ്ങി. അതിൽ പിന്നെ മൊയ്ല്യാരെക്കണ്ടാൽ മാറി നടക്കലായി. താൻ പഠിപ്പിച്ച ഏറ്റവും സമർത്ഥനായ വിദ്യാർത്ഥി. അനുഷ്ഠാനങ്ങളില്ലാതെ വഴി തെറ്റി നടക്കുന്നത് കാരണം പുരയിലെത്തി എന്റെ കാര്യങ്ങൾ ഉമ്മയോട് തിരക്കാൻ തുടങ്ങി. നാട്ടിൽ ഒരു നിഴൽ പോലെ എനിക്ക് ചുറ്റും ഇബ്രാഹിം മുസ്ലിയാർ ഉണ്ട്. അദ്ദേഹം എന്നെപ്പറ്റി പലരോടും പരാതി പറഞ്ഞു. ഓൻ നിസ്കാരോം നോമ്പും ഇല്ലാതെ നടക്കാണ്. കോജരാജാവായ തമ്പുരാനേ

ഫറൂക്ക് കോളേജിൽ പഠിക്കുന്ന കാലത്ത് മൊയ്ല്യാർ സുഖമില്ലാതെ കിടക്കുന്ന വിവരമറിഞ്ഞു. നട്ടപ്പാതിരയ്ക്ക് ഫൈലം അനലിഡയുടെ പ്രത്യേകതകൾ മനഃപാഠമാക്കുമ്പോൾ സുലൈമാനിയുമായി വന്ന് ഉമ്മ എന്നെ ഉപദേശിച്ചു. “ആ ഇബ്രാഹിം മുസ്ലിയാർ സുഖല്ല്യാണ്ട് കിടക്ക്യാണ്. അനക്കൊന്നുപോയി കണ്ടൂടെ. നാട്ടില് എത്ര ആൾക്കാരാണ് കാണാൻ പോകുന്നത്. ഒന്നൂല്യെങ്കിൽ അന്നെ അലിഫ് പഠിപ്പിച്ച ഉസ്താദല്ലേ.” അങ്ങാടിയിൽ ചെന്നപ്പോൾ മൊയ്ല്യാർ ഉണ്ട് ആ നെടുംപുരയിൽ കയറിന്റെ ഞാത്തിൽ പിടിച്ച് നില്ക്കുന്നു. മസിലുകൾ അയഞ്ഞിരിക്കുന്നു. തടിച്ച ശരീരം നന്നേ ചടച്ചു. കൺകോണുകളിൽ കറുപ്പ് വല്ലാതെ പടർന്നിരിക്കുന്നു. ക്രോപ്പ് ചെയ്ത നരച്ച താടി തിളങ്ങുന്നുണ്ട്. കുപ്പായമിട്ടിട്ടില്ല. അരപ്പട്ട അയഞ്ഞിരിക്കുന്നു. ഞാൻ അടുത്തേക്ക് ചെന്നു. സ്വർഗ്ഗത്തിന്റെ കുളിർമ്മയേക്കാൾ നരകത്തിന്റെ ഭീതിയായിരുന്നു ആ കുറിയ കണ്ണുകളിൽ. “സൂർ എന്ന കാഹളത്തിൽ ഊതുന്ന ഒച്ച കേൾക്കുന്നുണ്ടോ. മോനേ ....എനിക്ക് തീരെ വയ്യ. കിട്ണിക്ക് തകരാറാണെന്നാണ് ഡോക്ടർമാർ പറഞ്ഞിരിക്കുന്നത്. എപ്പളും ചോര കേറ്റണം. കുറേ ആൾക്കാരുടെ ചോര ന്റെ മേത്ത് ഇണ്ട്പ്പോ... ഞാൻ നാളെ കോഴിക്കോട് മെഡിക്കൽ കോളേജിൽ പോകുകയാണ്. ഒരു ഓപ്രേഷന്ണ്ട്. യ്ന്റെ ആയുസ്സിന് വേണ്ടി പടച്ചോനോട് ദുആ ചെയ്യണം.” മൊയ്ല്യാർ കണ്ണടച്ചു. ചവിട്ടുകല്ലിൽ പടച്ചവനെപ്പോലെ ഉയരത്തിൽ നില്ക്കുകയാണ് മൊയ്ല്യാർ. താഴെ ഞാനും. എന്തോ മന്ത്രിക്കുന്നുണ്ട്. അദ്ദേഹം രണ്ട് കൈയും എന്റെ തലയില് വെച്ചു. എന്റെ തല നന്നായി ഉഴിഞ്ഞു. എന്നിലേക്ക് എന്തോ പടർന്നുകയറിയതുപോലെ. അനുഗ്രഹത്തിന്റെ കിരണങ്ങളാണോ. മൊയ്ല്യാർ ആമീൻ പിടിച്ചു. പിന്നെയും മന്ത്രിച്ചു. സൗരയൂഥത്തിൽ നിന്നും തെറിച്ച ഗ്രഹം പോലെ ഭ്രമണപഥത്തിൽ നിന്നും തെറ്റി ഞാൻ അങ്ങാടിയിലേക്ക് തെറിച്ചുവീണു. ഒരു മാസം കഴിഞ്ഞു. ഇന്നാലില്ലാഹിയുടെ അന്ത്യത്തിൽ ഉച്ചഭാഷിണി കരഞ്ഞു. ആ ഗുരുസവിധത്തിൽ എനിക്ക് ഏങ്ങലടിച്ച് കരയേണ്ടി വന്നു. ആകെ കറുത്തു കരുവാളിച്ചിരുന്നു ആ മുഖം.

നരകത്തിലെ തീയിനെക്കുറിച്ച് പറയുമ്പോഴും സ്വർഗ്ഗപ്പൂങ്കാവനത്തിന്റെ അനന്യസമൃദ്ധിയും ദൈവത്തിന്റെ മോഹന വാഗ്ദാനങ്ങളെയും ഞങ്ങളെ അനുഭവിക്കാൻ വെമ്പിയ മൊയ്ല്യാർ മരണം തന്റെ കൺമുന്നിൽ എത്തിയപ്പോൾ വിശ്വാസദാർഢ്യതയോടെ അത് പരലോകത്തേക്ക് മനുഷ്യാത്മാവ് വളർന്നു ഉയരുന്ന ആത്മീയ അനുഭൂതിയായി കാണാതെ അതിന് മുന്നിൽ പകച്ചുപോയത് എന്നെ പിന്നെയും പിന്നെയും സന്ദേഹിയാക്കി. അതുകൊണ്ട് തന്നെ ആ ഗുരുവീഥിയിൽ നിന്ന് പിന്നീട് ഞാൻ മാറി നടന്നു. ഭൗതിക സാഹചര്യങ്ങൾ നിഷേധിക്കപ്പെട്ട നിസ്വരും ദുർബ്ബലരും ദരിദ്രരുമായിരുന്നു എനിക്ക് ചുറ്റും. അവർക്ക് ജനിച്ച മണ്ണിൽ സമത്വവും പ്രതീക്ഷയും നൈതികതയും വളർത്തുന്നവരുടെ ഇടങ്ങളിലേക്കും ആലോചനകളിലേക്കും ഞാനും

ഇറങ്ങിച്ചെന്നു. എങ്കിലും കടുത്ത ദാരിദ്ര്യത്തിന്റെ ദുരിതത്തിലും വിശ്വാസത്തിന്റെയും ആദർശത്തിന്റെയും ചിമ്മിനിവിളക്കുമായി തന്റെ ചുറ്റുപാടുമുള്ള ഇരുട്ടും വേറൊരു രീതിയിൽ ഇല്ലാതാക്കാൻ ശ്രമിച്ച മൊയ്ല്യാരുടെ സത്യസന്ധതയിലും ആത്മാർത്ഥയിലും വെച്ചുകുത്തി എന്റെ ചങ്ക് ഇപ്പോഴും ഇടറാറുണ്ട്. എരമംഗലത്തെ വലിയ ജുമാഅത്ത് പള്ളിക്കാട്ടിൽ വേണ്ടപ്പെട്ടവരുടെയും സുഹൃത്തുക്കളുടെയും ബന്ധുക്കളുടെയും വേർപാടിൽ ലാ ഇലാഹ ചൊല്ലി അവർക്കൊക്കെ അന്ത്യാഭിവാദ്യങ്ങൾ അർപ്പിച്ച് തിരിച്ചുവരുമ്പോൾ ഇബ്രാഹിം മുസ്ലിയാർ എന്ന് പേരെഴുതിയ മീസാൻ കല്ലിൽ നിന്നും ചോദ്യങ്ങൾ ഉയരാറുണ്ട്. "മോനേ ഇജ്ജി അസർ നിസ്കരിച്ചോ..............പടച്ചോനെപ്പറ്റി ഒരു വിചാരം വേണം. എപ്പോഴും പടപ്പുകൾക്ക്."

മലയാളം വാരിക മാർച്ച് 26/2013

പാട്ടോർമ്മ

ജീവിതത്തിൽ ആദ്യം ഓർത്തെടുക്കാനാകുന്ന വിരഹം, ഉറവ പൊട്ടിയൊഴുകുന്ന ഒരു കണ്ണീർ ചാലാക്കി കവിളുകളിലൂടെ ഒഴുക്കിയതിന്റെ അറ്റത്ത് ഒരു പാട്ടുമുണ്ടായിരുന്നു. മീനച്ചൂടിൽ ഐലക്കാട്ടെ പുഞ്ചപ്പാടത്തേക്ക് ബസ്സു കയറിപ്പോകുന്ന ഉമ്മയുടെ പുലർകാലയാത്രകൾ എനിക്ക് ഇടവപ്പാതികളായിരുന്നു. വെളുത്ത സൂരിത്തുണിയും പെൺകുപ്പായവും തട്ടവും കോന്തലയിൽ പൊതിഞ്ഞ് കെട്ടിയ മുറുക്കാനും പണിക്കാർക്കുള്ള ചുരുട്ടി മടക്കിയ ഒറ്റനോട്ടുകളുമായി ആ വിരഹം പടിയിറങ്ങും. മുണ്ടിന്റെ കോന്തലയിൽ തൂങ്ങി എന്റെ ചിത്താന്തവും പിന്നാലെപ്പായും. ഒപ്പം തന്നെ ഇത്താത്തമാരും ഉണ്ടാകും. മാതൃവിയോഗം താങ്ങാനാവാതെ കരിമേഘങ്ങൾ പൊട്ടിവിടർന്ന് കരച്ചിലിന്റെ ഉച്ചസ്ഥായി മുറുകുമ്പോൾ ഇത്താത്തയുടെ ചുണ്ടിൽ നിന്നൊഴുകുന്ന ആ പാട്ട് അത്യഗാധമായ വിരഹത്തിന്റെ കരകാണാ കടലിൽ എന്നെ ദിക്കറിയാത്ത ഒരു ഏകാകിയാക്കും. ഇത്താത്ത ഒക്കത്ത് വെച്ച് ചെവിയിൽ ഉറക്കെപ്പാടുന്ന ആ പാട്ടാണ്, കേട്ട് ആസ്വദിച്ച് കരയിപ്പിച്ച ആദ്യത്തെ പാട്ടോർമ്മ. ശാസ്ത ബസ്സിന്റെ ഫസ്റ്റ് ഗീറിന്റെ കഠോരരാഗത്തെയും ഭേദിച്ച് ഉമ്മ കൺവെട്ടത്തുനിന്നും മറയുമ്പോൾ ഇത്താത്തമാർ കൈകൊട്ടിക്കൊണ്ട് പാടുന്നു; അവളെ കടലമ്മ കൊണ്ടുപോയി/അരയത്തിപ്പെണ്ണ് തപസ്സിരുന്നു/പടിഞ്ഞാറൻ കാറ്റത്ത് മുങ്ങിപ്പോയി. പിന്നെ പാട്ടു നിർത്തി, പടിഞ്ഞാറൻ കാറ്റത്ത് മുങ്ങിപ്പോയി അവളെ കടലമ്മ കൊണ്ടുപോയി എന്ന് പറയുമ്പോഴും എന്റെ കണ്ണീർ മുഖത്തെ പ്രകോപിപ്പിക്കുമ്പോഴും ഉമ്മയുടെ വിരഹം തിരിച്ചുവരാത്തവയായി തോന്നും. ഇത്താത്തയുടെ ഒക്കത്ത് നിന്നിറങ്ങി പൂഴിമണലിൽ മരിച്ചുകിടക്കുന്ന അരയാലിലകളും ചവിട്ടി വീട്ടിലെത്തി ഏകാന്തതയുടെ അഴിമുഖങ്ങളിൽ

ഏങ്ങലടിച്ച് മുങ്ങിത്താഴും. പടിഞ്ഞാറൻ കാറ്റും മുങ്ങിപ്പോകലും കടലമ്മ കൊണ്ട്പോയതും പിന്നെയും ഏങ്ങലടികളെ വർദ്ധിപ്പിച്ച സങ്കടവാക്കുകളാണ്. പിന്നീടെപ്പോഴൊ സ്കൂളിൽ നിന്ന് കടൽ കാണാൻ പോയപ്പോൾ പൊന്നാനി കടപ്പുറത്ത് ആ പാട്ടിനെ ഓർമ്മ വന്ന് പ്രതികാര ദാഹത്തോടെ കടലമ്മ എന്നെഴുതി തിരകളെക്കൊണ്ട് മായിപ്പിച്ച് സങ്കടം തീർത്തു. ഓർമ്മകളുടെ ആദിമ നദീമുഖത്ത് ചെന്നു നില്ക്കുമ്പോൾ ഈ പാട്ടും തോളത്തു തട്ടി ചങ്ങാതീ ഞാനും കൂടിയുണ്ട് നിന്റെ കൂടെ എന്ന് ഉള്ളിലെ കൊളംബസിനോട് പറയുന്നുണ്ട്.

ഭൂമിയിൽ ജീവിക്കാൻ അവസരം കിട്ടിയത് ഒരു മഹാഭാഗ്യമാണെങ്കിൽ അതിൽ അനുഭവവേദ്യമായ മഹത്തായ അനുഭൂതികളിൽ ആകാശവും നക്ഷത്രങ്ങളും സൂര്യനും നിലാവും പൂവും ചിത്രശലഭവും ഒക്കെ ഉള്ളതുപോലെത്തന്നെ സ്നേഹിക്കാനും സ്നേഹിക്കപ്പെടാനുമുള്ള ജൈവഗണങ്ങളുടെ സവിശേഷതയോടൊപ്പം നോവു തിന്ന കരളുകളുടെ നിത്യ മധുര ഗാനങ്ങളായി മനുഷ്യജീവിതത്തെ സർഗ്ഗാത്മകമാക്കിയ മുളംകാടുകളുടെ വേണുഗാനവുമുണ്ടാകും. അപ്പോൾ മറ്റൊരു പാട്ടും നമുക്ക് പാടാനാകും; 'ചന്ദ്ര കളഭം ചാർത്തിയുറങ്ങും തീരം.... ഈ മനോഹര തീരത്തു തരുമോ ഇനിയൊരു ജന്മം കൂടി/വസുന്ധരേ....... വസുന്ധരേ.'

ഋതുക്കൾ മാറി മറിഞ്ഞു വസന്തവും ഗ്രീഷ്മവും ശിശിരവും ഹേമന്തവും മലയാളിയെ സുഖദായകമായ കാലാവസ്ഥകൾ നല്കി ആയുസ്സുള്ള ഒരു ജനതയായി അനുഗ്രഹിച്ചപ്പോൾ മലയാളിത്തത്തിന്റെ ഉള്ളിലേക്ക് മറ്റൊരു കാലാവസ്ഥയും കയറിപ്പറ്റി. യേശുദാസ് എന്ന സ്വരമാധുരിയുടെ ഗന്ധർവ്വ കാലാവസ്ഥ. അത് ഏത് ഏകാന്തതയിലും ശ്യാമസുന്ദര പുഷ്പമായി പ്രേമസംഗീതമുതിർത്തു. ഏത് ആൾക്കൂട്ടത്തിലും മണ്ഡലം നോയമ്പ് നോറ്റ് ഉള്ളിലുറങ്ങുന്ന അമ്പലക്കിളിയെ ശരണാലയങ്ങളുടെ പതിനെട്ടാം പടിയിലെത്തിച്ചു.

1970 കളിൽ ശൈശവത്തിലെത്തിയ ഞങ്ങളുടെ തലമുറ ബാലവാടിയിൽ നിന്നും കിട്ടിയിരുന്ന കെയറിന്റെ ഉപ്പമാവും പാലും ബ്രഡ്ഡും തിന്ന് വിശപ്പടക്കി ഏന്തിവലിഞ്ഞ് നടന്നപ്പോൾ മനസ്സിനെ വിശാലവും സമരതീക്ഷ്ണവും പോരാട്ട കലുഷിതവും ആർദ്രവും ഊഷരവും ഉർവരവുമാക്കിയത് പലതരം പാട്ടുകൾ തന്നെയാണ്. താരാട്ട് പാട്ടുകൾ, മുദ്രാവാക്യപ്പാട്ടുകൾ, മൗലൂദുകൾ, സലാത്തുകളും ദിഃഖുറുകളും വടക്കൻ പാട്ടുകളും നാടക ഗാനങ്ങളും എല്ലാം ശ്രവണേന്ദ്രിയങ്ങൾ തുറന്ന് പിടിച്ച് വട്ടുരുട്ടി നടന്ന കാലത്തെ കൗമാരത്തിലേക്കും യൗവ്വനത്തിലേക്കും നയിച്ച ഉള്ളിലെ പുറം ലോകം കാണാത്ത മയിൽപ്പീലിത്തുണ്ടുകളായിരുന്നു.

ഒരു തിരഞ്ഞെടുപ്പ് കാലത്ത് മൂവർണ്ണക്കൊടി ഏന്തി വന്ന ഒരു പന്തം കൊളുത്തി പ്രകടനത്തിന്റെ ചുണ്ടിൽ നിന്നും മുഴങ്ങുന്ന തൊണ്ടകൾ ഏറ്റുപിടിച്ച ഒരു മുദ്രാവാക്യത്തിന്റെ ഈരടികളാണ് ആദ്യം ഏറെ

ഇഷ്ടപ്പെട്ട് സ്വയം സംഗീതസംവിധാനം ചെയ്ത പാട്ട്. ചെപ്പുകുടത്തിൽ എന്താണ്ടാ... ആളെക്കൊത്ത്ണ വെമ്പാലാ... ജാഥാംഗങ്ങൾ വലിച്ചെറിഞ്ഞ ഓമത്തണ്ട് കരിന്തിരിയോടെ ഇക്കാക്കയുടെ കണ്ണ് വെട്ടിച്ച് മുദ്രാവാക്യത്തോടൊപ്പം ഓടിച്ചെന്ന് പോക്കറ്റിലിട്ടു. ഓമത്തണ്ട് ചുഴറ്റി മുദ്രാവാക്യം സ്വയം സംഗീതവംവിധാനം നിർവ്വഹിച്ച് ഒരു പാട്ടാക്കി മാറ്റി. ഉറക്കപ്പായയിലും പാട്ടിനെ ചുണ്ടിലമർത്തി കിടന്നുറങ്ങി. ചീമക്കൊന്നയുടെ വടിയിൽ കടലാസും ചുറ്റിക്കെട്ടി പറമ്പിലും മുറ്റത്തും രാമച്ചക്കാടുകളിലും ഒക്കെ നാലാം വയസ്സിന്റെ നട്ടപ്പിരാന്ത് നട്ട് മുളപ്പിച്ചു. അനിയനും അനിയത്തിയും എനിക്ക് പുറകെ കോണിപ്പടിയിലെ പടവുകളിലെ കയറിട്ട് ഞാത്തിയ തൊട്ടിലിൽ കിടന്ന് പലതരം താരാട്ടുപാട്ടുകൾ കേട്ട് ഉണരുകയും ഉറങ്ങുകയും ചെയ്തു. അവർ ഉണർന്ന് ബഹളം വെയ്ക്കുമ്പോൾ ഉമ്മ പഠിപ്പിച്ചു തന്ന താരാട്ടുപാട്ടുകൾ ഉറക്കെപ്പാടി അവരുടെ ഉറക്കത്തെ സുഖകരമാക്കേണ്ടത് എന്റെയും കൂടി ഉത്തരവാദിത്വമായി. ഹസ്ബി റബ്ബിയും സ്വലാത്തും ദിഃഖ്റും ഉറക്കെപ്പാടി തൊട്ടിലിൽ ഉറങ്ങാതെ കൈകാലിട്ടടിക്കുന്ന കുഞ്ഞനിയന്റെയും അനിയത്തിയുടെയും മുഖത്തേക്കൊന്ന് നോക്കും. പാട്ട് നിന്നാൽ അവർ കൈകാലിട്ടടിക്കും. പാട്ടിന്റെ താളം മാറിയാലും ഇതു തന്നെ സംഭവിക്കും. അവർ താരാട്ടുപാട്ട് കേട്ട് പതുക്കെപ്പതുക്കെ സുഖകരമായ ഉറക്കങ്ങളിലേക്ക് പ്രവേശിക്കും. പിന്നെ എപ്പോഴെങ്കിലും തൊട്ടിലിൽ നിന്ന് കരച്ചിൽ കേട്ടാൽ അടുക്കളയിൽ നിന്ന് ഉമ്മയുടെ വിളി കേൾക്കാം; "ആ കുട്ടീനെ ഒന്ന് പാട്ട് പാടി ഉറക്കെടാ മോനേ, ഉമ്മ ഈ കൂട്ടാനിന് ഇത്തിരി അരക്കട്ടെ, ഈ തേങ്ങയൊന്ന് ചിരകട്ടെ, ഈ ചോറൊന്ന് ഊറ്റട്ടെ, കുറച്ച് വെള്ളം കോരട്ടെ, ഈ തുണിയൊന്ന് തിരുമ്പട്ടെ," അടുക്കളയിലെ നൂറായിരം കാര്യങ്ങൾ, തീനിനും വെപ്പിനും വേണ്ട പായ്യാരങ്ങളുടെ പട്ടിക നിവർന്നു വരുന്നു. കുരുകുരു മച്ചവും, കിഴക്കുദിക്കിലെ ചെന്തെങ്ങും, കല്ല്യാണി കളവാണിയും, സ്വലാത്തിനും ദിഃഖ്റിനും മദ്ധ്യേ കല്ല്യാണ വീടുകളിൽ നിന്നും കേട്ട കോളാമ്പിപ്പാട്ടുകളും പാടി തൊട്ടിയിൽ കിടക്കുന്ന ഉണ്ണികളെ സുഖനിദ്രയുടെ സ്വർഗ്ഗീയാനുഭൂതികളിലേക്ക് പാടിപ്പാടി ഉറക്കും. തോട്ടെക്കാട്ടിലെ പോക്കര് കാക്കാടെ കൊമ്പൻ മീശ/കണ്ട് പേടിച്ച് വീടര് പാത്തുമ്മാമ്മ (രചന - കെ ടി മുഹമ്മദ്) കുരുത്തക്കേടെന്നിലേറി കുണ്ടുകടവിലെത്തി/കോട്ടപ്പടിക്കുമാറി ബസ്സിലും കേറി/ മുഖം മൂടി മുക്കിലെത്തി മൂന്നാളെക്കേറ്റിനിർത്തി/എന്റെ കുപ്പായത്തിന്റെ മാറും കീശയും കീറി (രചന - കുഞ്ഞു പുന്നയൂർക്കുളം) ഈ പാട്ടുകളൊക്കെ അന്ന് കുട്ടികളെ രസിപ്പിക്കാനും ഉറക്കാനും മറ്റും പാടിയിരുന്ന അന്നത്തെ ഓർമ്മപ്പാട്ടുകളായിരുന്നു.

നാട്ടിലെ ആദ്യകാല പ്രവാസികളിൽ ഒരാളായിരുന്നു ബാപ്പ പേർഷ്യക്കാരൻ മൊയ്തുണ്ണി. 1968 ൽ തന്റെ പ്രവാസ ജീവിതം അവസാനിപ്പിച്ച് എരമംഗലത്ത് വന്നിറങ്ങുമ്പോഴേ അദ്ദേഹത്തിന്റെ കൈയിൽ നേഷണലിന്റെ ഒരു ആർ സി ആർ ഉം ഉണ്ടായിരുന്നു. ഞാൻ ജനിച്ച് കൺതുറന്ന്

നോക്കുമ്പോഴെ അതിൽ ഞെക്കിയാൽ പാടുന്ന പാട്ടുകളും ഉണ്ടായിരുന്നു. അതിൽ നിന്നും ചെറിയ കേസറ്റ് കറങ്ങുന്നത് പുറമേ നിന്നേ കാണാം. കറങ്ങിക്കറങ്ങി മുകളിലത്തെ രണ്ട് മുല്ലമൊട്ടുകളിൽ പിടിച്ച് തിരിച്ചാൽ ശബ്ദം കൂടുകയും കുറയുകയും ചെയ്യും. കറുത്തമുല്ലമൊട്ട് പിടിച്ച് തിരിച്ചാൽ ഒഴുകിവരികയായി പാട്ട്.... 'മഞ്ഞലയിൽ മുങ്ങിത്തോർത്തി മധുമാസ ചന്ദ്രിക വന്നു.........', 'ലക്ഷാർച്ചന കണ്ട് മടങ്ങുമ്പോൾ........., മനുഷ്യൻ മതങ്ങളെ സൃഷ്ടിച്ചു...........', 'പ്രവാചകന്മാരേ പറയൂ....., ആയിരം പാദസരങ്ങൾ കിലുങ്ങി.........', 'കാത്തുസൂക്ഷിച്ചൊരു കസ്തൂരി മാമ്പഴം കാക്കകൊത്തിപ്പോകും......' കുറെ പാട്ടു കേട്ടാൽ പിന്നെ അത് മിണ്ടാതെയാകും. അപ്പോഴേക്കും ടേപ്പ്റിക്കോഡറിന്റെ കുണ്ടി തുറന്ന് ബേറ്ററി എന്ന സാധനം പുറത്തെടുത്താൽ ഒരു കരിമ്പൂച്ച പുറത്തേക്ക് ചാടും. എവറടി എന്ന് താത്ത നീട്ടിവായിക്കും. ഇക്കാക്ക പറയും. ബാറ്ററി തീർന്നിരിക്കുന്നു, ബീരാവുഹാജിയുടെ പീടികയിൽ പോയി ബേറ്ററി കൊണ്ട് വന്നാലേ പിന്നെ സമാധാനമാകൂ. 'മഞ്ഞലയിൽ മുങ്ങി ത്തോർത്തി... പിന്നെയും പ്രേമചകോരി...' തിണ്ണയിലിരുന്ന് ഉറക്കെ ഉറ ക്കെപ്പാടും. ഒരിക്കൽ മദ്രസയിൽ നിന്ന് പാട്ട് പാടുന്ന യന്ത്രം കാണാൻ റസാക്കും സൈനുവും ആമിനക്കുട്ടിയും വന്നു. അപ്പോഴേക്കും ആ വിശിഷ്ട വസ്തു നാട്ടിലെ ഒരു പ്രമാണിക്ക് ഉപ്പ സമ്മാനിച്ചിരുന്നു. റസാക്കും സൈനുവും ആമിനക്കുട്ടിയും തെങ്ങിൻ പറമ്പുകൾ താണ്ടി പ്രമാണിയുടെ ബംഗ്ലാവിലെത്തി. അൾസേഷൻ നായ്ക്കൾ കുരച്ച് ചാടി. ഗേറ്റിന്റെ വിടവിലൂടെ ഞാൻ അവർക്ക് കാണിച്ചുകൊടുത്തു അതാ സുന്ദരമേനോന്റെ അടുത്ത് പ്രേമചകോരി എന്ന ഗാനവും മൂളി ഞങ്ങളുടെ സ്വന്തം ടേപ് റിക്കോർഡർ. അയാൾ അതെടുത്ത് മറ്റുള്ളവർക്ക് കൈ മാറുന്നു. ഗേറ്റിന്റെ വിടവിലൂടെ റസാക്കും സൈനുദ്ദീനും ആമിനക്കുട്ടിയും പ്രേമചകോരി മൂളുന്ന ആ പാട്ടുയന്ത്രത്തെ അത്ഭുതാദരങ്ങളോടെ നോക്കിനിന്നു.

കർഷകത്തൊഴിലാളിയും അയൽക്കാരിയുമായ കാളിയമ്മയിൽ നിന്നാണ് വടക്കൻ പാട്ടുകളുടെ രുചിയറിഞ്ഞത്. പാലാട്ടുകോമൻ, ആരോമൽ ചേകവർ, ഉണ്ണിയാർച്ച, തച്ചോളി ഒതേനൻ, അരിങ്ങോടർ, ചന്തു എന്നിവരുമായി അടുത്തു. ആറ്റുമ്മണമ്മേലെ ഉണ്ണിയാർച്ച/ ഊണും കഴിഞ്ഞങ്ങുറക്കമായി എന്നും പറഞ്ഞ് കാളിയമ്മ കറ്റ മെതി ക്കാൻ തുടങ്ങും. ഉണ്ണിയാർച്ചയുടെ പാട്ടും ആരംഭിക്കും. ഒരാൾ എകര (ഉയര) ത്തിലുള്ള കറ്റ മെതിച്ച് പതിര് കാറ്റത്തിട്ട് വേർതിരിച്ച് പത്തിനൊന്ന് പതമളന്ന് നെല്ല് ചാക്കിലാക്കി ഒരു ചൂട്ടും കത്തിച്ച് കാളിയമ്മയെ അവരുടെ പുരയിൽ കൊണ്ട് ചെന്ന് ആക്കുമ്പോഴേക്കും അല്ലിമലർക്കാവിലെ കൂത്തും കഴിഞ്ഞ് താന്തോന്നികളായ ആണുങ്ങളെ ആട്ടിയോടിച്ച് കുഞ്ഞിരാമന്റെ കൈയും പിടിച്ച് ആറ്റുമണമ്മേലെ ഉണ്ണിയാർച്ച വിജയശ്രീലാളിതയായി വീട്ടിലെത്തിയിരിക്കും. പലതരം പണികൾക്കിടയിലൂടെയാണ് കാളിയമ്മ ഈ വടക്കൻപാട്ട് കഥകൾ പാടി

അർത്ഥം വെച്ച് പറഞ്ഞുതന്നിരുന്നത്. കാളിയമ്മ തന്ന വടക്കൻപാട്ട് കഥയാണ് ഒറ്റയിരിപ്പിന് വായിച്ചുതീർത്ത ആദ്യത്തെ പുസ്തകം. ഈ കഥകൾ പിന്നീട് സിനിമ കാണലിലേക്കും പാട്ട് പഠിക്കുന്നതിലേക്കും നയിച്ചു. എരമംഗലം സിനിമ കൊട്ടകയിൽപ്പോയി പാലാട്ട് കോമൻ മേറ്റിനി കണ്ടു. വീരാരാധനയും നായകസങ്കല്പവും വില്ലൻ ഭാവങ്ങളും മനസ്സിൽ ചേക്കേറി. 'ആടാം പാടാം ആരോമൽ ചേകവർ പണ്ടങ്കം വെട്ടിയ കഥകൾ' എന്ന ചലച്ചിത്രഗാനം എത്രകേട്ടാലും മതിവരാത്ത സിനിമാപാട്ടായി. ചന്തുവിന്റെ ചതിയും ആരോമലിന്റെ കാത്തിരിപ്പും വിരഹവുമൊക്കെ പ്രണയാർദ്രമായും മാംസനിബദ്ധമായ അനുരാഗത്തിന്റെ വിമ്മിഷ്ട മായുമൊക്കെ ഈ പാട്ടിൽ സന്നിവേശിപ്പിച്ചിട്ടുണ്ട്. ഈ പാട്ടുകളൊക്കെ മുഴങ്ങിക്കേട്ട സ്വർഗ്ഗീയാനുഭൂതി നല്കിയ ദൃശ്യഭാഷയുടെ പൂങ്കാവനം എന്ന നിലയിൽ എരമംഗലം സിനിമാകൊട്ടക സ്വർഗ്ഗത്തേക്കാൾ സുന്ദര മായ അനുഭൂതികളുടെ ഇടമായി മാറി. അങ്ങാടിയിൽ ചെന്നാൽ സിനിമാ ഓപ്പറേറ്ററായ ശോഭ ബാലേട്ടൻ സന്ദർഭത്തിനനുസരിച്ച് പലതരം പാട്ടു കളും വെക്കാറുണ്ട്. പടം തുടങ്ങുമ്പോൾ 'വരുവിൻ നിങ്ങൾ വരുവിൻ...' എന്ന ഗാനം കേൾക്കാം. നല്ല കളക്ഷനായാൽ 'ആയിരം പൊൻപണം വീണുകിട്ടി/ നമുക്കായിരം പൊൻപണം വീണുകിട്ടി/ ആലിപ്പഴംപ്പോലെ ഞാവൽപ്പഴം പോലെ നമുക്കായിരം പെൻപണം വീണുകിട്ടി' (*സൃഷ്ടി*, ഗാനരചന-, സംഗീതം ബാബുരാജ്) ഫസ്റ്റ് ഷോ വിട്ടാൽ 'എല്ലാരും പോകുന്നു ഈ ഞാനും പോകുന്നു' എന്ന ഗാനം റെക്കോർഡ് പ്ലേയറിൽ നിന്ന് മുഴങ്ങിക്കേൾക്കാം.

കുറഞ്ഞ സമയത്തിനുള്ളിൽ കൂടുതൽ പാട്ടുകൾ പാടിയിരുന്ന നാട്ടിലെ പാട്ടു കൊട്ടയായ കിറുക്കൻ മാമുണ്ണിയിൽ നിന്നാണ് കായല രികത്തും, ആട്ടെ പോട്ടെ ഇരിക്കട്ടെ ലൈലയും, മയിലാഞ്ചിക്കാട്ടിൽ മയങ്ങിനിൽക്കുന്ന മൊഞ്ചത്തി എന്ന പാട്ടൊക്കെ കേൾക്കുന്നത്. പാട്ട് മാമുണ്ണിക്ക് ഒരു ഉപജീവനമാർഗ്ഗം കൂടിയായിരുന്നു. അഞ്ച് മിനിറ്റുള്ള ഒരു മാമുണ്ണിപ്പാട്ടിൽ അമ്പത് പാട്ടുകൾ അടക്കം ചെയ്തിരിക്കും. ബാബു രാജിന്റെ പാട്ടുകളാണ് മാമുണ്ണി അന്ന് അധികവും പാടിയിരുന്നത്. പാട്ട് മാത്രമേ കിറുക്കൻ മാമുണ്ണിക്ക് അറിഞ്ഞിരുന്നുള്ളൂ. മാറഞ്ചേരിയിലെ പുല്ലാട്ടുവീട്ടിൽ കല്ല്യാണത്തിന് ബാബുരാജിന്റെ ഗാനമേളയുണ്ടായി രുന്നു. കുപ്പായത്തിന്റെ കൈ മേലേക്ക് ചുരുട്ടിവെച്ച് മുഷിഞ്ഞ കള്ളി ത്തുണിയും ചെവിട്ടിൽ തിരുകിവെച്ച മുറിബീഡിയുമായി നിഷ്കള ങ്കതയും നിസ്സഹായതയും കണ്ണിലിട്ട് പകിടകളിച്ച് ചായമക്കാനിയിലിരുന്ന് നാട്ടുകാരുടെ പാട്ട് നിറച്ച കൊട്ടയായി അവനുണ്ടാകും. ഒരു മുറിബീ ഡിക്കോ ഒരു കട്ടൻ ചായയ്ക്കോ പത്തു പൈസയ്ക്കോ വേണ്ടി ഒറ്റശ്വാ സത്തിൽ ഇരുന്ന് പാട്ടുകൾ പാടുന്നത് കാണാം. മാമുണ്ണിപ്പാട്ട് പിന്നീട് കുറെക്കാലത്തേക്ക് കാണാതെയും കേൾക്കാതെയുമായി. പിന്നീട് എപ്പോഴൊ വാൻഗോഗിനെപ്പോലെ ഉന്മാദത്തിന് ഒറ്റച്ചെവി തിന്നാൻ കൊടുത്ത് ഒറ്റച്ചെവിയനായി മാമുണ്ണിയെക്കണ്ടു. അപ്പോൾ അവന്റെ

പാട്ടും നിലച്ചിരുന്നു. ലാ ഇലാഹ എന്ന ഒരു വൈഷാദിക രാഗത്തിലേക്ക് മാമുണ്ണിപ്പാട്ട് വിലയിച്ചു.

ഏഴുവർഷം പഠിച്ച ഓത്തു പള്ളിയും ഇബ്രാഹിം മുസ്ലിയാറും വിരസമായിരുന്നു. എങ്കിലും ഓരോ റബിഉൽ അവ്വൽ 12 നും വേണ്ടി ഇബ്രാഹിം മുസ്ലിയാർ കെട്ടിയുണ്ടാക്കിയ നബിദിന ഗാനം കൊണ്ട് ഗ്രാമത്തിന്റെ അതിരുകൾ ചീരണികളായ ചക്കരച്ചോറും തരിക്കഞ്ഞിയും കൂട്ടി ആസ്വദിച്ചു. ഇസ്സത്തുൽ ഇസ്ലാം മദ്രസ്സ/നീണാൾ വാഴട്ടെ/സ്ഥാപകർക്കും ഞങ്ങൾക്കും തൗഫീക്ക് ചെയ്യട്ടെ/നബിദിനം നബിദിനം/നബിജന്മദിനത്തിനു സ്വാഗതം. ഓത്തുപള്ളിയിൽ അന്നുനമ്മൾ എന്ന പി ടി അബ്ദുറഹിമാന്റെ ഗാനം കേട്ട് ഓത്തുപള്ളിയുടെ മഹത്വം വി ടി മുരളിയുടെ ആലാപനത്തിൽ ഗൃഹാതുരതയോടെ ഉപ്പുകൂട്ടി പച്ചമാങ്ങയുടെ കൂടെ ഇന്നും തിന്നു രസിക്കുന്നു.

പ്രവാസത്തിലേക്ക് ഇറങ്ങിപ്പോയി, വിരഹം ഊതിയൂതി നാടിനെക്കുറിച്ചുള്ള സ്മരണകളാൽ അകം വെന്ത്, മരുഭൂമിയിലെ ഉഷ്ണപ്പാമ്പുകളോട് മല്ലിട്ട് ദിനാറുകളും ദർഹംസുകളും രൂപയിലേക്ക് വിവർത്തനം ചെയ്ത് സ്വപ്നങ്ങളെ തെങ്ങിൻ ചുവട്ടിൽ മുളപ്പിച്ച ഒരു ജനപഥമായിരുന്നു എനിക്കുചുറ്റും ഉണ്ടായിരുന്നത്. ഭൂപരിഷ്കരണത്തിന്റെ ഫലങ്ങൾ കാത്തുനില്ക്കാതെ അമ്പത്തിയേഴിലേയും അറുപത്തിയേഴിലേയും ചുവന്ന പുഷ്പങ്ങൾ വാടി വീണ് കരിഞ്ഞ മണ്ണിൽ നിന്ന് അവർ സ്വപ്നങ്ങൾ പെറുക്കിയെടുക്കാൻ വേണ്ടി കടലിൽ മുങ്ങിയും ആകാശ പറവകൾക്കുള്ളിലൂടെ സഞ്ചരിച്ച് ചിതറിത്തെറിച്ച് പാർക്കാൻ തുടങ്ങി. ഉറുപ്പിക പൂത്ത് സ്വപ്നങ്ങൾക്ക് കാഫലമുണ്ടായപ്പോൾ അവർ നെഞ്ചിലെ വിരഹം കലക്കി സ്വന്തം നാട്ടിലേക്ക് കളിവഞ്ചികളിറക്കി. പാട്ടിന്റെ കളിവഞ്ചികൾ. കാഫ് മല കണ്ട പൂങ്കാറ്റും ജമീലിന്റെ കത്ത് പാട്ടുകളും അതിന്റെ മറുപടിപ്പാട്ടും മരുഭൂമിയിൽ മലയാളിക്കു കിട്ടിയ സ്വപ്നദംശനങ്ങളായിരുന്നു. എൺപതുകൾക്കുചുറ്റുമിരുന്ന് ഈ പാട്ടുകൾ കേരളത്തിലെ പ്രവാസി സമൂഹത്തോട് വാചാലമായി ഗാനങ്ങളിലൂടെ ഹൃദയവ്യഥകൾ കൈമാറി.

പ്രിയ ഗാനങ്ങൾ ആവർത്തിച്ച് കേൾക്കാൻ സാങ്കേതിക വിദ്യ വികസിക്കാത്ത എൺപതുകൾക്കു മുന്നേ ആകാശവാണിയിലെ രഞ്ജിനി എന്ന പരിപാടിക്ക് വേണ്ടി ശ്രോതാക്കൾ കാത്തിരിക്കുമായിരുന്നു. രാത്രി പത്തുമണി മുതൽ പതിനൊന്നുമണി വരെ ചിമ്മിനി വിളക്കിന്റെ അരണ്ട വെളിച്ചത്തിൽ തൃശ്ശൂരും കോഴിക്കോടും ആലപ്പുഴയുമൊക്കെ പിടിച്ച് കിടക്കപ്പായയിൽ റേഡിയോയും നെഞ്ചത്തടുക്കിപ്പിടിച്ച് കിടന്നിട്ടുണ്ട്. അടുത്തതായി... 'രഞ്ജിനി നിങ്ങളാവശ്യപ്പെട്ട ചലച്ചിത്രഗാനങ്ങൾ.' പാട്ടിന്റെ തിരമാലകൾ അലയടിച്ചുവരികയായി. രഞ്ജിനിക്കു മുമ്പുള്ള പശ്ചാത്തല സംഗീതം ഇഷ്ടഗാനങ്ങളുടെ കുത്തിയൊഴുക്കിന്റെ ഈണങ്ങളാണ്. അടുത്തതായി *യുദ്ധകാണ്ഡം* എന്ന ചിത്രത്തിൽ യേശുദാസ് ആലപിച്ച ഗാനം, സംഗീതം. ഗാനരചന............ കണ്ണടച്ചു കിടന്ന്

നഷ്ടപ്പെട്ട പ്രണയത്തെ ആലോചിച്ച് കാമുകഹൃദയവും എടുത്ത് വെച്ച് ആ പാട്ടിലേക്ക് ആഴ്ന്നിറങ്ങുന്നു. 'ശ്യാമസുന്ദരപുഷ്പമേ...... എന്റെ പ്രേമ സംഗീതമാണു നീ....'

'സുപ്രഭാതം സുപ്രഭാതം/ നീലഗിരിയുടെ സഖികളേ ജ്വാലാ മുഖികളേ,' 'അകലെ അകലെ നീലാകാശം.' ഇവയൊക്കെ കേട്ടാൽ മറ്റൊന്നും വേണ്ടാതെ പാട്ടിൽ അങ്ങനെ ലയിച്ചിരിക്കും പ്രാണസഖിയും, ചക്രവർത്തിനി ചക്രവർത്തിനി നിനക്കു ഞാനെന്റെ, പൊട്ടിത്തകർന്ന കിനാവിന്റെ മയ്യത്തും, ആ നിമിഷത്തിന്റെ നിർവൃതിയുമൊക്കെ രഞ്ജിനിയിൽ ഉൾപ്പെടാൻ വേണ്ടി മനസ്സുരുകി പ്രാർത്ഥിക്കും. വീട്ടിലെ ഫിലിപ്സ് റേഡിയോയുടെ അധിപൻ വേലായുധേട്ടനായിരുന്നു. അങ്ങേർക്ക് കിട്ടാത്ത സ്റ്റേഷനുകളുണ്ടായിരുന്നില്ല. ഏരിയൽ നിവർത്തിവെച്ച് ഇരുമ്പുകമ്പികൾ ഉയർത്തിക്കെട്ടി വേലായുധേട്ടൻ 3:30ന്റെ ശ്രീലങ്ക പ്രക്ഷേപണ നിലയവും പിടിച്ചെടുക്കും. അതു കഴിഞ്ഞ് റേഡിയോ തിരിച്ച് തിരിച്ച് വിവിധ് ഭാരതിയും കണ്ടെത്തും. മലയാള ഗാനങ്ങൾ വേലായുധേട്ടന്റെ കൈകളിലെ റേഡിയോയിലിരുന്നു പാടുന്നത് കാണാം. സ്റ്റേഷനുകൾ മാറിമാറി പിടിക്കാനൊരുങ്ങുമ്പോൾ മൈനകൾ മുറ്റത്ത് വന്നിരുന്നു കരയുന്നത് പോലെ ക്ലീ....ക്ലീ.....ക്ലൂ.....ക്ലൂ........എന്ന ഒച്ച കേൾക്കാം. പാട്ടുകൾക്ക് വേണ്ടി വേലായുധേട്ടൻ ദേശാന്തര ഗമനം നടത്തുന്നതിന്റെ സംഗീത യാത്രയാണ്. എപ്പോഴും ഒരു മൂളിപ്പാട്ടുമായിട്ടാണ് അന്നത്തെ തലമുറയിലെ ചെറുപ്പക്കാർ രാത്രിയും പകലും നാട്ടിടവഴികളിലൂടെ സഞ്ചരിച്ചിരുന്നത്. ഹിപ്പികളുടെ നഗരം ലഹരിക്കുപ്പികളുടെ നഗരം എന്ന പാട്ടിന്റെ (*പോസ്റ്റുമാനെ കാണാനില്ല*) പ്രേം നസീർ ചുണ്ടിൽ യേശുദാസ് തിരുകിവെച്ച ഒരു മൂളിപ്പാട്ടും ഉണ്ട്. ഉള്ളിൽ കരകവിഞ്ഞൊഴുകുന്ന പ്രേമത്തിന്റെ എഴുപതുകളിലെ ആവിഷ്കാരങ്ങളായിരുന്നു അന്നത്തെ ചെറുപ്പക്കാരുടെ ചുണ്ടിലെ ചൂളമടിച്ചുള്ള ഈ മൂളിപ്പാട്ടുകൾ. ചുണ്ടിൽ മൂളിപ്പാട്ടും ചൂളമടിപ്പാട്ടുമുള്ള ഈ രമണന്മാർ- ഉള്ളിൽ പാട്ടു കിടന്ന് കുലുങ്ങുന്നവരായിരിക്കണം. പാട്ട് തികട്ടിവരുമ്പോൾ ഉള്ളിൽ കിടന്ന് വിമ്മിഷ്ടപ്പെടുന്ന ഗാനരചയിതാവും ഗായകനും കൊഴിഞ്ഞുവീണ പാട്ടിന്റെ ചുണ്ടിലെ ജനപ്രിയതയുടെ ജീവാംശമാണ് മൂളിപ്പാട്ടുകൾ.

പ്രണയ പരാജിതർക്കും ശിഥില പ്രണയത്തിന്റെ തംബുരു മീട്ടുന്ന ഭഗ്നപ്രണയികൾക്കും നഷ്ടനിമിഷങ്ങളുടെ കുന്നിൻ ചെരുവിൽ നിർവൃതി അണയാൻ ഈ ഗാനം പോലെ മറ്റേതു ഗാനത്തിനാകും. സന്ധ്യമയങ്ങും നേരം/ഗ്രാമ ചന്ത പിരിയുന്ന നേരം/ബന്ധുരേ രാഗബന്ധുരേ/ എന്തിനീ വഴി വന്നു. ഓർമ്മകൾക്ക് സുഗന്ധം നല്കുന്ന സിദ്ധൗഷധങ്ങളാണ് ഗാനങ്ങൾ. മനസ്സ് പിൻനിലാവിന്റെ പിച്ചകപ്പൂക്കൾ കണ്ട് പ്രക്ഷുബ്ധമാകുമ്പോൾ സാഗരങ്ങളേ പാടിയുറക്കുന്ന/സാമഗീതമേ സാമസംഗീതമേ എന്ന പാട്ട് കേട്ടാൽ ഏത് കുറ്റവാളിക്കും ആശ്വാസം കിട്ടും.

നാം പിന്നിട്ട കാലത്തിന്റെ സ്വപ്നാർബുദപ്പെരുക്കങ്ങൾക്ക് സർഗ്ഗ നോവുകൾ പണിയിച്ച സ്നേഹകുടീരങ്ങളാണ് നമ്മുടെ പാട്ടുകൾ. വചനത്തിന്റെ വെൺപായ നിവർത്തി ഏത് കാറ്റിലും കോളിലും അവ തുണയാകുക തന്നെ ചെയ്യും സിംഹഭൂമികളിലേക്കുള്ള മാംസത്തിന്റെ തപാൽ മുദ്രയായി അവ വചനനൃത്തങ്ങളുടെ ദൗത്യം നിർവ്വഹിക്കട്ടെ (സമുദ്രതാര - ബാലചന്ദ്രൻ ചുള്ളിക്കാട്). യന്തിരന്മാരുടെ പെരുങ്കളിയാട്ടത്തിൽ മനുഷ്യൻ അദൃശ്യനായിക്കൊണ്ടിരിക്കുകയാണ്. മാനവികത കുത്തിയൊലിച്ച് പോകുന്ന കാലത്ത് കണ്ണ് കുത്തിപ്പൊട്ടിക്കാതെ മനുഷ്യത്വത്തെ അടയാളപ്പെടുത്താൻ സ്വരരാഗങ്ങളുടെ മുന്തിരിപ്പാത്രങ്ങളായ നമ്മുടെ പ്രിയപ്പെട്ട പാട്ടുകൾക്ക് നാളെയും കഴിയട്ടെ.

ചന്ദ്രിക ആഴ്ചപ്പതിപ്പ്

പെറ്റമ്മ

പാറൻ കുഞ്ഞിമാൻ വന്ന് പറമ്പ് പൂട്ടി പോയിട്ട് കുറച്ചു ദിവസങ്ങളെ ആയിട്ടുള്ളൂ. ഒരു പട്ടച്ചാല് പൂട്ടാനാണ് പറഞ്ഞിരുന്നത്. പട്ടച്ചാരായത്തിന്റെ കെട്ടടങ്ങാത്ത ലഹരിയിൽ കുഞ്ഞിമാന്റെ കന്നുകളുടെ പുറത്ത് മുടിങ്കോലുകൾ ആഞ്ഞുവീണപ്പോൾ ഒന്നിനുപകരം രണ്ട് ചാല് പൂട്ടി കന്നുപൂട്ടുകാരൻ കുഞ്ഞിമാൻ ലഹരി വിങ്ങി മടങ്ങിപ്പോയിരിക്കുന്നു. മീനമാസത്തിലെ തിളച്ച ഉച്ചവെയിലിന്റെ കഷ്ണങ്ങളായി വിണ്ട മൺകട്ടകൾ പൂട്ടിയ അടയാള വരകൾക്കു കുറുകെ അവിടവിടെ ചിതറിക്കിടക്കുന്നു. രണ്ട് മാസങ്ങൾക്കു മുന്നേ കിളക്കാരൻ മയമാക്ക തന്റെ മണ്ടക്കൈക്കോട്ടുകൊണ്ട് പറമ്പിന്റെ ഉള്ളതിരുകൾ നിലതാനത്തിനനുസരിച്ച് മാടി മാടി ഒപ്പമാക്കിയ മാട്ടങ്ങൾകൊണ്ട് സുന്ദരമാക്കായിരുന്നു ഞങ്ങളുടെ തൊണ്ണൂറ്റാറ് സെന്റ് പുരയിടവും തെങ്ങിൻ പറമ്പും. തെങ്ങു കയറിയിട്ടില്ല. തേങ്ങ പഴുത്ത് വീഴുന്നുണ്ട്. അടുത്തത് ഓലവെട്ടിക്കയറ്റമാണ്. തെങ്ങു കയറ്റക്കാരൻ കുഞ്ഞടിമൂന്റെ പെരയിൽ ഒന്നുരണ്ട് തവണ ഉമ്മ എന്നെ പറഞ്ഞയച്ചിരുന്നു. പുല്ലാട്ടെ പറമ്പിൽ കയറ്റം കഴിഞ്ഞിട്ടില്ല. ഒരു മാസത്തോളമാണത്രേ അവിടെ തെങ്ങുകയറ്റം. കുഞ്ഞടിമൂവും അവന്റെ അച്ഛൻ കുടുമയുള്ള തങ്കുവും അനുജന്മാരായ തെയ്യനും കോരപ്പനും ഒക്കെയാണ് പുല്ലാട്ടെ തെങ്ങുകയറ്റക്കാർ. അങ്ങനെ കുഞ്ഞടിമൂന്റെ അപ്പനപ്പൂപ്പന്മാരാണ് പുല്ലാട്ടുപറമ്പിലെ തെങ്ങുകയറ്റക്കാർ. മാറഞ്ചേരിയിലെ സർക്കാർ ആശുപത്രിയിലേക്ക് കാലിലെ വളം കടിക്ക് വയലറ്റ് നിറമുള്ള മരുന്ന് വാങ്ങാൻ വേലായുധേട്ടന്റെ കൂടെ സൈക്കിളിൽ പറപറക്കുമ്പോൾ തെങ്ങുകയറ്റത്തിന്റെ കോലാഹലങ്ങൾ കേൾക്കാം. തെക്കുപടിഞ്ഞാറ് നാല്, വടകിഴക്ക് ആറ്, പടിഞ്ഞാറും പോയി വീഴ്ച്ച രണ്ട്. ആകാശത്ത് നിന്ന് അശരീരികൾ മുഴങ്ങുന്നു. ഇന്നോ നാളെയോ തളപ്പും മടവാളും

കുലകെട്ടാനുള്ള ചൂടിക്കയറുമായ് അനുചരന്മാരെയും കൂട്ടി കുഞ്ഞടി മൂന്റെ സൈന്യമെത്തും. തഴമ്പുള്ള കാലുകളും ഉള്ളംകൈയിലെ തഴമ്പും നെഞ്ചിലെ ഉരുണ്ടുകൂടിയ പവർമാൾട്ട് ശരീരങ്ങൾ പ്രത്യക്ഷപ്പെടും. തെങ്ങു കയറ്റം എന്നാണ് എന്ന് തിരക്കി മോണകാട്ടിയ ചിരിയുമായി ചെകി

ടിനിടയിൽ തിരുകിയ ബീഡിക്കുറ്റിയുമായി കബറ് കുത്തുന്ന മെയ്താക്കയും മടാപ്പിടിയന്റെ വീടരും വന്നിരുന്നു. ഇത്തവണത്തെ ഓല അവർക്കുള്ളതാണ്. ഞങ്ങളുടെ പെരയുടെ പടിഞ്ഞാറ് ഭാഗത്ത് നീർക്കോട്ടേൽ പറമ്പിലെ കുടിയിരിപ്പുകാരാണ് മെയ്ദാക്ക. ചെറിയ ഓലപ്പെരയാണ് അവരുടേത്. മണ്ണിന്റെ ഇഷ്ടിക കൊണ്ടാണ് അത് ഉണ്ടാക്കിയിരിക്കുന്നത്. തെങ്ങു കയറ്റം കഴിഞ്ഞ് കിട്ടിയ ഓലവെട്ടി അത് മെടഞ്ഞിട്ട് ഉണക്കിയിട്ട് വേണം അവരുടെ പെര കെട്ടി മേയാൻ. പെരകെട്ടിന് മധുരമുള്ള കറിയുണ്ടാക്കും. പെര കെട്ടു കറി. ഏല്ലാറ്റിനും തെങ്ങു കയറ്റം കഴിയണം. പെറ്റമ്മാക്കാണ് തെങ്ങു കയറ്റം വൈകുന്നതിൽ ഏറെ പരാതി. അവർ ഇന്നലെ രാത്രിയും ഉമ്മയോട് വഴക്കിടുന്നത് കേട്ടു. മുറുക്കാൻ തുപ്പലും മുറ്റത്തേക്ക് നീട്ടിത്തുപ്പിയ ശേഷം ചിറി തുടച്ച് പെറ്റമ്മ ചോദിക്കുകയാണ്

"അല്ല ബീവോ....... ഈ തെങ്ങൊന്നും കയറാത്തതെന്താ.. പറമ്പില് അപ്പടി തേങ്ങ വീണു കെടക്കണത് കണ്ടില്ല്യേ.......... മക്കളെ തലേല് തേങ്ങ വീണ് എന്തൊക്കെ അദാബുകളാണ് ഇനി ഉണ്ടാവ്ക...... ആ ചെക്കനെ നാളെ പെലച്ചക്ക് തന്നെ കുഞ്ഞടിമൂന്റെ കൂടീല്ക്ക് ഒന്ന് പറഞ്ഞയച്ച് നോക്ക്.............?, മെയ്ദടെ വീടര് ഇന്നലീം കൂടി വന്നിരുന്നല്ലോ ... ഓലടെ കായി വാങ്ങിച്ചോ.......? എന്നാ ആ ബീരാവു ഹാജിയുടെ പീടികയിലെ കടം വീട്ടിക്കൂടെ.... തേങ്ങാക്കാരൻ കുറുമണിയൻ ബാപ്പുട്ടി ആളെ പറഞ്ഞയക്കാൻ തൊടങ്ങീട്ട് കൊറേ ആയല്ലോ..... അനക്ക് ഒരു കൂട്ടോം ഇല്ല.............."

തേങ്ങ കച്ചവടക്കാരനാണ് കുറുമണിയൻ ബാപ്പൂട്ടി. അയാൾക്ക് തേങ്ങാക്കൂറ്റി വകയിൽ ആയിരത്തി ഇരുന്നൂറ് രൂപ പറ്റായിരിക്കുന്നു. മീനും ചില്ലാനങ്ങളും വാങ്ങാൻ പണം തീർന്നാൽ പിന്നെ തേങ്ങ കച്ചോടക്കാരൻ കുറുമണിയൻ ബാപ്പുട്ടികാക്ക തന്നെയാണ് ശരണം. അയാൾക്കും ഇപ്പോൾ തെങ്ങുകയറാൻ തിരക്കുണ്ട്. പെറ്റമ്മാക്കാണ് തെങ്ങു കയറ്റം കഴിഞ്ഞാൽ ഏറെ പണി. തെങ്ങുകയറ്റം കഴിഞ്ഞാൽ പറമ്പിൽ നിന്നും കൊതുമ്പും അരിപ്പാക്കുടിയും കുലച്ചിലും വലിച്ചുകൂട്ടി വിറകു പുരയിലാക്കണം. തേങ്ങാതാളുകൾ ഒതുക്കിക്കൂട്ടണം. ഓലക്കൂടി ഉരിഞ്ഞ് ചൂലുണ്ടാക്കണം. തേങ്ങ പൊളിച്ചുകഴിഞ്ഞാൽ ചകിരി ഉണക്കി വിറകുപുരയിൽ അടുക്കി വെക്കണം. ഒരു കൊല്ലത്തേക്കുള്ള വിറക് ശേഖരണം രണ്ട് പ്രാവശ്യത്തെ ഓലവെട്ടിക്കയറ്റത്തിൽ നിന്നുമാണ് പെറ്റമ്മ സംഭരിക്കുന്നത്. വീടും അടുക്കളയും പറമ്പും ഭരിക്കുന്നത് പെറ്റമ്മയാണ്. കഴിഞ്ഞ തെങ്ങു കയറ്റത്തിൽ നിന്നും വ്യത്യസ്തമായി ഈ എഴുപത്തി എട്ടാം വയസ്സിൽ പെറ്റമ്മയുടെ തത്തമ്മച്ചുണ്ടുപോലുള്ള വലത്തേ കൈവിരലിൽ ഒരു നവാഗതനുണ്ട്. പണിക്കരുടെ കാവിനടുത്തുള്ള കാരക്കാട് വെട്ടിത്തളിച്ച് വേലായുധേട്ടനാണ് അത് പെറ്റമ്മാക്ക് കൊടുത്തത്. ഇനി ഇത് കുത്തി നടന്നാൽ മതി. അല്ലെങ്കിൽ എവിടെയെങ്കിലും തപ്പിത്തടഞ്ഞ് വീഴും. വേലായുധേട്ടനാണ് പറമ്പിന്റെ വടക്കേ അതിരിൽ താമസിക്കുന്നത്. പുഞ്ചക്കൃഷിക്ക് ഉമ്മയെ സഹായിക്കുന്നത് വേലായുധേട്ടനാണ്. പെറ്റമ്മയുടെ അടുത്ത് മുറുക്കാൻ ഇടിച്ചു കൊടുക്കാനും ധന്വന്തരാദി ഗുളിക തീരുന്ന മുറയ്ക്ക് എത്തിച്ചുകൊടുക്കുന്നതും വേലായുധേട്ടന്റെ ഉത്തര

വാദിത്തമാണ്. അസ്കിതകൾ ഓരോന്നോരോന്നായി കൂടി വരുമ്പോഴും ചേമ്പിന്റെ കട പറിക്കാനും കൂവ പറിച്ച് പൊടിയുണ്ടാക്കാനും പറമ്പിലെ തെങ്ങിന്റെയും തേങ്ങയുടെയും ഉടമസ്ഥതയിൽ നിന്ന് പെറ്റമ്മ പിന്നോട്ട് പോകുന്ന പ്രശ്നമില്ല. ഈയിടെയായി പെറ്റമ്മാടെ മുതുക് നന്നായി വളഞ്ഞിരിക്കുന്നു. കോന്തലയുടെ കനം കുറഞ്ഞു. എങ്കിലും ഏന്തിവലിഞ്ഞും തപ്പിത്തടഞ്ഞും കാരവടിയും കുത്തി പെറ്റമ്മ പറമ്പിലൊക്കെ നടക്കും. കാതിലെ തോടയും ചുറ്റും പെറ്റമ്മ നില്ക്കുമ്പോൾ കുലുങ്ങിക്കുലുങ്ങി ചിരിക്കും, പിന്നെ തെങ്ങിൻ മുകളിലേക്ക് മങ്ങിയ കാഴ്ചകളെ കയറൂരി വിടും.

ആ തെങ്ങിന്റെ കുല ഞാന്നിരിക്കുന്നു. ഇതിമ്മന്ന് വീണ തേങ്ങ ആരാണ് എടുത്തുകൊണ്ടു പോയിരിക്കുന്നത്. വാഴക്കാടനോ മറ്റോ ആയിരിക്കും. ഇന്നലെ ഓൻ ആ ഇടവഴിയിലൂടെ നീരുള്ള കാലും വലിച്ചുവെച്ച്നടന്നു പോകുന്നത് കണ്ടിരുന്നു.

നാട്ടിലെ പേരുകേട്ട കള്ളനാണ് വാഴക്കാടൻ. കാർഷിക വിഭവങ്ങളാണ് വാഴക്കാടന് ഏറെ ഇഷ്ടം. രാത്രി ആരും കാണാതെ പറമ്പുകളിലെ തേങ്ങ പിരിച്ചുകൊണ്ടുപോകും. അടുത്ത കയറ്റത്തിനേ അത് അറിയൂ. തെങ്ങുകയറ്റക്കാർ കുലച്ചിലിലെ ചീന്തിയ പാടു നോക്കി പറയും. വാഴക്കാടൻ തേങ്ങ പിരിച്ചിരിക്കുന്നു. ആട്, കോഴി, കുമ്പളങ്ങ, നല്ല ചള്ള് വെള്ളരിക്ക ഏതെങ്കിലും പറമ്പിൽ ഇതൊക്കെ കണ്ടാൽ അയാൾ കണ്ണ് വെക്കും. രാത്രി പതുങ്ങിപ്പതുങ്ങി വന്ന് കട്ടുകൊണ്ടു പോകും. വാഴക്കാടൻ പറമ്പിന്റെ ഏതെങ്കിലും ഭാഗത്തുകൂടി പോകുന്നതു കണ്ടാൽ പെറ്റമ്മാക്ക് ഇരിക്കപ്പൊറുതിയില്ല. തലയിലെ വെള്ളത്തട്ടം മൂന്നായി മടക്കി. നരച്ച മുടിയിഴകളിലേക്ക് മറിച്ചിട്ട്, പെൺകുപ്പായത്തിന്റെ ചുവന്ന നാട തിരിപ്പിടിച്ചുകൊണ്ട് പെറ്റമ്മ മാട്ടത്തിന്റെ അറ്റത്ത് നില്ക്കുകയാണ്. കാരവടിയിൽ ഊന്നിയ തത്തമ്മച്ചുണ്ടുള്ള തള്ളവിരലിൽ ദസ്ബി തൂങ്ങിക്കിടക്കുന്നു. “അല്ല മോനെ... തെങ്ങു കയറാൻ കുഞ്ഞടിമൂ എന്നാണ് വരുന്നത്..?”

“നാളെ എന്തായാലും വരാന്നാണ് പറഞ്ഞിരിക്കണത്...” ഒരു ദിക്കുറും കൂടി ചൊല്ലി അപ്പോഴേക്കും ഒരു ദസ്ബിമണി ഉള്ളംകൈയ്യിലേക്ക് കയറിയിട്ടുണ്ടാകും.

“പെറ്റമ്മ പറമ്പിലൊന്നും ഇങ്ങനെ ഇറങ്ങിനടക്കേണ്ട.... പൂട്ടി മണ്ണ് മറിച്ചിട്ട പറമ്പല്ലേ. കെട്ടി മറിഞ്ഞ് വീഴും.”

“നാളെ എന്തായാലും വരാന്നാണ് പറഞ്ഞിരിക്ക്ണത്...” പെറ്റമ്മ കേട്ട മട്ടില്ല. ഈയിടെയായി കേൾവിയും കുറഞ്ഞ മട്ടുണ്ട്. ചോദിച്ചതിനല്ല സമാധാനം പറയുക.

പെറ്റമ്മ രാവിലെ ഉണ്ടാക്കിത്തരുന്ന കൈപ്പത്തിരികൾ ഇപ്പോൾ നിന്ന മട്ടാണ്. പുന്നല്ലരി വെള്ളത്തിലിട്ട് വെച്ചിരുന്നു. ശേഷം നല്ല ജീരകം ചേർത്ത് പെറ്റമ്മ തന്നെയാണ് പതുക്കെപ്പതുക്കെ ഏന്തിവലിഞ്ഞ് പോയി അത് അമ്മിയിലിട്ട് അരയ്ക്കുക. ചേമ്പിന്റെ വാട്ടിയ ഇലയിൽ ചേർത്ത് വെച്ച് പലകയിൽ വെച്ച് തന്റെ തടിച്ച് പരന്ന വിരലുകൾകൊണ്ട് അത് നന്നായി പരത്തുന്നു. പെറ്റമ്മയുടെ തത്തമ്മച്ചുണ്ടുള്ള തള്ളവിരലിന്റെ അടയാളങ്ങൾ പത്തിരിയിൽ ഒരു ഐ എസ് ഒ മുദ്രയായി പതിഞ്ഞുകിട

പ്പുണ്ടാകും. മൺചട്ടിയിൽ വെന്ത പെറ്റമ്മപ്പത്തിരികൾ കരിഞ്ഞ തേങ്ങയുടെ തേങ്ങാപ്പീരയൊഴിച്ച് ഒരു രണ്ടുമൂന്നെണ്ണം കഴിച്ചിട്ടാണ് ഇബ്രാഹിം മുസ്ലിയാരുടെ മദ്രസ്സയിലേക്ക് ഓതാൻ പോകുക.

രാത്രി ഉറക്കം പിടിച്ച് വരുമ്പോൾ പെറ്റമ്മ ഉമ്മയെ വിളിക്കുന്നത് കേട്ടു.

"ആ കോഴിക്കൂടിന്റെ വാതിലടച്ചില്ലേ............. കുറുക്കനും കോക്കാൻ പൂച്ചയും നായയുമൊക്കെ വന്ന് കോയീനെ പിടിക്കോലോ.. ബീവാ... ബീവാ... ബീവാ...എടീ ബീവാ... കോഴിക്കൂട് അടച്ചില്ലേ... കോഴിക്കള് അല്ലേ ആ നൊലോളിക്കണത്..........ആ സൂലൈമാൻ നബിയുടെ കോഴീനെ കുറുക്കൻ പിടിച്ചാ അതിന്റെ കളി മാറൂട്ടോ" ഇജാസിന് മാറാത്ത വയറുവേദന വന്നപ്പോൾ ഡോക്ടർമാരെയും വൈദ്യന്മാരെയും ഒന്നും കാണിച്ചിട്ട് മാറാതായപ്പോൾ പെറ്റമ്മ തന്നെയാണ് സുലൈമാൻ നബിയുടെ പേരിൽ ഒരുകോഴിയെ നെയ്യത്താക്കിയത്. ആ കോഴി ചില്ലറക്കാരനൊന്നുമല്ല. സകല മനുഷ്യന്മാരെയും കൊത്താൻ വരും. അതുകാരണം അടുത്ത വീട്ടിലെ കുട്ടികളൊന്നും ഇപ്പോൾ പറമ്പിലേക്ക് മാങ്ങ പെറുക്കാനോ ഞാവൽപഴം പെറുക്കാനോ വരാതെയായി. അന്നു തന്നെ രാത്രി അസാധാരണമായ വിധത്തിൽ അക്ഷരസ്ഫുടതയോടെ പെറ്റമ്മ അവരുടെ ചെറുമക്കളെ നീട്ടിവിളിച്ചു.

ഇജാസ് മൊഹ്യുദ്ധീനെ..

അഹമ്മദ് കബീറെ..

മുഹമ്മദ് ഉസ്മാനെ................................

ഉമ്മർ മൊഹ്യുദ്ധീനെ...........

കിടക്ക പായയിൽ നിന്നും പെറ്റമ്മാടെ നീട്ടിവിളിയിലേക്ക് ഞങ്ങൾ ഓരോരുത്തരായി വന്നണഞ്ഞു.

അതിനെന്തോ ഒരു സുഖമില്ലായ്മ പോലെ പുത്തൻ പള്ളിക്കലെ മൂപ്പരെ വെള്ളം വെള്ളവും വെളിച്ചെണ്ണയും ഉമ്മ അവരുടെ മുഖത്ത് തളിക്കുകയും പുരട്ടുകയും ചെയ്തു. വിറയ്ക്കുന്ന കൈത്തലം പിടിച്ച് പെറ്റമ്മ പ്രവചനസ്വരത്തോട് എന്തൊക്കെയോ പറയുന്നു. തോടയും ചിറ്റും ആ ഇരുട്ടിലും തിളങ്ങിക്കൊണ്ടിരുന്നു. എന്തൊക്കെയോ പിറുപിറുക്കുന്നു. പുറത്തെ കൂരാകൂരിരുട്ടിൽ നിന്നും സുലൈമാൻ നബിയുടെ കോഴി കൊക്കികൊക്കി കരയുന്നു.

കോഴി കൂകുന്നതിലും മുന്നെ പെറ്റമ്മ എഴുന്നേറ്റിരുന്നു. കാരവടികൾ പെറ്റമ്മയെ വിളിച്ചു കൊണ്ടുപോകുന്ന ശബ്ദം കേട്ടു.

"ഇന്നല്ലേ കുഞ്ഞടിമൂ വരാമെന്ന് പറഞ്ഞിട്ടുള്ളത്."

രാവിലെ തന്നെ കുഞ്ഞടിമൂം മകൻ വേലായുധനും വന്നു. തെങ്ങുകയറ്റമാണ്. തഴമ്പും തളപ്പും ഒറ്റമരത്തിലേക്ക് കുതിക്കാൻ തുടങ്ങി. പറമ്പിൽ തേങ്ങയും മടയും അരിപ്പാകുടികളും കുലച്ചിലുകളും നിറഞ്ഞു. കബർ കുത്തുന്ന മെയ്താക്കാന്റെ വീടർ പാത്തുണ്ണിതാത്തയും അമ്മുട്ടിയും വള്ളിയമ്മവും ഓല പെറുക്കിക്കൂട്ടുന്നു. ഞങ്ങൾ കുലച്ചിലിൽ പിടിച്ച് വലിയ തേങ്ങാക്കുലകൾ ഇരിമ്പാം പുളിയുടെ ചുവട്ടിലും പാലച്ചുവട്ടിലും ഒരുക്കിക്കൂട്ടി. പെറ്റമ്മാക്ക് ഒരു ഇളനീർ ഇട്ട് ചെത്തിക്കൊടുക്കൂ കുഞ്ഞ

ടിമൂ. മോണയിലേക്ക് ഇളനീരിന്റെ മൂട് മുത്തിക്കുടിച്ച് പെറ്റമ്മ മുണ്ടിന്റെ കോന്തലകൊണ്ട് മോറ് തുടച്ചു. മുറുക്കാൻ ഇടിച്ചു തുപ്പുന്ന ഉരലിലിട്ട് അടക്കയും വെറ്റിലയും ഇടിച്ചുകുത്തുമ്പോൾ പെറ്റമ്മ പറയുന്നത് കേട്ടു. 'അമ്മുട്ട്യേ... ആ ഓലേടെ അടിയിലൊക്കെ തേങ്ങ ഉണ്ടാകും' മുമ്പാരത്ത് ഇരിക്കപ്പൊറുതി ഇല്ലാതെ പെറ്റമ്മ ഒറ്റക്കിരുന്ന് തൗതാരിക്കുന്നത് കേട്ടു.

ഒന്നാ ഒന്ന് രണ്ടാ രണ്ട് മൂന്നാ മൂന്ന്....... തെങ്ങുകയറ്റം കഴിഞ്ഞു. പിള്ളത്തണ്ടിൽ പൊതിയെലത്തേങ്ങ പിരിച്ചുകെട്ടി. മൂർച്ചയുള്ള മടവാൾ കൊണ്ട് കാമ്പുള്ള തേങ്ങകളുടെ ചകിരി കൊത്തി. അടയാളമിട്ട തേങ്ങകൾ ഈരണ്ടായി പിരിച്ചു കെട്ടുന്നു കുഞ്ഞടിമൂ. പിള്ളത്തണ്ടിന്റെ രണ്ടറ്റത്തും കയറ്റക്കാരുടെ തേങ്ങകളായി അവ കൂട്ടിക്കെട്ടി. കുഞ്ഞടി മൂന്റെ കനത്ത ചുമല് നടന്നു നീങ്ങുന്നു. കുഞ്ഞടിമൂന്റെ സംഘം തെ ങ്ങുകയറ്റം കഴിഞ്ഞ് മടങ്ങുന്നു. ആയിരത്തി മുന്നൂറ് കൈയിന് രണ്ടാ യിരത്തി അറന്നൂറ് തെങ്ങയുണ്ട്. കയ്യാലയുടെ ചുമരിൽ കുഞ്ഞടിമൂ എഴു തിവെച്ചു. രണ്ടായിരത്തി അറന്നൂറ് നൽത്തേങ്ങ. പേടും തെരുവും വാടലും കൊത്തി വേറെയാക്കിയിട്ടിട്ടുണ്ട്. അത് അരയ്ക്കാൻ വേണ്ടി വെണ്ണീറിൻ പുരയിലേക്ക് കൊണ്ടുപോകുന്നു. പൂച്ചൂടി ഐസാത്ത. തെങ്ങുകയറ്റമാ യതിനാൽ നാല് തേങ്ങ കിട്ടുമല്ലോ എന്ന് വിചാരിച്ച് വന്നിരിക്കുകയാണ് ഐസാത്ത. ഉമ്മാക്ക് പേറ്റുനോവടുക്കുമ്പോൾ പിന്നെ കാര്യങ്ങൾ നോ ക്കുന്ന ആളാണ് പൂച്ചൂടി ഐസാത്ത. നാട്ടിലെ പേരുകേട്ട വെള്ളം വീത്തി. നല്ല രസമാണ് പൂച്ചൂടി ഐസാത്തയുടെ ബിസായം കേൾക്കാൻ. തെങ്ങു കയറ്റം അറിഞ്ഞ് വടിക്കിനിയിൽ ഇരിക്കുന്നുണ്ട് തെണ്ടി നെബീസാത്ത. ഉമ്മ രണ്ട് തേങ്ങ തെണ്ടിനബീസാത്താക്കും കൊടുത്തിട്ടുണ്ട്.

കുറമണിയൻ ബാപ്പുട്ട്യാക്കായുടെ പെരയിൽ പോയി തെങ്ങുകയറിയ വിവരം പറഞ്ഞു. മടങ്ങി വരുമ്പോഴാണ് പെറ്റമ്മ വടിയും കുത്തി പതുക്കെ പതുക്കെ കുനിഞ്ഞ് പോകുന്നത് കണ്ടത്. കൂട്ടിവെച്ച ഓലയുടെ അടിയിൽ നിന്നും കാറ വടികൊണ്ട് കുത്തിനോക്കുന്നു. ഇപ്പോൾ ഒരു കൈയിൽ ഒരു വലിയ മൺകട്ടയുമേന്തി പെറ്റമ്മ പതുക്കെപ്പതുക്കെ നടന്നു വരുന്നു.

“ഇതെന്താ പെറ്റമ്മ...............”

“ഈ തേങ്ങ എന്താണ്ടീ എടുക്കാത്തത്..........?” ദേശ്യം വന്നാൽ പെറ്റമ്മ എടീ എന്ന് വിളിച്ചാണ് ശകാരിക്കുക.

“തേങ്ങയോ ഇത് മണ്ണിൻ കട്ടയല്ലേ ....!” വടിക്കിനിയിൽ പോയി ഞാൻ ഉമ്മയെയും സെലീനയെയും വിളിച്ചുകൊണ്ടു വന്നു. മണ്ണിൻ ക ട്ട തേങ്ങയായിരിക്കുന്നു.

“ചന്നിയുടെ തുടിക്കമാണെന്ന് തോന്നുന്നു. അതിന് അത്തും പുത്തും വന്നിരിക്കുന്നു..........” ഉമ്മ വിഷമത്തോടെ പറഞ്ഞു. ചകിരി പൊളിച്ച് പിളരാൻ വേണ്ടി കാത്തിരിക്കുന്ന തേങ്ങാക്കണ്ണുകൾ വേദനയോടെ എത്തിച്ചുനോക്കി. പെറ്റമ്മയെ മുമ്പാരത്തെ തിണ്ണയിൽ ഞങ്ങൾ കൈ പിടിച്ച് കയറ്റുമ്പോഴാണ് സൂരിത്തുണിയുടെ മൂട് നനഞ്ഞിരിക്കുന്നത് കണ്ടത്. കൈയിലെ ദസ്ബിയും കാണാനില്ല. ഒരു കുടം വെള്ളം കൊ ണ്ടുവരാൻ പറഞ്ഞു ഉമ്മ. പെറ്റമ്മയെ അകത്തെ തണ്ടാസിൽ കൊണ്ടു

പോയി കുളിപ്പിച്ചു. കട്ടിലിൽ ഇരുത്തി.

"ഉമ്മ ഇനി പുറത്തേക്കൊന്നും പോകണ്ട. പറമ്പിൽത്തെ കാര്യമൊക്കെ ഞങ്ങള് നോക്കിക്കോളാം... ഇവിടെ അടങ്ങി ഒതുങ്ങി ഇരുന്നാൽ മതി." സുലൈമാൻ നബിയുടെ ആ ഒറ്റയായ പൂവൻകോഴിയുടെ വിധി വിഹിതത്തിന്റെ ഭയപ്പകർച്ചകളിലേക്ക് പതിഞ്ഞു വിറച്ച കൊക്കരക്കോയിലേക്ക് കോഴിക്കൂട്ടിലെ 12 കോഴികളും ഐക്യദാർഢ്യപ്പെട്ടു. 13 കൊക്കരക്കോകൾ ഇരുട്ടിന്റെ മുഖദാവിൽ നിന്നും ഒരുമിച്ചുയർന്നു.

മണ്ടകത്തെ മൂച്ചിപ്പലകയുടെ കട്ടിലിൽ കാരവടിയുടെ ഏകാന്തത പെരുകി. സുബഹിക്ക് ഉണർന്ന് കോഴിക്കൂട് തുറന്ന് വെക്കാറുള്ള തള്ളവിരലിന്റെ തത്തമ്മച്ചുണ്ടുകൾ കാണാതെ കോഴിക്കൂടുകൾ പലവട്ടം കൂകി. പെട്ടെന്ന് ഉണരുന്ന മട്ടില്ല. കട്ടിലിന്റെ കാലിന്റരികെ ഒരു തണവ് കാത്തു നിന്നു. ആ തണവ് മനസ്സിലാക്കി പെറ്റമ്മയുടെ നെഞ്ചിൽ നിന്നും കഭക്കെട്ടിന്റ സങ്കീർത്തനം പെരുകി വന്നു. ഉമ്മയും ഞങ്ങളും പലവട്ടം പെറ്റമ്മയോട് നിസ്കരിക്കേണ്ടേ എന്ന് വിളിച്ച് ചോദിച്ചെങ്കിലും നെഞ്ചിലെ നേർത്ത കുറുകൽ മാത്രം കേട്ടു.

ഓത്തുപള്ളി വിട്ട് വന്നപ്പോൾ ഉമ്മ വേലായുധൻ ഡോക്ടറെ വിളിക്കാൻ എരമംഗലത്തേക്കു എന്നെ പറഞ്ഞയച്ചു. മെയ്ദീൻ ശൈഖിന്റെ പേരിൽ ഒരു ഖത്തം ഓതാൻ വേണ്ടി ഇബ്രാഹിം മുസ്ല്യാർക്ക് കൊടുക്കാൻ പത്ത് രുപയും തന്നു.

അങ്ങാടിയുടെ തെക്കുഭാഗത്തുള്ള റൈസ് മില്ലിന്റെ അപ്പുറത്തെ വാടക വീട്ടിലാണ് വേലായുധൻ ഡോക്ടർ താമസിക്കുന്നത്. വലിയകുള ചുറ്റി എളുപ്പവഴിയിലൂടെ കുളവാഴപ്പച്ചകൾ താണ്ടി ഡോക്ടറുടെ വീട്ടിലെത്തി. നിറയെ ആൾക്കാരുണ്ട്. രോഗികൾ അവിടവിടെയായി നില്ക്കുകയും ഇരിക്കുകയും ചെയ്യുന്നു. മാറഞ്ചേരിയിലും പെമ്പടപ്പ് പുത്തൻ പള്ളിയിലും പൂന്നൂക്കാവിലുമൊക്കെ പല സ്പെഷ്യലിസ്റ്റ് ഡോക്ടർമാരൊക്കെയുണ്ടെങ്കിലും നാട്ടുകാർക്ക് വേണ്ടത് വേലായുധൻ ഡോക്ടറെയാണ്. വേലായുധൻ ഡോക്ടർ സ്റ്റെതസ്കോപ്പു വെച്ച് ഞങ്ങളുടെ നെഞ്ചിൻ കൂടിലേക്ക് ചെകിടോർക്കുമ്പോഴേക്കും സൂക്കേട് പകുതി മാറിയിരിക്കും. തെങ്ങുകയറാൻ വരുന്ന കുഞ്ഞടിമൂന്റെ കുടുംബക്കാരനാണത്രേ വേലായുധൻ ഡോക്ടർ. ഡോക്ടർ ഭാഗം പഠിക്കാൻ പോയിരുന്നില്ലെങ്കിൽ വലിയ ഉയരങ്ങളിലേക്ക് എത്തേണ്ട ആളാകുമായിരുന്നു താനെന്ന് വേലായുധൻ ഡോക്ടർ പറയുമായിരുന്നു. ഡോക്ടറുടെ കുടുംബക്കാരൊക്കെ തെങ്ങു കയറ്റക്കാരായിരുന്നു. തിരക്കൊഴിഞ്ഞു. ഇപ്പോൾ ഡോക്ടർ മാത്രമേ അകത്തൊള്ളൂ. പുള്ളിവിരിയിട്ട കർട്ടൺ മാറ്റി അകത്തു കടന്നു. ഉയരം കുറഞ്ഞ് കറുത്ത് തടിച്ച ഒരാൾ. കള്ളിത്തുണിയാണ് ഉടുത്തിരിക്കുന്നത്. ഡെറ്റോളിന്റെ മണം. "വീട്ടിൽ വല്യുമ്മ സുഖമില്ലാതെ കിടക്കുകയാണ്" ഒന്നും മിണ്ടുന്നില്ല. "ഡോക്ടർ ഒന്ന് വന്ന് നോക്കണം."

"കുറച്ചുനേരം പുറത്തിരിക്കുക... ഞാനിപ്പോൾ വരാം." രണ്ട് മൂന്ന് മിനിറ്റിനകം ബാഗും തൂക്കി ഡോക്ടർ പുറത്തേക്കു വന്നു.

"കാർ വിളിച്ചിട്ടു വരാം."

"വേണ്ട ഇവിടെ അടുത്താണെന്നല്ലേ പറഞ്ഞത്"

"അതെ.... ബാപ്പുട്ടി ഹാജിയുടെ തൊട്ട് വടക്കേ വീടാണ്." ഡോക്ടറുടെ ബാഗും തൂക്കി ഞങ്ങൾ വലിയകുളത്തിന്റെ അരികിലുള്ള പാടവരമ്പിലൂടെ നടക്കാൻ തുടങ്ങി. തിരിഞ്ഞുനോക്കുമ്പോൾ വരമ്പത്ത് സൂക്ഷിച്ച് ചെരുപ്പ് കാലിൽ ഉറപ്പിച്ച് കുപ്പായത്തിന്റെ കുടുക്കുകളുമിട്ട് ഡോക്ടർ എന്നെ അനുഗമിക്കുന്നു. നീർക്കോട്ടയിൽ പറമ്പും കടന്ന് പണിക്കരുടെ കാവിനെ വലം വെച്ച് ഞങ്ങൾ വീട്ടിലെത്തി. അമ്മാമനും അമ്മായിയും മുമ്പാരത്ത് ഇരിക്കുന്നു. കുഞ്ഞിമ്മ കിണ്ണത്തിൽ നിന്നും വെള്ളം കോരുന്നു. മുറ്റമടിക്കുന്ന കാർത്ത്യാനി അമ്മയും കുഞ്ഞടിമൂന്റെ ഭാര്യ അമ്മുവും കിണറ്റിൻ കരയിൽ പാത്രം കഴുകുന്നു. സുലൈമാൻ നബിയുടെ കോഴിയും ധർമ്മ പത്നിമാരും ചേമ്പിന്റ കട ചിക്കിപ്പരത്തുന്നു. ഡോക്ടറെ കണ്ടതും എല്ലാവരും ബഹുമാനത്തോടെ മാറിനിന്നു. തിണ്ണയിലുണ്ടായിരുന്ന കോഴിക്കാട്ടം ഉമ്മ ആരും കാണാതെ ചകിരിപ്പൂന്തലുകൊണ്ട് തുടച്ച് മുറ്റത്തേക്കിട്ടു. ആടിനുകൊടുക്കാനുള്ള ഇലയുടെ കെട്ട് സെലീന എടുത്ത് മാറ്റി വെച്ചു. ചുമരിന്റെ പൊത്തിലൂടെ താത്തമാർ ഉമ്മറത്തു വന്ന ഡോക്ടറെ ഒറ്റക്കണ്ണുകൊണ്ട് നോക്കി. അകത്ത് അടക്കിപ്പിടിച്ച സംസാരം. വേലായുധൻ ഡോക്ടർ വന്നിട്ടുണ്ട്.

"എവിടെയാണ് രോഗി കിടക്കുന്നത്."

"മണ്ടകത്താ..........." ഉമ്മ അടുപ്പൂതി ഓലക്കുടി കത്തിച്ചു. കുപ്പിവിളക്ക് കൺ തുറന്നു.

"ഒന്നും കാണുന്നില്ലല്ലോ..." ഡോക്ടർ വിളക്ക് പെറ്റമ്മയുടെ മുഖത്തേക്ക് അടുപ്പിക്കാൻ പറഞ്ഞു. കൺപോളകൾ വിടർത്തി പെറ്റമ്മയുടെ കണ്ണിലേക്ക് നോക്കി. ബാഗ് തുറന്ന് എവറടിയുടെ രണ്ട് കട്ട ടോർച്ചെടുത്ത് ഞെക്കി. ചെന്നിയിലും നെഞ്ചിലും കൈവെച്ച് നോക്കി. നാഡി പിടിച്ചു. ബാരോ മീറ്ററിൽ രസം നിരപ്പ് ഉയർന്നു. പിന്നെ വല്ലാതെ താഴ്ന്നു. ആരോ വീശാൻ പാള കൊണ്ടുവന്നു.

"ഇതുകൊണ്ട് വീശിക്കൊടുക്കുക വെളിച്ചമുള്ളിടത്ത് കിടത്തണം." ഡോക്ടർ എല്ലാവരോടുമായി പറഞ്ഞു. ഒന്നും പറയാതെ ഡോക്ടർ പുറത്തേക്കു വന്നു. ബാഗെടുക്കാൻ പറഞ്ഞു. പൈസ കൊടുത്തത് വാങ്ങാൻ കൂട്ടാക്കാതെ വേലായുധൻ ഡോക്ടർ മുറ്റത്തേക്കിറങ്ങി. കിണറ്റിൻ കരയിൽ കപ്പിയുടെ കരച്ചിൽ കേൾക്കുന്നു. മരുന്നൊന്നും വേണ്ട തൊണ്ണൂറ് ദിവസം കഴിയട്ടെ. വലിയ കുളവും പാടവും ചുറ്റും ഡോക്ടറെ വീട്ടിൽ ചെന്നാക്കി. ഡോക്ടറുടെ വീട്ടിൽ രോഗികളുടെ തിരക്ക് തടിച്ചു വന്നിരിക്കുന്നു. വീട്ടിലെത്തയപ്പോൾ തേങ്ങ പൊളിക്കാൻ കുറുമണിയൻ ബാപ്പുട്ട്യാക്കായുടെ തേങ്ങ പൊളിക്കാർ വന്നിരിക്കുന്നു. ചകിരയിൽ നിന്നും പ്രാണൻ വേർപെടുമ്പോൾ കരയുന്ന തേങ്ങയുടെ വേദന പാർക്കോലുകൾ പകുത്തെടുക്കുന്നു. പറമ്പിൽ ഓല മെടയുന്നവരും, ഓല ചീന്തുന്നവരുമുണ്ട്. പെറ്റമ്മാക്ക് സുഖമില്ലാത്ത വിവരം അവരും അറിഞ്ഞിരിക്കുന്നു.

"നല്ല ഒരു തള്ളയായിരുന്നു.......... ഈ പറമ്പിൽ കൂടി ഒന്ന് പോയാൽ മതി പ്പോ വിളിക്കും........... ചായ കുടിച്ചിട്ട് പൊക്കോളീ............... എപ്പളും

നിസ്കാരോം ഓത്തും ഒഴിഞ്ഞ നേരമില്ല........" ഓല മെടച്ചിലുകാർ തമ്മിൽ തമ്മിൽ പറയുന്നു.

പെറ്റമ്മയെ കാണാൻ അയൽവാസികളും ബന്ധുക്കളും വന്നും പോയും ഇരുന്നു. ഞങ്ങൾ മണ്ടകത്ത് പെറ്റമ്മയുടെ കട്ടിലിനരികിൽ നിന്നും മാറാതെ ഇരുന്നു. ബീരാവുഹാജിയുടെ പീടികയിൽ നിന്നും രണ്ട് കിലോ ശർക്കരയും അഞ്ച് കിലോ പഞ്ചസാരയും അരക്കിലോ ചായ പ്പൊടിയും വാങ്ങി. കിടപ്പിലായ പെറ്റമ്മയെ കാണാൻ വരുന്നവർക്ക് കൊടു ക്കാൻ എപ്പോഴും ചായ തിളപ്പിച്ചു വെച്ചിട്ടുണ്ടാകും. ആണുങ്ങൾക്ക് പഞ്ച സാരച്ചായ പെണ്ണുങ്ങൾക്ക് ശർക്കരച്ചായ. തേങ്ങാ പറ്റ് കഴിച്ച് 300 രൂപ കുറുമണിയൻ ബാപ്പുട്ട്യാക്ക കൊടുത്തയച്ചു. പെറ്റമ്മ വിറ്റ ഓലയുടെ പണം കബർ കുത്തുന്ന മെയ്ദാക്കയും കൊണ്ടുവന്ന് തന്നു. ഗൾഫി ലുള്ള ഇക്കാക്കയ്ക്കും ചെറിയ ഇക്കാക്കയ്ക്കും കത്തെഴുതി. പെറ്റമ്മ സുഖമില്ലാതെ കിടപ്പിലാണ് ഒന്നും മിണ്ടുന്നില്ല. ആരെയും തിരിച്ചറിയു ന്നില്ല. രണ്ട് ദിവസം മുന്നെ ചെറുങ്ങനെ ബോധം വന്നപ്പോൾ കുഞ്ഞി മോനെ വിളിച്ച് കരഞ്ഞിരുന്നു. വേലായുധൻ ഡോക്ടറെ വിളിച്ചു കാണിച്ചു. മരുന്നൊന്നും എഴുതിയിട്ടില്ല. ഇനി കോടത്തൂർ പണിക്കന്റെ മോൻ ചന്ദ്രൻ വൈദ്യനെ കാണിക്കണം. എന്ന് സ്വന്തം ഉമ്മ.

രണ്ടാഴ്ച കഴിഞ്ഞപ്പോൾ പെറ്റമ്മാന്റെ കഴുത്ത് വലതുഭാഗത്ത് കർണ്ണ ഞരമ്പ് വീർത്തു വന്നു. കാലിൽ നീരു വരാൻ തുടങ്ങി. കുഞ്ഞിമ്മ അമ്മായി കുഞ്ഞിക്ക എന്നിവർ എപ്പോഴും വന്നും പോയും ഇരുന്നു.

നാളെ രാവിലെ കോടത്തൂരിൽ പോയി അപ്പുപ്പണിക്കന്റെ മകൻ ചന്ദ്രൻ വൈദ്യനെകൊണ്ടു വരണം. സ്കൂളിൽ പോകാതെ ഡ്രൈവർ അപ്പുണ്ണിയുടെ മാർക്ക് ത്രീ അംബാസിഡർ കാർ കോടത്തൂർ ചന്ദ്ര നില യത്തിൽ ബ്രെയിക്കിട്ടു. ദശമൂലാരിഷ്ടത്തിന്റെയും നാല്പാമരാതി തൈ ലത്തിന്റയും മണമുള്ള ആൾക്കൂട്ടം. മുറ്റത്ത് നിറച്ച് രോഗികൾ കാത്തു നില്ക്കുന്നു. വൈദ്യർ നാഡിപിടിച്ച് മിടിപ്പ് നോക്കുന്നു. ആലോചനകൾക്ക് ശേഷം ആ കലുഷിത നയനങ്ങൾ വിടർന്നു വലുതാകുന്നു. കുറിപ്പുക ളെഴുതുന്നു. കഷായത്തിന്റെ നീണ്ട കടലാസുകൾ വലുതായി വരുന്നു.

"എന്താ വരായ വൈദ്യർക്ക്........ എന്തായിട്ടെന്താ മക്കളൊന്നും വൈ ദ്യരുടെ വഴിയില് വന്നില്ല. ഒറ്റപ്പെങ്ങളുണ്ടായിരുന്നത് വൈദ്യം പഠിക്കാൻ വന്ന മാപ്പിള ചെക്കന്റെ കൂടെ ഒളിച്ചോടിപ്പോയി." അടക്കിപ്പിടിച്ച കഫക്കെട്ടുകൾ തുപ്പി നിത്യരോഗിയായി ക്ഷീണം മുഹമ്മദ് മൂച്ചിക്കൂട്ടത്തിന്റെ തണലത്ത് ഇരുന്ന് വിസ്തരിക്കുന്നു. 11 മണിക്ക് വൈദ്യർ ഒറ്റക്കായി. ഗോരോജനാ തി ഗുളികയുടെ മണമുള്ള കാറ്റടിച്ചു. കുപ്പായമിടാതെ തൈലത്തിൻ മണവും മിനുപ്പുമേറ്റ് എണ്ണമയമാർന്ന വൈദ്യദേഹം ഒറ്റവെള്ള മുണ്ട് മടക്കിക്കുത്തി. ഒരു മേശയിൽ കൈമുട്ടുകളൂന്നി സ്റ്റൂളിനാണ് വൈദ്യരുടെ ഇരിപ്പ്.

"വല്യുമ്മാക്ക് സൂക്കേട് ആയി കിടപ്പിലാണ്." ഒന്നും മിണ്ടുന്നില്ല. വൈദ്യർ ഒന്ന് വീടുവരെ വരണം. കാറ് കൊണ്ടുവന്നിട്ടുണ്ട്..

"എവിടെയാണ് വീട്........"

അദ്ദു അധികാരിയുടെ വീടിന്റെ അടുത്താണ്..

വൈദ്യർ അടുത്തുള്ള വീട്ടിലേക്ക് കയറിപ്പേയി. മുണ്ടിന്റെ മേലെ പോളിസ്റ്റർ കുപ്പായവുമിട്ട് വൈദ്യർ ഇറങ്ങി വന്നു.

പണിക്കരുടെ കാവിലൂടെ നടന്ന് വീട്ടലെത്തി. പണിക്കരുടെ പള്ളിത്തെങ്ങിൽ നിന്നും ഒരു ഓല കരിഞ്ഞു നിന്നിരുന്നത് പടപടാ ശബ്ദത്തിൽ താഴെ വീണു. വൈദ്യർ തെങ്ങും ഓലയും മാറി മാറി നോക്കി. വൈദ്യർ മുമ്പാരത്തെ തിണ്ണയിൽ ഇരുന്നു. അകത്ത് വളകിലുക്കങ്ങളും തട്ടത്തിൻതുമ്പുകളും സ്വകാര്യംപറഞ്ഞു. മണ്ടകത്ത് കുപ്പിവിളക്കിന്റെ തിരിയിൽ നിന്നും കരിമ്പുക പരന്നു. ഒരു പഴന്തുണി പോലെ നനഞ്ഞു കിടക്കുകയണ് പെറ്റമ്മ.

ഉമ്മ വിളിച്ചു നോക്കി. ആ കൺപോളയൊന്ന് അനങ്ങി. വൈദ്യർ സാകൂതം രോഗിയെ നോക്കി. നാഡി ഏറെ നേരം പിടിച്ചുനോക്കി. വേലായുധേട്ടൻ ചമ്പത്തെങ്ങിന്റെ ഓല എടുത്തുകൊണ്ടു പോകുന്നു. മരുന്നൊന്നും വേണ്ട ഒരു 90 ദിവസം കഴിയട്ടെ........ വൈദ്യർ മുറ്റത്തേക്കിറങ്ങി.

തെങ്ങുകയറ്റം കഴിഞ്ഞ് ഇപ്പോൾ രണ്ട് മാസമായിരിക്കുന്നു. പെറ്റമ്മാക്ക് വയ്യാതായതിൽ പിന്നെ കുടി നിറച്ചും ആളാണ്. രണ്ട് കിലോ പഞ്ചസാര ഒരു ആഴ്ചയ്ക്ക് തികയുന്നില്ല . ഇക്കാക്കയുടെ കത്ത് വന്നു. പെറ്റമ്മാനെ നല്ലോണം നോക്കണം എന്ന് പ്രത്യേകം എഴുതിയിട്ടുണ്ട്. ആ കത്തെടുത്ത് അവരുടെ തലക്കാമ്പുറത്ത് ഇരുന്ന് വായിച്ചു. ആഴത്തിലേക്ക് നീണ്ടുപോയ ബോധത്തിന്റെ പാളയിൽ വെള്ളം നിറയുന്നത് പോലെ ഒരു ഇറ്റ് കണ്ണീർ പൊടിഞ്ഞു. തടിച്ച മൂക്കുകൾ വിടർന്നു. മുറുക്കിന്റെ പാടുള്ള ചുണ്ടുകൾ അനങ്ങുന്നുണ്ട്. അടഞ്ഞ കൺപോളകൾ പതുക്കെ തുറന്നു. ഒരു തുള്ളി നനവ് ഒട്ടിയ കവിളിലേക്ക് പരന്നൊഴുകി.

വളഞ്ഞ് ബലം പിടിച്ച കൈകാലുകൾ വിടർത്തി ഉമ്മയും താത്തമാരുംകൂടി ഉഴിഞ്ഞ് ഉഴിഞ്ഞ് നേരെയാക്കി. തളവളയായ പെൺകുപ്പായം ഉമ്മ പകുതി മുറിച്ച് കളഞ്ഞ് തുന്നിക്കൂട്ടി. പെറ്റമ്മ മുതുകുവളഞ്ഞ് വടികുത്തി വരുമ്പോൾ ഞാന്നു കടിച്ച അമ്മിഞ്ഞകൾ കാണാതായി. കർണ്ണഞരമ്പ് ചമ്പത്തെങ്ങിന്റെ വേരുപോലെ പൊന്തി വന്നു. തത്തമ്മച്ചുണ്ടുള്ള തള്ളവിരൽ വിളർന്നു വെളുത്ത് അനങ്ങാതെ കിടന്നു.

തെങ്ങുകയറ്റം കഴിഞ്ഞ് മൂന്നുമാസമായി. ഇളംകുലകൾ മധുരം കുടിച്ച് മൂത്ത കുലകളായി. കുഞ്ഞടിമൂന്റെ മടവാളിന്റെ വെട്ടേറ്റ് മടലുകൾ മണ്ണിലേക്ക് അടർന്നുവീഴുന്ന വെണ്ണീറാകുന്ന അടുപ്പുകളെ ഭയത്തോടെ നോക്കി. കുറുമണിയൻ ബാപ്പുട്യാക്കയുടെ കൊപ്രക്കളത്തിലേക്ക് നടന്നുനടന്ന് പുതിയ പറ്റ് വളർന്ന് പെരുകി. അടുത്ത കയറ്റത്തിന്റെ ഓല വാങ്ങാൻ ജാനുട്ടിയും പൂശാരിയും വന്നു. പണിക്കരുടെ കാവിലെ കാഞ്ഞിരത്തിന്റെ അരുകിലുള്ള കാപ്പട്ടാളൻ തെങ്ങ് ഇനിയും കയറിയിട്ടില്ല. അത് പള്ളിത്തെങ്ങാണ്. മൂച്ചിപ്പലകയുടെ കട്ടിലിൽ താളം നഷ്ടപ്പെട്ട ഒരു ദസിബീഹി മാല ചരട് പൊട്ടി കട്ടിലിൻ കാലിൽ തേടിപ്പോയി. ബീരാവുഹാജിയുടെ പീടികയിൽ നിന്നും ഒരു പുതിയ നിസ്കാരക്കുപ്പായവും വീട് തേടി വന്നിട്ടുണ്ട്. ചന്ദ്രൻ വൈദ്യരും വേലായുധൻ ഡോക്ടറും ഗണിച്ചുപറഞ്ഞ തൊണ്ണൂറാമത്തെ ദിവസം..................!!!!!!!

ദേശാഭിമാനി വാരിക ജനുവരി 27/2013

പുഴ കടന്ന് ചെങ്ങണക്കാടും മണലൊഴുക്കിന്റെ കെട്ടിക്കിടപ്പുകൾ

പതിനാല് വർഷമായി കാഴ്ചയിൽ തൂക്കിയിട്ടിരിക്കുന്ന മെലിഞ്ഞുണങ്ങിയ കെട്ടിക്കിടപ്പോ ചിറകരിഞ്ഞ് ചോര ചാറിച്ചുവന്ന് ഒറ്റത്തൂവലാൽ തുഴയുന്ന ഒരു പക്ഷിക്കണ്ണിലെ ഒരിറ്റ് കണ്ണീർച്ചാലോ ആണ് എനിക്കിന്ന് ഭാരതപ്പുഴ. അടയുമ്പോൾ മാത്രം ഒന്നിക്കുന്ന ഗേറ്റ് പോലെ അത് വിമോചിതമാകുന്നു. കാണുമ്പോഴും മുറിച്ചു കടക്കുമ്പോഴും മാത്രം ഈ പുഴ എന്നിൽ (നിന്നാസന്ന മൃതിയിൽ നിനക്കാത്മ ശാന്തി) എന്ന കവിതയായ് ഒരു വേദനയെ ഉള്ളടർത്തി അനുഭവിപ്പിക്കുന്നു. ജലവും അതിന്റെ ഒറ്റയൊറ്റയായ തപഃധ്യാനങ്ങളും മന്ത്രസാന്ദ്രമായ കെട്ടിക്കിടപ്പുകളും സമൃദ്ധമായ കുതിച്ചു ചാട്ടങ്ങളും വളഞ്ഞു പുളഞ്ഞുള്ള ഒഴുക്കുകളും തോട്ടിലും വയലിറമ്പിലും കൈത്തോടിലൂടെയുള്ള സൊറ പറഞ്ഞുള്ള അലസ ഗമനങ്ങളും വെള്ളത്താൽ എന്നെ വളഞ്ഞുവെച്ച എന്റെ ചുറ്റുവട്ടങ്ങളിലുണ്ട്. ചൂണ്ടലിട്ട് ജലപ്പരപ്പിൽ അനങ്ങാതെ കിടക്കുന്ന ഒരു പൊന്തിന്റെ അനക്കങ്ങളിൽ കണ്ണ് കൂർപ്പിച്ച് ജാഗ്രതയോടെയുള്ള ഇരുത്തങ്ങൾ നോക്കിയാണ് കുട്ടിക്കാലം പാടവരമ്പുകളിൽ ജന്മ ലക്ഷ്യങ്ങളുടെ മീൻപിടിച്ചിലുകൾക്കായി കുറച്ചു കാലം കുന്തിച്ചിരുന്നത്. പ്രകൃതി ചൂണ്ടിക്കാണിച്ചു തന്ന ചില ബാലപാഠങ്ങൾ.

കായലും തോടും നാട്ടുകുളങ്ങളുടെ നന്മകളും സമ്മാനിച്ച് ജലകേളികളുടെ നീരാട്ടക്കനവുകൾ. കാൽച്ചുവട്ടിലൂടെ ഒരിക്കൽ പോലും വറ്റാതെ തുറിച്ച കണ്ണിലെ പ്രസാദാത്മകമായ ഉണർവ്വുമായി ബിയ്യം കായൽ എന്ന അംഗശുദ്ധിയോടെ അങ്ങനെ നിറഞ്ഞ് കിടക്കുന്നു. അതിന്റെ ഓളപ്പരപ്പിലെ കാറ്റിനോടൊത്ത് ഇശലുകൾ മൂളി ദേശങ്ങളെ ജലദുന്ദുഭിയിൽ നട്ടുനനച്ച് സ്നേഹഫലങ്ങൾ കൊയ്തെടുക്കാൻ പഠിപ്പിച്ചു. കാഴ്ചയുടെ ജലപൂരങ്ങളുടെ ഉത്സവപ്പറമ്പുകളിൽ പുഞ്ചപ്പാടങ്ങളും മൂന്നു പൂ

വ്വൽ പണിയെടുക്കുന്ന നെൽപ്പാടങ്ങളും ഹരിതാഭമായി ചാഞ്ചാടിക്കളിച്ചു. ബിയ്യം കായലിന്റെ ജലമാംസളമായ കരചരണാദികളെ നരണിപ്പുഴ എന്ന് പേരിന്റെ പൊരുളറിയാതെ പ്രേമത്തോടെ വിളിച്ചു. അങ്ങകലെ ഒഴുകുന്ന

ഭാരതപ്പുഴയുടെ മകളായി അറബിക്കടലിന്റെ പീഡനമേറ്റ് ബിയ്യം കായൽ പുളിവെള്ളത്തിന്റെ ശാപഗ്രസ്തമായ ദുർവ്വിധിയെ പഴിച്ച് കറുത്ത് കരുവാളിച്ച് ചകിരിക്കുഴികളെ ഉദരത്തിൽ പോറ്റി കാലം കഴിക്കുന്നു. ദൂരെ ആയിരക്കണക്കിന് പുഞ്ചനിലങ്ങളിലേക്ക് ബിയ്യം കായൽ കൈകാലിട്ടടിച്ചു. ഈ ബിയ്യം കായലിന്റെ മകളായി ഭാരതപ്പുഴയുടെ ചെറുമോളായി നരണിപ്പുഴ ഇന്നും നിറഞ്ഞ് യൗവ്വനയുക്തയായി നിലകൊള്ളുന്നു. മെലിഞ്ഞുണങ്ങിയ പുഴമുത്തശ്ശിയേക്കാളും കായലിന്റെ ഈ ചെറുമോളെ സമീപസ്ഥമായ ഉപ്പിലിട്ടതിനേക്കാളും വലിയ ഉപ്പില്ലാപ്പുഴയായി ഞങ്ങൾ പേരുകൊണ്ട് വാഴിച്ചു. നരണിപ്പുഴ എന്ന പുഴയല്ലാപ്പുഴ അങ്ങനെയാണുണ്ടായത്.

വെള്ളത്തിന്റെ തടവുകാരായിരുന്നു ഞങ്ങൾ. പടിഞ്ഞാറ് അറബിക്കടലിന്റെ അലർച്ച ചെവിട് ചേർത്ത് വെച്ചാൽ-സിനിമാ കൊട്ടകയിൽ പ്രിയചിത്രങ്ങളുടെ ശബ്ദരേഖയ്ക്ക് കാതോർത്തുവെക്കുന്നതു പോലെ കേൾക്കാം. ബഹറ് ഇരമ്പുകയാണ്. പാതിരാത്രിയിൽ എണീറ്റാൽ ചിമ്മിനിവിളക്ക് മുറ്റത്തുവെച്ച് ഉമ്മയാണ് ആദ്യം കടലിരമ്പം കേൾപ്പിച്ചു തന്നത്. കിഴക്ക് മണ്ണൂപ്പാടത്തിന്റെ അതിരുകൾക്കപ്പുറത്ത് ആനക്കോളിനും എരുമച്ചാംകുഴിക്കും കാവൽ നില്ക്കുന്ന കായൽപ്പരപ്പ്. തെക്കും വടക്കും കിഴക്കും പടിഞ്ഞാറും വെള്ളം തേട്ടി നില്ക്കുന്ന പെരുന്തോടുകളും ചെറുതോടുകളും. പണ്ട് കുളിക്കാൻ വേണ്ടി പോയി പിന്നെ തിരിച്ചു വരാത്ത സൗഹൃദത്തിന്റെ ഓർമ്മകൾ.

നാലാം വയസ്സിൽ തീരെ ഭയപ്പെടുത്താതെ ഒരു ജലമാലാഖ കാലിൽ വഴുക്കിപ്പിടിച്ച് മലക്കുൽ മൗത്തിനെ കാണിച്ചു തരുവാൻ തൊടിയിലെ കുളത്തിലേക്കെന്നെ വിരുന്നിന് കൊണ്ടുപോയിട്ടുണ്ട്. വെള്ളം കുടിച്ച് വീർത്ത് പൊങ്ങിയ കുഞ്ഞുമീൻ കുളക്കരയിൽ ഞാറുപറിക്കുന്ന പെങ്ങളെ മുകൾപ്പരപ്പിൽ വന്ന് കൈമാടി വിളിച്ചു. കുളത്തിലേക്ക് എടുത്തു ചാടിയ സ്നേഹവെപ്രാളം. പരൽമീനിനെ പൊക്കിയെടുത്ത് ഭയപ്പാടില്ലാതെ ജീവിതത്തിലേക്ക് പിന്നെയും വലിച്ചു കയറ്റി. തെങ്ങ് കയറുമ്പോൾ മുപ്പൊളി തെരഞ്ഞെടുത്ത് തോട്ടിലും കുളത്തിലും കൂട്ടിക്കെട്ടിയ പൊങ്ങിൽ നീന്തൽ പഠിച്ച് നാട്ടിലെ സകലമാന കുളങ്ങളിലും കുത്തിമറിഞ്ഞ് ജലകേളികളിലേക്ക് മുങ്ങാംകുളിയിട്ടു. മാർക്കക്കല്ല്യാണത്തിന്റെ അന്ന് ദൂരെ പറളിയിലുള്ള ബന്ധുവീട്ടിലേക്ക് വിരുന്നിന് പോയി. അരയോളം വെള്ളത്തിൽ കല്പാത്തിപ്പുഴയിലെ കരിമ്പാറമൂപ്പന്റെ മുതുകിലിരുന്ന് ജലപൂരങ്ങളെ ആലവട്ടവും വെഞ്ചാമരവും ചൂടി ആഘോഷിച്ചു. ആ മധുരനീരാട്ടിൽ നിന്ന് തിരിച്ചുവന്ന രാത്രി ബന്ധുക്കളും വേണ്ടപ്പെട്ടവരും നാട്ടുകാരുമെന്നെ കസവുതുണിയും വെള്ളക്കുപ്പായവും ഉറുമാലും കെട്ടിയ പുയാപ്ലയാക്കി പെട്രോമാക്സിന്റെ പ്രഭയിൽ ഓടിച്ചിട്ട് പിടിച്ച് കാൽവിടവിൽ നിന്നും ഉണങ്ങിയപാള കീറിയെടുത്തു. വേദനാലഹരിയിലേക്ക് കവച്ചു വെച്ചു കിടത്തി. നടു പിളർത്തിയ ഒരു ഏട്ടമീനിനെ പോലെ ചോരപ്പുഴയിൽ മലർന്നുകിടന്നു.

കായലും പുഞ്ചപ്പാടങ്ങളും തോടുകളും നീർത്തടങ്ങളും ലാളിക്കുന്ന എരമംഗലം എന്ന ചെറുകരയുടെ കുളവാഴക്കൂമ്പിൽ നിന്നാണ് 99 ൽ തിരൂരിലേക്ക് 56 വയസ്സുവരെ നീളുന്ന സ്ഥിരയാത്രയ്ക്ക് ടിക്കറ്റെടുക്കുന്നത്. ഒരു സ്ഥിരം ഒഴുക്കിന്റെ രണ്ടു കരകൾ ചിറകുള്ള ബസ്സിൽ കേറി ഒരു റോഡ് തുഴയൽ. നിളാ മണൽപ്പരപ്പും അതിന്റെ നൂലരഞ്ഞാണവും കാഴ്ചയിൽ തൂങ്ങിക്കിടന്നത് അങ്ങനെയാണ്.

വെള്ളക്കെട്ടുകളുടെ കെട്ടിക്കെടുപ്പിൽ തെക്ക് വടക്ക് ചുറ്റിസഞ്ചാരത്തിൽ നിന്നും ഭാഗ്യം കടാക്ഷിച്ചുതന്ന ഒരു വെക്ടർ അനാലിസിസ് അർത്ഥവും ദിശാബോധവുമുള്ള ഒരു ഹ്യസ്വസഞ്ചാരം തൊഴിൽ സുരക്ഷിതത്വത്തിന് പുറമെ ശിഹാബ് തങ്ങൾ മന്ത്രിച്ചു തന്ന ഐക്കല്ലിന്റെ കൂടെ കിട്ടിയ സാമൂഹിക സുരക്ഷിതത്വത്തിന്റെ ഹൈക്കും അണ്ണാൻ കുഞ്ഞിന്റെ മുതുകിലെ ഹൈക്കുപോലെ അത് കിനിഞ്ഞിറങ്ങി. പുതുമുളകളുണ്ടായി.

കുറ്റിപ്പുറം പാലം കടന്ന് അരികിലൂടെ ഒരു പുഴ.

1999 ഫെബ്രുവരി 15 മുതലാണ് അമ്മയുടെ മുലപ്പാലിനൊപ്പം മകാരസ്വരമായി ചുണ്ടിലേക്ക് ഉള്ളിലെ മലയാളത്തെ ലോകത്തിലേക്ക് സ്ഖലിപ്പിച്ച സ്വരങ്ങളുടെയും വ്യഞ്ജനങ്ങളുടെയും നെല്പ്പാടങ്ങളിലേക്ക് വിതയെറിഞ്ഞ ഭാഷയിലെ നാരായമേന്തിയ കർഷകന്റെ കാഞ്ഞിരക്കുറ്റിയിലേക്കും പനംതത്തയുടെ പച്ചമരത്തണലിലേക്കും ഇച്ചിരിപ്പോരം കാലം ഒരു പുഴയുടെ അരികിലൂടെ അതുമല്ലെങ്കിൽ മറ്റൊരു വഴിക്ക് അതിന്റെ ഉണങ്ങിയ ക്ഷീരവക്ഷസ്സുകൾ മുറിച്ചു കടന്ന് ഒരു ദേശാന്തര സഞ്ചാരിയായത്. അങ്ങനെ അത് മാതൃഭാഷയുടെ ഉണങ്ങിയ അകിട് തേടിയുള്ള ഒരു വേദനായാത്ര കൂടിയായി.

വെള്ളത്തിന്റെ ഒരു കുടം വയറ്റിലൊതുക്കി വലിയകുളം എന്നൊരു വിളിപ്പേരുകൂടിയുണ്ട് എന്റെ മാതൃകത്തിന്. വെള്ളത്തിന്റെ രൂപസൗകുമാര്യങ്ങളിൽ കുടുങ്ങിപ്പോയ കായൽ നിലങ്ങളുടെയും അവയ്ക്ക് കാവൽ നില്ക്കുന്ന പുഞ്ചനെൽപ്പാടങ്ങളുടേയും വിസ്തൃതാകാര ഹരിതചേലകൾ ചുറ്റിത്തിരിഞ്ഞ് കുറ്റിപ്പുറം പാലത്തേയും മല്ലൂർ കയത്തിലെ തേവരെന്ന തെരുവുദൈവത്തെയും ഉള്ളാലെ വണങ്ങി. പുഴ ഒതുങ്ങി ഒതുങ്ങി എല്ലാ സവർണ്ണ പത്തികളുടെയും അതിന്റെ ജെ സി ബി കൈകളിൽ കൂപ്പിനിന്നു. റസ്ക്യൂ ഷെൽട്ടറിൽ അകപ്പെട്ട ഒരു ദേശീയപാതവശം മാത്രമാണിത്. പാലത്തിന് താഴെ അടിയേറ്റ ഒരു നീർക്കോലിയെപ്പോലെ അത് ചത്തിട്ടും ചാകാതെ ഒതുങ്ങിക്കിടക്കുന്നു. പാലത്തിലിരുന്ന് വലത്തോട്ടു നോക്കിയാൽ ആ കണ്ണീർച്ചാലിന്റെ രണ്ടറ്റങ്ങളിലും ജലനീരൂറ്റിക്കുടിച്ച പച്ചപ്പുകൾ. അതിന്റെ ഉച്ചിയിൽ അന്തിമഹാകാളൻ കുന്നിനെ നെറുകയിൽ വെച്ച് സാമുദായിക രാഷ്ട്രീയ കുതിരക്കച്ചവടത്തിന്റെ വൃത്തിയുള്ള കോൺക്രീറ്റ് ആലയിൽ നിന്ന് പുല്ലുതിന്നുന്ന അഭ്യസ്ഥവിദ്യരുടെ ആയുധപ്പുര. ഇടിഞ്ഞകുന്നിന്റെ പള്ളയിൽ പി പി രാമചന്ദ്രൻ എന്ന കവി പറഞ്ഞതുപോലെ തലേന്ന് രാത്രി കളവുപോയ കിണ്ടി

യുടെ ശൂന്യസ്ഥലമായ ആരൂഢങ്ങൾ. ഇനിയുമപ്പുറത്ത് കാലടിയിലിരുന്ന് രസതന്ത്ര അദ്ധ്യാപകനായ മോഹനകൃഷ്ണൻ കാലടി വാഴ്ത്തിപ്പറഞ്ഞ പന്ത് കായ്ക്കുന്ന കുന്നിന്റെ കുറ്റികൾ.

ഇരുപത്തിമൂന്നര ലക്ഷം ചെലവാക്കി 1954 ൽ നിർമ്മിച്ച പാലത്തിന്റെ അപ്പുറത്ത് എന്റെ ലിമിറ്റഡ് സ്റ്റോപ്പ് ബസ് നിന്നു. കുറ്റിപ്പുറത്ത് എത്തിയപ്പോൾ തിരൂർ ബസ് വന്നുനില്ക്കുന്നു. ഇപ്പോൾ പുഴയിലൂടെയാണ് എന്റെ യാത്ര. സമീപത്തെ പുഴയോരം പാർക്ക് അന്ന് വന്നിട്ടില്ല. കാറ്റാടിമരങ്ങൾ ഇളകിയാടുന്നു. കുറ്റിപ്പുറം പാലം വരെ ഇടത്തോട്ട് ചരിഞ്ഞ് കിടന്നുറങ്ങിയ കണ്ണീർക്കണം. നേർത്ത ഒരു നനവ് മാത്രമായി വലത്തോട്ടു നീങ്ങി ഒതുങ്ങിക്കിടക്കുന്നു. രണ്ട് മൂന്നു കിലോമീറ്ററുകൾ റോഡ് നീണ്ട് കിടക്കുന്നു. സ്റ്റോപ്പുകൾ വളരെ കുറവ്. പുഴമണൽ നീന്തിക്കുളിച്ച തലമുറയുടെ വിത്തുകൾ മാന്തിപ്പൊളിച്ച് ആസക്തിയുടെ ചോരപ്പാടുകൾ ചില വൃണങ്ങൾ പഴുത്ത് ചിലതിലൂടെ ചെങ്ങണക്കാടുകളുടെ പൊറ്റകൾ കെട്ടിനില്ക്കുന്നു. അവ ഒരു തലോടലായി കിളിർത്തു നില്ക്കുന്നു. കൊക്കുകൾ അവിടവിടെ കന്നുകാലികൾക്കൊപ്പം മേഞ്ഞുനടക്കുന്നു. പരന്ന് കിടക്കുകയാണ്. ഞാൻ തന്നെ മാന്തിപ്പൊളിച്ച എന്റെ പ്രിയപ്പെട്ട ഭാരതമണൽപ്പുറം. എതിരെ കുലുങ്ങിച്ചിരിച്ചു വരുന്നു ഇരുമ്പു രാക്ഷസനായ മംഗലാപുരം പാസഞ്ചർ. പാളങ്ങൾക്കപ്പുറത്ത് കുന്നുകൾ എത്തിച്ചു നോക്കുന്നു. മേലാകെ അടർന്ന് ചോരയൊലിക്കുന്ന ഒരു കുന്നിന്റെ പള്ള കുറ്റിപ്പുറം റെയിൽവേ സ്റ്റേഷനടുത്തുള്ള ഒരു പതിവുകാഴ്ചയാണ്. പുലരികൾ ഉറങ്ങിയെണീറ്റ് ഊതിയൂതി കണ്ണുകടഞ്ഞ സഹനങ്ങൾ തേച്ച് തിരുമ്മിവെളുപ്പിച്ച വെണ്മകൾ പാളം മുറിച്ച് നടന്നുവരുന്നു. കാട്ടുപുല്ലുകളും കൈതക്കാടുകളും തമ്മിൽത്തമ്മിൽ കിസ്സ പറയുന്നു. പുഴയുടെ വിരലിൽ തൂങ്ങിത്തന്നെയാണ് എന്റെ ചിറകുള്ള ബസ് പായുന്നത്.ചെമ്പിക്കല്ലിലെ ചെമ്പിക്കൽ തിരുനാവായിലെ ഒരു പ്രധാന മണലെടുപ്പുകടവായി ഉടുപ്പുമാറ്റി നില്ക്കുന്നു. നിരന്നു നില്ക്കുന്ന ലോറികളുടെ ഇരമ്പുന്ന മരണസഞ്ചാരം ദീർഘദൂരങ്ങളെ ധ്യാനിച്ച് കൺപാർത്തിരിക്കുന്നു. മൂന്നു ജില്ലകളിലായി മുപ്പതുലക്ഷം പേർക്ക് കുടിവെള്ളം നല്കുന്ന മലപ്പുറം ജില്ലയിലെ ഈ കാമധേനു അറബിക്കടലിലേക്ക് തന്റെ ചെമ്പിച്ച രോഷങ്ങൾ ഇവിടെ വച്ച് ഒളിച്ചു കടത്തുന്നു. ഉണങ്ങാത്ത മുറിവിന്മേൽ/രക്തപ്പുഴ ചേർത്ത് കെട്ടി/പൊറുക്കാത്ത കാലത്തിലേക്ക് കാലുകൾ നീട്ടിവെച്ച് ഈ പുഴമുത്തശ്ശി മുറുക്കിത്തുപ്പിയ ദൂരം മനുഷ്യന് അളന്നെടുക്കാനാകുന്നില്ലല്ലോ. (അളവുകോലുകൾ/ആര്യ ഗോപി).

മാഫിയ എന്ന ഇറ്റാലിയൻ വാക്കുകൊണ്ട് ഡെക്കറേറ്റ് ചെയ്ത ഫ്ളെക്സ് ബോർഡ് പ്രത്യക്ഷപ്പെടുന്ന അദൃശ്യസുന്ദര മദ്ധ്യകേരളത്തിന്റെ പാസുള്ള ചവിട്ടുനാടകങ്ങളാണ് പിന്നെ. വിരിഞ്ഞുവരുന്ന തിരുനാവായയിലെ താമരപ്പാടങ്ങൾ ഗുരുവായൂരമ്പലത്തിലേക്ക് തൊഴുതു പോകാൻ കുടക്കല്ലിനടുത്ത് താമരപ്പാടങ്ങളായി വിരിഞ്ഞുനില്ക്കുന്നു. കേരളത്തിലെ താമരകൃഷി ഭക്തിവ്യവസായത്തിന് അർപ്പിക്കുന്ന പുഷ്പാഞ്ജലികൾ

സൂര്യനെ ധ്യാനിച്ച് കിടക്കുന്നത് തിരുനാവായിലെ ചെമ്പിക്കല്ലിനടുത്താണ്. ഒരു ചെറുതോണി തുഴഞ്ഞ് ചെന്ന് ഒരു മനുഷ്യൻ പൂക്കളറുത്തെടുക്കുന്നു. ഗുരുവായൂരിൽ ഭക്തിയുടെ താമരക്കാട് വിരിയുന്നു.

ചരിത്രത്തിലെ തലയെടുപ്പുള്ള ആഴങ്ങളിലേക്ക് ഗളച്ഛേദം ചെയ്ത് മണ്ണിട്ടുമൂടിയ ചാവേർ വീര്യങ്ങൾ. മണിക്കിണർ കൊടക്കല്ലില്ലാണ്. അതിന് കാവൽ നില്ക്കുന്ന മുത്തശ്ശൻ അരയാലുകളും കുടക്കല്ലിലെ കൊടുംവളവിൽ ചരിത്രം തിന്നു വീർത്ത് ആണ്ടുകിടക്കുന്നു. മാമാങ്കം നീലക്കുറിഞ്ഞികളെ പുഷ്പിച്ച ഒരുപാട് ചുവന്ന പൂവുകൾ ചിതറിക്കിടക്കുന്ന തിരുനാവാ മണപ്പുറത്ത് ഇന്ന് കേരളത്തിലെ ഏറ്റവുമധികം മണൽക്കടത്ത് നടക്കുന്ന കടവുകളിലൊന്ന് രക്തച്ഛവിയോടെ വിളർത്തും ചുവന്നും ചെമ്പിച്ചും നില്ക്കുന്നു. തിരുനാവായ മണലിന് കേരളത്തിൽ വൻ ഡിമാന്റാണ്. പുതിയ കോൺക്രീറ്റിന്റെ എടുപ്പുകൾ കെട്ടിപ്പൊക്കി കേരളത്തിന്റെ കെട്ടുകാഴ്ചകളാക്കുന്ന കെട്ടിടവ്യവസായത്തിന് പശയുള്ള മണ്ണ്.

ലക്ഷങ്ങളും കോടികളും മാറി മാറി വീണ് മാറ്റിപ്പണിഞ്ഞ നമ്മുടെ ഷവർമ നാവുകൾ. ചോദിച്ചറിഞ്ഞ് പരിചയപ്പെടേണ്ട് ഒരു ചെറുപ്പക്കാരനുണ്ട്. നവാമുകുന്ദയിലെ ത്രിവേണി സംഗമത്തിൽ. മുത്തു. ഒരു കാലിന് സ്വാധീനക്കുറവുണ്ട് മുത്തുവിന്. നിറഞ്ഞ മലപ്പുറം ചിരിയും പ്രസാദാത്മകതയും തുറന്ന പെരുമാറ്റവും ശറപറേ എന്നുള്ള ഒഴുക്കൻ ഭാഷണവുമാണ് മുത്തുവിന്റേത്. പുഴയുടെ തെളിനീരൊഴുക്ക് കണ്ടിട്ടാവാം മുത്തു തെളിഞ്ഞ ഒഴുക്കിൽ നിർത്താതെ സംസാരിക്കുന്നതിനുള്ള കാരണം. കുറ്റിപ്പുറം തിരൂർ ബസ്സുകളുടെ ഇഷ്ടതോഴനും ബന്ധുവുമാണ് മുത്തു. എന്നും രാവിലെ എട്ടുമണിക്ക് ഒരു ചെറിയ പ്ലാസ്റ്റിക്ക് സഞ്ചിയിൽ സിഗരറ്റും അല്ലറ ചില്ലറ പാൻപരാഗ് വിഭവങ്ങളുമായി തന്റെ സംവരണസീറ്റിലിരുന്ന് ബസ്സുകളെക്കുറിച്ച്, അവയുടെ സമയാസമയങ്ങളെക്കുറിച്ച്, അതിലെ ജീവനക്കാരെക്കുറിച്ച്, അതിന്നുള്ളിലെ തിരക്കുകളെക്കുറിച്ച് വാചാലനാകുന്നത് കാണാം. നൂറു രൂപയ്ക്ക് താഴെയുള്ള സമത്വസുന്ദര ചെറുലോകമാണ് മുത്തുവിന്റേത്. അൽബുസ്താൻ ബസ്സിൽ നിന്നും ഇരുനൂറ് രൂപ കടം വാങ്ങി സാധനങ്ങളും വാങ്ങി മടങ്ങിപ്പോകുകയാണ് മുത്തു. അത് വൈകുന്നേരമാകുമ്പോഴേക്കും വിറ്റുതീർത്ത് കിട്ടുന്ന ലാഭമാണ് അവന്റെ ഉപജീവനത്തിനുള്ള ബാക്കിപത്രം. അപ്പൊ വൈകുന്നേരമാകുമ്പോഴേക്കും ഒരു മുപ്പതുരൂപ ലാഭം കിട്ടും. ഇങ്ങനെ ജീവിച്ചുപോണ്. ബസ്സുകൾക്ക് ചില്ലറ ശേഖരിച്ചു കൊടുത്താൽ പത്തോ പതിനഞ്ചോ കിട്ടും. അഞ്ചാറു ബസ്സുകൾക്ക് ചില്ലറ കൊടുക്കുന്നുണ്ട് മുത്തു. ബസ്സുകളുടെ സമയം, നമ്പർ, ജീവനക്കാർ, അവയുടെ സമയക്രമങ്ങൾ, അതിൽ ഇനി വരാനിരിക്കുന്ന പണിക്കാർ, ഡ്രൈവർ, കണ്ടക്ടർ, കിളി ഇവരൊക്കെയാണ് അവന്റെ ജീവിതക്രമത്തെ താളനിബദ്ധമാക്കുന്നത്. ബസ്സുകൾക്ക് വേണ്ടി സമയക്രമം പറഞ്ഞുകൊടുക്കുന്നതും മുത്തുവാണ്. ഓരോ ബസ്സിൽ നിന്നും അഞ്ചോ പത്തോ രൂപ കിട്ടും.

ഈ ചില്ലറകളാണ് നാലംഗങ്ങളുള്ള അവന്റെ കുടുംബത്തിനെ മുന്നോട്ടു നയിക്കുന്ന ജീവനോപാധി. നാവാമുകുന്ദ സ്റ്റോപ്പ് കടവിന് സമീപമുള്ള കൊച്ചുകടയിൽ മുത്തു പുറത്തേക്ക് നോക്കിയിരിക്കുന്നുണ്ടാവും. ഏതെങ്കിലും ബസ്സ് കണ്ടാൽ പ്ലാവില കണ്ട ആട്ടിൻകുട്ടിയെപ്പോലെ മുത്തു ഉഷാറാകും. ബസ്സുകളുടെ ഇരമ്പമാണ്, അതിന്റെ ആക്സിലേറ്ററിന്റെ മുഴക്കമാണ് അവന്റെ ഓക്സിജനും കാർബൺ ഡൈ ഓക്സൈഡും. അവയുടെ ഹോണടി മുത്തുവിന് യേശുദാസിന്റെ പാട്ടാണ്. ഒരിക്കൽ പോലും വാച്ചുപയോഗിക്കാത്ത മുത്തുവിന്റെ സമയനിഷ്ഠ ബസ്സുകളുടെ സമയക്രമമാണ്. 9.52 ന്റെ അൽബുസ്താൻ അവസാന ട്രിപ്പ് കുടക്കല്ലിലെത്തുമ്പോൾ അവന്റെ കൊച്ചുകടയുടെ ഷട്ടർ താഴും.

കുറ്റിപ്പുറത്തുനിന്നും തിരൂരിലേക്ക് ഒരു വളഞ്ഞ വഴിയുണ്ടെന്ന് കൊടക്കല്ലിലെത്തിയപ്പോഴാണ് തിരിഞ്ഞത്. അതൊരു ചതിക്കുഴിയായി. ബസ്സിന് മുകളിൽ തിരൂർ കുറ്റിപ്പുറം എന്ന് മാത്രമെഴുതി അത് യാത്രക്കാരെ കബളിപ്പിച്ചു. ആലത്തിയൂർ എന്ന ദേശത്തിന്റെ സൗന്ദര്യം കാണിച്ചു തന്നത് വളരെ വൈകിയാണ്. പല യാത്രകളും ആലത്തിയൂർ വഴികൾ വൈകിപ്പിച്ചു. അവ രജിസ്റ്ററിൽ ചുവന്ന താക്കീതുകളായി. എങ്കിലും ആ യാത്രകൾ ഏറെ പച്ചപ്പുകൾ കൊണ്ട് കൺകുളിർക്കെ അവശിഷ്ട കേരളത്തിന്റെ ഹരിതസൗന്ദര്യത്തെ ആവോളം പകർന്നുതന്നു. കേരളീയ ഗ്രാമീണയുടെ പച്ചപ്പുകൾ കാണിച്ചു തന്നു. ചേരികൾ നഗരങ്ങൾക്കു മാത്രമല്ല ഗ്രാമീണസുന്ദരികൾക്കും സ്വന്തം ചേരികളുണ്ടെന്ന് വീരാൻചിറ എന്ന ഗ്രാമം പറയുന്നു. ബ്രിട്ടീഷ് ഇന്ത്യയിൽ നല്ല തിരക്കുള്ള ചന്തയായിരുന്നത്രെ വീരാൻചിറ. ആര്യണ്യാന്തര ഗഹ്വരോദരം പോലെയുള്ള ഒരു ഉൾനാടൻ കേരളഗ്രാമം. മിഷിണറി പ്രവർത്തനത്തിന് കുരിശ്ശുവഴികൾ കൊടക്കല്ലിലെ ആശുപത്രിയും വീരാൻചിറയിലെ ക്രിസ്ത്യൻ പള്ളിയും ഹോസ്റ്റലും വഴി പറഞ്ഞുതന്നു. ഗ്രാമീണതയുടെ വിശാല സൗകര്യങ്ങളുടെ ഉള്ളിലെ ഇടം നഷ്ടപ്പെട്ടവരുടെ അരിക് ജീവിതങ്ങൾ ചേരി ജീവിതങ്ങൾ തൃപ്രങ്ങോട് വഴിയിലുണ്ട്. ഇവിടെയാണ് പ്രസിദ്ധമായ ഹനുമാൻകാവ് ക്ഷേത്രം. ഒരു കനാൽ ഒഴുക്കിന്റെ ഇത്തിരിപ്പോന്ന വൃത്തത്തിൽ ചേരികളെപ്പോലെ കൂനിക്കൂടിയിരിക്കുന്നു കീഴാളരുടെ പന്ന ജീവിതങ്ങൾ. ജയലളിതയുടേയും സിരിമാവോ ബണ്ഡാര നായകയുടേയും, തിരക്കുകുറയുന്ന സൂപ്പർ താരങ്ങളുടെയും കണ്ടകശ്ശനി ബാധിച്ച മലയോര രാഷ്ട്രീയ നേതാക്കളുടേയും രാഹുകാലത്ത് ഗുളികൻ നിന്ന് കത്തുമ്പോൾ അവർക്ക് തൃപ്രങ്ങോട്ട് ഹനുമാൻ ക്ഷേത്രത്തിലേക്ക് ഒരു യാത്രയുണ്ട്. ശ്രീരാമൻ ലക്ഷ്മണന് അജ്ഞാതവാസക്കാലത്ത് ലക്ഷ്മണരേഖ വരച്ച് നിർത്തിയത് ഇവിടെയായിരുന്നത്രെ! കേരളീയ സമൂഹത്തിലെ അയിത്തക്കനവുകളിലെ ഗുഹ്യരോഗങ്ങളായിരുന്നല്ലോ ജാതീയതയുടേയും സ്വന്തമായ അയിത്തോച്ചാടനം. ആ കാലത്തെ ചില ചുവരെഴുത്തുകൾ ഇന്നും ഈ പ്രദേശത്തുണ്ട്. നായാടികൾക്കും മറ്റു ദളിതർക്കും പ്രവേശനം നിഷേധിക്കപ്പെട്ട പൊതുവഴികൾ കേരളത്തിൽ ധാരാളം

ഉണ്ടായിരുന്നു. ഒരു കാലത്തെ കൊഞ്ഞനംകുത്തിയ അത്തരം ചുവരെഴുത്ത് തൃപ്രങ്ങോട് ക്ഷേത്രക്കുളത്തിന് സമീപം അഹിന്ദുക്കൾക്ക് പ്രവേശനമില്ല എന്ന് പൊതുനിരത്തിനോട് വിരൽ ചൂണ്ടിപ്പറയുന്നത് കൗതുകത്തോടെ നോക്കിക്കാണാം. വല്ലപ്പോഴും ആരോഗ്യവകുപ്പ് റിപ്പോർട്ട് ചെയ്യാറുള്ള വസൂരിമരണങ്ങൾ പോലെ തോന്നി ഈ പഴകിയ ചുവരെഴുത്ത്.

അക്കരക്കാരന്റെ ചമ്രവട്ടം കടവ്

ഈ രണ്ടു വഴികൾക്കുള്ള പൊന്നാനി വഴി ചമ്രവട്ടം കടവിലൂടെ ഭാരതപ്പുഴ മുറിച്ചു കടന്ന് ചെങ്ങനക്കാടുകളുടെ ആലോലമേറ്റ് ഒരു കിലോമീറ്ററോളം പുഴമണലിലൂടെ നടന്ന് രണ്ട് കടവുകൾ കടന്നാൽ കാവിലക്കാടിൽ നിന്നു വരുന്ന ബസ്സിൽ കയറിയും തിരൂരിലെത്താം. ഈ യാത്രയായിരുന്നു ഏറെ രസകരം. ഇവിടെ നിന്നാൽ നിങ്ങൾ അക്കരെക്കാരനായി. അക്കരക്കാരന്റെ ഇക്കരക്കാഴ്ചകൾ ചമ്രവട്ടം കടവിലുള്ള നെൽപ്പാടങ്ങൾ വഴി പറഞ്ഞുതരും. ശാസ്താവിന്റെ ക്ഷേത്രത്തിലേക്കുള്ള പാടവരമ്പിലൂടെയുള്ള വഴി ഒരു സത്യൻ അന്തിക്കാടിന്റെ സിനിമാദൃശ്യം ഉള്ളിലുണർത്തും. ഒരു മാസത്തെ നീണ്ട തീപിടിച്ച ബസ്സ് യാത്രയിൽ നിന്നുള്ള വിടുതലായി ഒരു ഇക്കോ ഫ്രണ്ട്ലി യാത്രയായിരുന്നു ചമ്രവട്ടം യാത്ര. പുഴയും കടവും മണൽക്കടവും ക്യൂ നില്ക്കുന്ന കടുവമുഖങ്ങളുള്ള ലോറികളും കീപ്പ് എവേ ഡിസ്റ്റൻസ് എന്ന മുന്നറിയിപ്പ് തരുന്നു. കടവ് സൗഹൃദങ്ങളും ചങ്ങാത്തങ്ങളും അനുസരണയുള്ള വഞ്ചികളും ഒഴുകുന്ന പുഴനീരും ഈ യാത്രയിലെ അനുഭവങ്ങളിൽ കെട്ടുപിണഞ്ഞ് കിടക്കുന്നു. പുഴകളുടെ ആസന്നമൃത്യുവെ അതിന്റെ ഐസിയുവിലോ വെന്റിലേറ്ററിലോ പോയിക്കാണുന്ന തീവ്രവേദനാ ദർശനം ഈ കടവ് യാത്രയ്ക്കുണ്ട്. അതിതീവ്ര പരിചരണ വിഭാഗത്തിലെ അടുത്ത ബന്ധുവിനെ പോയി കാണുന്നതു പോലെ പുഴയെ തൊട്ടും തലോടിയും പുഴയെ അടുത്ത് കണ്ട് യാത്ര തുടരാം. ആരും പ്രകൃതിസ്നേഹിയായിപ്പോകും. ആരുമറിയാതെ കണ്ണീർ തുടയ്ക്കാം. എന്താ കണ്ണിലൊരു നനവ് എന്ന് ആരെങ്കിലും ചോദിച്ചാൽ അത് വെറുതെ കാറ്റിൽ മണൽ കണ്ണിൽ തറഞ്ഞപ്പോൾ കണ്ണ് കടഞ്ഞതാണെന്ന് നുണ പറയാം.

ഒറ്റവഞ്ചിയിലൂടെയായിരുന്നു ആദ്യയാത്ര. സമീപത്തെ വീടുകളിൽ ബൈക്ക് വെച്ച് കടവിലെത്തും. ആ വീട്ടുകാരൊക്കെ അങ്ങനെ പരിചയക്കാരായി. അക്കരെ വിവിധ കാര്യാലയങ്ങളിലും സ്കൂളുകളിലും ജോലിക്ക് പോകുന്നവർ, കച്ചവടക്കാർ, വിദ്യാർത്ഥികൾ, സുഹൃത്തുക്കളെ സന്ദർശിക്കുന്നവർ, മരണവീട്ടിൽ പോകുന്നവർ പലതരം സമയങ്ങളിലൂടെ കടവിലെത്തുന്നു. ഭക്തരും സന്യാസികളും ആൾ ദൈവങ്ങളും ആ നിര അങ്ങനെ പോകുന്നു. ചെറുവാല്യക്കാരും മദ്ധ്യവയസ്കരും വൃദ്ധരും തരുണികളും നവോഢകളും കള്ളന്മാരും പോക്കറ്റടിക്കാരും നാടോടികളും പിടിച്ചുപറിക്കാരും വരെ ഓരോ ദിവസങ്ങളിൽ അക്കരെ ഇക്കരെ പുഴ പോലെ പലതരം ജീവിതങ്ങളും അങ്ങനെ ഒഴുകുകയാണ്. സ്വയം ഒഴുകാത്ത കെട്ടിക്കിടപ്പുകൾ പുഴവക്കിൽ കുന്തിച്ചിരിക്കുന്നത് കാണാം. വേലി

യേറ്റവും വേലിയിറക്കവും ചെങ്ങനക്കാടുകളിൽ തൂറാൻ പതുങ്ങിയിരിക്കുന്നവരും ഒന്നു സുഖിക്കാൻ വേണ്ടി ചൂണ്ടലിട്ട് ഇണകളുമായി പതുങ്ങാൻ വരുന്നവരും പലപ്പോഴും കണ്ണിൽ പെട്ടിട്ടുണ്ട്. ഒരു നോട്ടത്തിലും പതിഞ്ഞ് അധികം പതപ്പിക്കാതെ ഓരോരുത്തരും താന്താങ്ങളുടെ വഴിയിലൂടെ അങ്ങനെ ഒഴുകിക്കൊണ്ടിരിക്കുന്നു. ചലനാത്മകതയാണ് കടവിന്റെ ഒരു പ്രസാദാത്മക ഭാവം. രണ്ട് കരകളിലേക്കും തുഴഞ്ഞ് പോകുന്ന മനുഷ്യജീവിതങ്ങൾ. കടത്തുകാരൻ വാസുവിനെ എല്ലാവർക്കുമറിയാം. കഴുക്കോലിന്റെ പിടിയിൽ ആഞ്ഞുപിടിക്കുമ്പോൾ വഞ്ചിയിലിരുന്ന് സുധാകരേട്ടൻ നാട്ടുകഥകളുടെ കെട്ടഴിക്കും. ചെങ്ങനക്കാട്ടിൽ ഇന്നലെ തട്ടിപ്പറിച്ച മാലമോഷ്ടാവിനെ കണ്ടെത്തിയില്ല. നാളെയാണ് കണ്ടുകുറുമ്പക്കാവിലെ പൂരം, കുഞ്ഞിക്കാളി മരിച്ചു, വേലായുധൻ തളർന്ന് കിടപ്പിലായി, ഇന്നലെ ആ കുണ്ടിൽ ഒരു മീൻ കിടന്ന് പുളഞ്ഞിരുന്നു, രണ്ട് മാസം മുന്നെ അപ്പുറത്ത് അണഞ്ഞ ശവം ആരുടേതാണെന്ന് മനസ്സിലായി തുടങ്ങി ആ സംഭാഷണം അങ്ങനെ നീളുന്നു. അത് കേട്ട് വഞ്ചിയിൽ അമർന്നിരിക്കുന്ന മുഖങ്ങളിൽ നിന്ന് മാറി മാറി പ്രതികരണങ്ങളുമുണ്ടാവും. രണ്ട് കടവുകളാണ് ചമ്രവട്ടം കടവിൽ. കഴുക്കോലിൽ കുതിക്കുന്ന കെട്ടുവള്ളം ഒന്നാം കടവിലെത്തുമ്പോൾ അക്കരെ നിന്നുള്ളവർ അവിടെ കാത്തിരിപ്പുണ്ടാവും. പൊന്നാനിയിലേക്കും ചാവക്കാട് ഗുരുവായൂർ തൃശ്ശൂർ ഭാഗങ്ങളിലേക്കും പോകുന്നവരാണവർ. അക്കരെയുള്ള അച്ഛൻവീട്ടിലോ അമ്മവീട്ടിലോ മോളെ കെട്ടിച്ചയച്ച് മരുമകന്റെ വീട്ടിലോ പോയി ക്ഷേമമന്വേഷിച്ച് വരുന്ന ഉത്തരവാദിത്തങ്ങളും മുഖം കനപ്പിച്ച് മനോരാജ്യങ്ങളിൽ മുഴുകി സ്വപ്നങ്ങളിലൂടെ നില്ക്കുന്നത് കാണാം. പൊന്നാനി കടപ്പുറത്ത് മീൻ വാങ്ങാൻ വേണ്ടി പോകുന്ന കൊട്ടകൾ വഞ്ചിയിൽ കാത്തിരിപ്പുണ്ട്. വഞ്ചി പുറപ്പെട്ടാൽ ഒരു നീണ്ട കൂക്കുണ്ടാവും. കഴുക്കോൽ അടുപ്പിച്ച് വാസു വഞ്ചി തിരിച്ചടുപ്പിക്കും. അടുത്ത കടത്തിന് തിരിച്ചു വരാം എന്ന പ്രത്യുത്തരവും കേൾക്കാം. ഒന്നാം കടവിറങ്ങി വട്ടത്തിൽ കിടന്ന പശുവിൻ ചാണകവും എരുമച്ചാണകവും ചവിട്ടാതെ സൂക്ഷിച്ച് നടക്കണം. രാവിലത്തെ നടത്തം സുഖകരമാണ്. പത്ത് മണി കഴിഞ്ഞാൽ പുഴയിൽ പൊള്ളുന്ന വെയിലിന്റെ കനത്ത ചൂടുണ്ടാവും കഷ്ടിച്ച് ഒരു കിലോ മീറ്റർ നടന്നാൽ രണ്ടാം കടവിലെത്താം. ചങ്ങണക്കാടുകളിൽ പച്ചക്കറികൃഷി നടത്തുന്ന ഒച്ചയും വിളിയും കേൾക്കാം. മീൻ പിടിക്കാൻ വലയൊരുക്കുന്ന മീൻപിടുത്തക്കാർ കണ്ടാണി വലയുടെ പണി നടത്തുന്നു. ഒറ്റിലിൽ ചാലുകളിൽ നിന്ന് വരാലിനെ പിടിക്കുന്നവർ. പലരും പല ചാലുകളിൽ കൂനിക്കൂടിയിരിപ്പുണ്ടാവും. രണ്ടാം കടവിൽ കുറച്ച് വെള്ളമേ ഒള്ളൂ. അവിടെയും കടത്തുകാരനും ഒരു തോണിയുമുണ്ട്. ഒറ്റക്കാലിലാണ് അയാൾ തോണി തുഴയുന്നത്. പുഴയിലേക്കിറങ്ങി മണൽ നിറച്ച് പോകുന്ന ലോറികൾ അവയ്ക്കിപ്പോൾ പുഴവഴികൾ ഏറെ പരിചിതമാണ്. ലോറികൾക്ക് വേണ്ടി പ്രത്യേക ജലപാതകളുണ്ട് പുഴയിൽ. പുഴയുടെ ഉൾപ്രദേശങ്ങളിൽ ചമ്രവട്ടം മണൽ

ഏറെ ഉള്ളിൽ നിന്നും മണൽപ്പണിക്കാരുടെ കൂക്കും വിളിയും വരുന്നു. ഒരു ലോറി നിറയെ മണൽ നിറച്ച് തിരിച്ചിറങ്ങുകയാണ്. മറ്റൊരു ലോറി പുഴയിലേക്ക് ഇറങ്ങിക്കൊണ്ടിരിക്കുന്നു. തലച്ചുമടുമായി മണൽ കൊണ്ടു പോകുന്ന പുഴവാസികൾ, ഒരു ചാക്ക് മണലിന് 25 രൂപയാണ്. രാത്രിയിലും പകലും ഏറെ അദ്ധ്വാനിച്ചാൽ ഇരുപതിനായിരമോ ഇരുപത്തയ്യായിരമോ കിട്ടും. ആലത്തിയൂരങ്ങാടിയിൽ ഇങ്ങനെ സമാഹരിച്ച പണം കൊണ്ട് ടെക്സ്റ്റൈൽ ബിസിനസ് തുടങ്ങിയ ഒരു സുഹൃത്തിനെ പരിചയപ്പെട്ടു. പുഴക്കരയിൽ താമസിക്കുന്ന നാട്ടുകാരൊക്കെ ഇന്ന് സമ്പന്നരാണ്. പലർക്കും സ്വന്തം വാഹനങ്ങളും ഇരുചക്രങ്ങളും മുച്ചക്രങ്ങളും എമട്ടൻ ലോറികളുമുണ്ട്. കന്നുകാലികളെ വളർത്തി ഉപജീവനം നടത്തുന്ന അറുമുഖന്റെ കട പുഴക്കക്കരെയുണ്ട്. ചമ്രവട്ടം അങ്ങാടിയിൽ അവിടെ ശുദ്ധമായ മോരുംവെള്ളം കിട്ടും. നല്ല വൃത്തിയും വെടിപ്പുമുള്ള കടയാണ് അറുമുഖന്റേത്. എപ്പോഴും തുടച്ച് മിനുക്കി വൃത്തിയാക്കി അവനും അവന്റെ കുടുംബവും ആ കടയിലുണ്ടാവും. നാലോ അഞ്ചോ പശുക്കളുമായി ഒമ്പത് മണി ആകുമ്പോഴേക്കും അറുമുഖൻ കടവിറങ്ങി കാമധേനുക്കളെ പുഴയിലേക്ക് അഴിച്ചു വിടും. പിന്നെ വൈകുന്നേരമേ ഉടമസ്ഥന്റെ നിഴൽ കണ്ടാൽ അവ കരഞ്ഞ് കരഞ്ഞ് കടവ് കയറും. ചമ്രവട്ടത്തിന്റെ പ്രിയപ്പെട്ട പ്രാന്തൻ അവിടെ ഇരിപ്പുണ്ട്. അയാളുടെ ഭാണ്ഡത്തിൽ മുഷിപ്പുകൾക്ക് കനം കൂടിയിരിക്കുന്നു. ഒരു ദിവസം ഹോട്ടലിലെ അഴുക്ക് ചാലിൽ നിന്ന കിട്ടിയ ഒരു കാരറ്റ് റോഡുവക്കിലെ ചളിവെള്ളത്തിൽ കഴുകിയെടുത്ത് ചവച്ചിറിക്കുന്നു. അയാൾക്ക് രാവോ പകലോ ഇല്ല. ആൽത്തറയിൽ തന്റെ ദയനീയ മുഖവുമായി കുത്തിയിരിപ്പുണ്ടാവും. വല്ലാതെ ബുദ്ധിമുട്ടിയാൽ കടവ് യാത്രക്കാർക്ക് നേരെ കൈ നീളും. മണൽ വാരാനിറങ്ങുന്ന കെല്ലന്മാരും കെല്ലത്തികളും ചമ്രവട്ടം കടവിൽ സ്ത്രീത്തൊഴിലാളികളും ധാരാളമുണ്ട്. ആണുങ്ങൾക്കൊപ്പമാണ് അവർക്കും കൂലി. രാധേടത്തിയും കുഞ്ഞിമാളും നല്ല തടിമിടുക്കുള്ള മണൽപ്പണിക്കാരാണ്. ചമ്രവട്ടം കടവിലെ മണലിന് തരി കൂടുതലുള്ളതു കൊണ്ട് വിപണിയിൽ പറഞ്ഞ വില കിട്ടും.

പുഴയ്ക്കക്കരെ ലോറിയുടെ ആക്സിലേറ്ററിന്റെ ഈറ പിടിപ്പിക്കുന്ന കരിമ്പുക ശ്വസിച്ച് കാവിലക്കാട് നിന്നും വരുന്ന ബസ്സിന് കാത്ത് നിന്ന് കന്നുകാലിയുമായി സെയ്തുമ്മൻക്കയും പൂള വാസുവും കോച്ചിത്തള്ളയും പുഴയിലേക്കിറങ്ങുന്നു. സംഭാവതിയുടെ പശു ഇന്നലെ വീട്ടിൽ വന്നില്ലത്രെ. അതാണ് കടവിലെ പ്രധാനവാർത്ത. അതിനെ കറന്നെടുക്കാനായി ആ പണ്ടാറത്തള്ള പാത്രങ്ങളുമായി പുഴയിലേക്കിറങ്ങിയിരിക്കുന്നു. സുധാകരേട്ടന്റെ ആകാശവാണി പ്രക്ഷേപണം ചെയ്ത പ്രഭാത വാർത്തയാണിത്. കടവിനടുത്തു തന്നെയാണ് പ്രശസ്ത സാഹിത്യകാരൻ സി രാധാകൃഷ്ണന്റെ വീട്. അദ്ദേഹം ചിലപ്പോൾ തന്റെ സ്ഥിരം സായാഹ്നക്കമ്പനിയുമായി കടവിലൂടെ നടന്നുപോകുന്നതു കാണാം. അതല്ലെങ്കിൽ ഒന്നാം കടവിൽ പുഴയെ നോക്കിയിരുന്ന് തന്റെ കൂട്ടുകാ

രോട് വർത്തമാനം പറയുന്നത് കാണാം. പുഴയ്ക്കക്കരെ ആലത്തിയൂർ, ആലിങ്ങൽ, പെരുന്തല്ലൂർ, കാവിലക്കാട് ദേശപ്പേരുകൾ അങ്ങനെ നീണ്ടു പോകുന്നു. മണലുമായി ബന്ധപ്പെട്ട എന്തെങ്കിലും ഇടപാടില്ലാത്തവർ വിരളം. മാറഞ്ചേരിയിൽ കച്ചവടം ചെയ്തിരുന്ന അശറഫ് മണൽപ്പണിയിലൂടെ ഇന്ന് സമ്പന്നനാണ്. മണൽ നിരോധനം വന്നതിന് ശേഷമാണ് മണലിന്റെ കരുത്ത് കേരളം അറിയുന്നത്. ആലത്തിയൂരിലെ വലിയ ഫാഷൻ മാളികകൾ മണൽക്കരുത്തിൽ തലയുയർത്തി നില്ക്കുന്നു. മണലിനെ സ്നേഹിച്ചാൽ മണിമാളികയുണ്ടാക്കാം.

ഇന്ന് മടങ്ങിപ്പോരുമ്പോൾ ഒരു കിലോ പുഴമീൻ വാങ്ങി. മാലാൻ. വഞ്ചി അക്കരെ നില്ക്കുന്നു. തിരിച്ചെത്താൻ സമയമെടുക്കും. കുഞ്ഞാതും കുഞ്ഞാനും കൂടി വല വീശി മീൻപിടിക്കുന്നു. നല്ല പിടയ്ക്കുന്ന പൂവാൻ കുറുന്തല. മറ്റൊരിടത്ത് ഒരു പൊന്മ പുഴയിൽ ചാടിപ്പിടഞ്ഞ് ഒരു മീൻ കൊത്തിയെടുത്ത് പറന്ന് പോകുന്നു.

“നല്ല ജീവനുള്ള മീനാ മാഷേ. റൊണാൾഡീന്യോയെപ്പോലെയുണ്ട്. ഒരു കിലോ കൊണ്ടോയ്ക്കോളിൻ.”

കൂടയിൽ കുട്ടികളെ നഷ്ടപ്പെട്ട അമ്മമീനിന്റെ പിടച്ചിൽ. പൂവാൻ കുറുന്തല ഇഹലോകത്ത് ശ്വാസം വെടിഞ്ഞ് പരലോകം പൂകിയിരിക്കുന്നു. മീനുകളുടെ പരലോകമാണല്ലോ കര. ഒരു കിലോ വാങ്ങി. പൈസയും കൊടുത്ത് അക്കരെ നോക്കിയിരുന്ന് വഞ്ചി പുറപ്പെട്ടിരിക്കുന്നു.

കടത്തുകാരൻ മാറിയിരിക്കുന്നു. ആരോ പറയുന്നത് കേട്ടു. കൊടുങ്ങല്ലൂരിൽ നിന്നും വന്ന കൊടുങ്ങല്ലൂരുകാരനായ ഒരു കുട്ടിക്കുറുതായ നിത്യാദ്ധ്വാനി. സിറാജ്. എപ്പോഴും എണ്ണ തേച്ച് ചെമ്പൻ രോമങ്ങൾ ചീകി മിനുക്കിയാണ് ഈ കടത്തുകാരന്റെ കാഴ്ച. ഇത്തവണ കടവ് വിളിച്ചിരിക്കുന്നത് മൂന്നര ലക്ഷത്തിനാണത്രെ. രണ്ടാം കടവിൽ മരത്തിന്റെ പാലം വന്നു. ഭയങ്കര കളക്ഷനാണിപ്പോൾ. വഞ്ചി മാറ്റി രണ്ട് വഞ്ചികൾ കൂട്ടിക്കെട്ടി പുളിമരത്തിന്റെ പലകയിട്ട് പ്ലാറ്റ്ഫോം പണിഞ്ഞ് ചങ്ങാടമാക്കി മാറ്റിയിരിക്കുന്നു. പതിനെട്ട് ടൂ വീലറുകൾ കയറും. എപ്പോഴും നിറയെ യാത്രക്കാരാണ്. ഒരു വണ്ടിക്ക് ഒരു ഭാഗത്തേക്ക് പത്ത് രൂപയാണ് ചാർജ്ജ്. വണ്ടികൾ ധാരാളമായി വരുന്നുണ്ട്. ഇപ്പോൾ പുഴയിലൂടെ വണ്ടിയോടിച്ചും പോകാം. സൂക്ഷിച്ചു പോകണം. താഴെ നിറഞ്ഞ പുഴയാണ്. മണൽ വേട്ട കഴിഞ്ഞ് സുലൈമാൻ കയ്യും മുഖവും കഴുകി തിരിച്ചു വരുന്നു. ഒരാൾ പുഴയിൽ ചകിരിപ്പൂന്തലിട്ട് ചന്ദ്രിക സോപ്പും പതപ്പിച്ച് മേലാകെ തേച്ചുരച്ച് കഴുകുന്നു. ഒപ്പം കുളിക്കുന്ന മറ്റൊരാളോട് പുറം നന്നായി ഉരയ്ക്കാൻ പറയുന്നു. കടവിലെ നിർദ്ദോഷമായ പരസഹായങ്ങൾ. സ്നേഹത്തിന്റെയും സഹകരണത്തിന്റെയും പുഴക്കാഴ്ചകൾ. കുഞ്ഞൻ മേസ്ത്രി പുതിയ വഞ്ചിയുടെ പണിയിലാണ്. കെട്ടുവള്ളമാണ്. ചകിരിയും മൂച്ചിപ്പലകയും നിരനിരയായി ഇരിക്കുന്നു. അണ്ടിനെയ്യിൽ ഒരു വഞ്ചിയുടെ ഫിനിഷിങ് വർക്ക് തീർക്കുകയാണ് മറ്റൊരു മേസ്ത്രി. വഞ്ചിയുടെ മുതലാളി അടുത്തിരുന്ന് വേണ്ട നിർദ്ദേശങ്ങൾ നല്കുന്നു. അണ്ടിനെ

യ്യിന്റെ മാദകഗന്ധം കടവിൽ കാറ്റുമായി ശൃംഗരിക്കുന്നു. എല്ലാ വഞ്ചിപ്പണിക്കാരും കൊടുങ്ങല്ലൂർ ഭാഗത്ത് നിന്ന് വരുന്നവരാണ്. വർഷാ വർഷങ്ങളിൽ വഞ്ചിക്ക് പണിയുണ്ടാവും. പുളിവെള്ളമായതുകൊണ്ട് ഇത്തൾ കയറി മൂച്ചിപ്പലക ഓട്ടപ്പെടാൻ തുടങ്ങുന്നു. പലകകളുടെ കെട്ട് അയഞ്ഞ് ചകിരി അടർന്ന ദ്വാരത്തിലൂടെ വഞ്ചിയിൽ വെള്ളം കയറുന്നു. പിന്നെ പണിയെടുക്കാതെ പലക മാറ്റി അല്ലറ ചില്ലറ പണി കഴിച്ച് അണ്ടിനെയ്യ് പൂശി വഞ്ചി കരയ്ക്ക് ഉണക്കാൻ വെക്കുന്നു. ഈ സമയത്ത് പുഴവക്കത്ത് രൂക്ഷമായ മണമുണ്ടായിരിക്കും. അത് അണ്ടിനെയ്യിന്റേതാണ്. അണ്ടിനെയ്യ് വില്ക്കുന്ന കച്ചവടക്കാർ പൊന്നാനിയിലുണ്ട്. വഞ്ചിപ്പണിക്കാരേ ഇത് വാങ്ങൂ. ഒരു ടിന്നിന് അഞ്ഞൂറ് രൂപ വരെ വിലയുണ്ട്. പണി കഴിഞ്ഞാൽ വൈകുന്നേരം അടിച്ച് പൂസായി വരുന്ന വഞ്ചിപ്പണിക്കാർ കടവിൽ ഇരിക്കുന്നുണ്ടാവും. കടവത്തെ മുളങ്കാടിനപ്പുറത്ത് ചീട്ടുകളി നടക്കുന്നു. ഒരു ഭാഗത്ത് സലാം കളി. മറുഭാഗത്ത് റമ്മി. വേറെ ചിലയിടത്ത് സ്രാദ് കളി. കടവ് ബന്ദായ നേരങ്ങളിലാണ് തൊഴിലാളികൾ ഇത്തരം കളികളിൽ ഏർപ്പെടുന്നത്. കാലാവസ്ഥ അനുകൂലമാണെങ്കിൽ മണൽ വേട്ടയും നടത്തും. കടവത്ത് ഇപ്പോൾ തൃപ്രങ്ങോട് പഞ്ചായത്തിലെ ക്ലർക്കുമാരും വന്നിരിപ്പുണ്ട്. അവരാണ് മണൽ പാസ് വിതരണം ചെയ്യുന്നത്. കടവത്ത് ഇരുമ്പിന്റെ തടസ്സങ്ങൾ വന്നു. മണൽ നിരോധനകാലത്ത് കടവിലേക്ക് വാഹനങ്ങൾ ഇറക്കാൻ സമ്മതിക്കില്ല. മണൽപ്പണിക്ക് ഇപ്പോൾ മൂന്നും നാലും ഇടനിലക്കാരുണ്ട്. ചെറിയ കുട്ടികളൊക്കെ പൊലീസ് വണ്ടി വരുന്നുണ്ടെങ്കിൽ ആ വിവരം കടവിലേക്ക് അറിയിക്കും. പല സ്ഥലങ്ങളിലായി അവർ നിലയുറപ്പിച്ചിട്ടുണ്ടാവും. ഇരുനൂറും ഇരുനൂറ്റമ്പതും രൂപയാണ് ഈ പണിക്കും കൂലി. 'തുരുപ്പ് ക്ലാവറാണ്' കളിക്കാർ പറയുന്നത് കേട്ട് മുളങ്കൂടിന് സമീപം മഫ്ടിയിലുള്ള പൊലീസുകാരനുണ്ട്. കളി മതിയാക്കി എല്ലാവരും ഏമാനെ ബഹുമാനിച്ചു. സിറാജിന്റെ ചങ്ങാടം ആളും ബഹളവും വണ്ടികളുമായി കരയ്ക്കടുത്തു.

ഇന്ന് രാവിലെ തവനൂർ കടവിലടിഞ്ഞ ഒരു ശവത്തെക്കുറിച്ചാണ് മുസ്തഫ ഉറക്കെ സംസാരിക്കുന്നത്. നല്ല കഞ്ചാവ് വലിക്കാരനാണ് മുസ്തഫ. എപ്പോഴും അവന്റെ തെരപ്പിൽ കഞ്ചാവിന്റെ പൊതി കാണും. മണൽപ്പണിയിലെ കടവത്തെ ഉസ്താദാണ് മുസ്തഫ. പൊന്നാനിയിൽ വലതു കമ്യൂണിസ്റ്റു പാർട്ടിയുടെ ജാഥകളിൽ കൊടിയും പിടിച്ച് മുസ്തഫയെ കാണാം. പിന്നെ ചിലപ്പോൾ ഒന്നാം കടവിൽ ഒറ്റവഞ്ചിയിൽ ഫുൾ ലോഡ് മണലുമായി മുത്തുവിന്റെ തുഴ കുതിക്കുന്നത് കാണാം. മറ്റുചിലപ്പോൾ കടവിൽ മുങ്ങി മണലുമായി പൊങ്ങുന്നതു കാണാം. വേറെ ചിലപ്പോൾ കടവിൽ വഞ്ചികളിൽ നിന്ന് തൂമ്പയെടുത്ത് മണൽ വീശി ലോറിയിലേക്ക് എറിയുന്നത് കാണാം. എപ്പോഴും തിരക്കിലാണ് മുത്തു. തലയിൽ ഒരു ഉറുമാലിന്റെ കെട്ട്. തൊള്ള നിറച്ച് തമാശയുടെ കെട്ടുകൾ എപ്പോഴും കളിയും ചിരിയും. തുറിച്ച കണ്ണുമായി ഉൽക്കണ്ഠയോടെയാണ് മുത്തു ലോകത്തെ നോക്കുന്നത്. ശവത്തിന്റെ കിടപ്പ് വർണ്ണി

ക്കുകയാണ് മുത്തു. കഞ്ചാവ് പുകയുടെ മണവും വരുന്നുണ്ട്. ചിന്തയുടെ തടിച്ച കുഴൽ അവന്റെ വിരലിടയിലുണ്ട്. കായലരികത്ത് നീട്ടിപ്പാടുന്നു.

നാളെയാണ് ചമ്രവട്ടം പാലത്തിന് പതിനാലാമത്തെ തവണ തറക്കല്ലിടുന്നത്. സഖാവ് വി എസ്സാണ് വരുന്നത്. കടവിലെ തൗദാരം ഇന്നത്തെ പാലം ഉദ്ഘാടനത്തെക്കുറിച്ചാണ്. എത്ര ഉദ്ഘാടനങ്ങൾ കഴിഞ്ഞതാണ്. ഇതൊന്നും നടക്കുന്ന മട്ടില്ല മക്കളേ. അബ്ദുറഹിമാൻ മാഷ് തന്റെ പതിവ് തബലയിൽ പെരുപ്പിക്കുന്നത് കേട്ട് കുട നിവർത്തിപ്പിടിച്ച് പാലത്തിന്റെ ദുർഗ്ഗതിയെക്കുറിച്ച് സംസാരിക്കാൻ തുടങ്ങി. രാവിലെ ചങ്ങാടത്തിൽ നല്ല തിരക്കാണ്. അക്കരയ്ക്ക് പോകുന്നവരുടെ തിരക്ക്. എൽ ഐ സി തങ്കയും അശറഫും ബി എസ് എൻ എൽ രാജേട്ടനും ഗ്രാമീണബാങ്കിലെ കുഞ്ഞുമുഹമ്മദിക്കയും സുധാകരേട്ടനും ഒന്നും മിണ്ടുന്നില്ല. ആലത്തിയൂരിൽ കൊട്ട വില്ക്കാൻ പോകുന്ന കറപ്പുട്ടി തന്റെ തിമിരക്കണ്ണുകൾക്കൊണ്ട് എല്ലാവരേയും നോക്കുന്നുണ്ട്. മീൻകൊട്ട നീക്കിവെച്ചു സിദ്ധിക്ക. "നല്ല പെടക്കുന്ന മത്തിയല്ലേ." "എവിടെയുണ്ടായതാ?" "പൊന്നാനി കടപ്പുറത്ത് അല്ലാതെ എവിടെ. നല്ല ചാകരയല്ലേ." സിറാജിന്റെ ചങ്ങാടം അക്കരെയെത്തി. ട്രാക്ക് ശരിക്ക് അടുപ്പിക്കാത്തതിന് അവൻ തുണക്കാരനെ ചീത്ത പറയുന്നു. അവന്റെ ചുരുണ്ട ചെമ്പൻ മുടികളിൽ വെളിച്ചെണ്ണ വെയിലേറ്റ് തിളങ്ങുന്നു. അവന്റെ കാൽമടമ്പിലേക്ക് നോക്കി പുഴയിൽ രാവും പകലും കിടന്ന് അവന്റെ മടമ്പുകൾ എന്തോ പുഴുക്കുത്തേറ്റതുപോലെ അപ്പാടെ പഴുത്ത് ദ്രവിച്ചിരിക്കുന്നു. അപ്പോൾ തുണക്കാരനും തന്റെ മടമ്പ് കാട്ടി. തദൈവ. "എന്തുചെയ്യാം ചങ്ങാതീ. ഈ പുഴയിലെ പണിയല്ലെ. വേറെ ഒരു പണിയും എനിക്കൊട്ട് അറിഞ്ഞുകൂടതാനും. പുഴപ്പണി ഒരു പിഴച്ച പണിയാണ്. രാവും പകലുമില്ല. മഴയും വെയിലുമില്ല. എല്ലാം കൊള്ളുക തന്നെ." പുഴപ്പരപ്പിലൂടെ ഒരു മാലാൻ മീൻ ചാടിമറിഞ്ഞു.

കക്ക വാരുന്നവരുടെ ചെറുസംഘങ്ങൾ പുഴയിൽ മുങ്ങിത്തപ്പുന്നത് പുഴയാത്രയിലെ ഒരു സ്ഥിരം കാഴ്ചയാണ്. കക്കയിറച്ചി വിശേഷപ്പെട്ട ഒരു പുഴ വിഭവമാണ്. കക്കയിറച്ചി വാർന്ന് തീർന്ന ചുടുവെള്ളത്തിൽ പുളിയിട്ട വെള്ളം ലോകത്തിലെ ഏറ്റവും രുചികരമായ പാനീയമെന്നാണ് പുഴയുടെ പൊന്നാനിയിലെ സാഹിത്യകാരൻ സി അഷ്റഫ് തന്റെ *നദികൾ മനുഷ്യകഥാനുഗായികൾ* എന്ന പുഴയനുഭവക്കുറിപ്പിൽ പറയുന്നുണ്ട്. വിദൂരദേശങ്ങളിൽ നിന്ന് കക്ക വാരാൻ വാഹനങ്ങളുമായി വന്ന് തമ്പടിച്ചവർ പുഴവെള്ളത്തിൽ പലയിടങ്ങളിലായി മുങ്ങിത്തപ്പുന്നത് കാണാം. രാവിലെ പുഴയിൽ വന്ന് മുങ്ങിക്കിടന്ന് തപ്പാൻ തുടങ്ങിയാൽ രണ്ട് മൂന്ന് ചാക്ക് കക്ക കിട്ടും.

പ്രകൃതിയോടുരുമ്മി മണ്ണിനേയും പ്രകൃതിയേയും സ്നേഹിച്ച് ജീവിക്കുന്ന ഒരു തലമുറയുടെ അവസാനത്തെ കാഴ്ചകളാണ് ഇവയെല്ലാം. പുല്ലരിയാനായി പുഴ നടുവിൽ കുന്തിച്ചിരിക്കുന്നവർ പുഴയിലെ ഒഴിഞ്ഞ

സ്ഥലങ്ങളിൽ പച്ചക്കറി കൃഷി ചെയ്യുന്നവർ, ആടുമാടുകളെ തീറ്റുന്നവർ, ഇത്തിരി പൊറുതിക്കുവേണ്ടി പുഴയിൽ ഏകാന്തത തേടി വരുന്നവർ, അങ്ങനെ പുഴ സഞ്ചാരത്തിനിടെ കണ്ണിൽ തടഞ്ഞ കാഴ്ചകളാണിവ യൊക്കെ.

വേനല്ക്കാലത്ത് മെലിഞ്ഞുണങ്ങി ദീനരോദനപ്പെടുന്ന പുഴ മഴക്കാ ലമാകുന്നതോടെ അവയവ സൗഷ്ഠതയാൽ പുഷ്ടിപ്പെടാൻ തുടങ്ങുന്നു. ചില ദിവസങ്ങളിൽ കുത്തിയൊലിച്ചു വരുന്ന മലവെള്ളപ്പാച്ചിലിൽ പുഴ യിൽ വെള്ളം ക്രമാതീതമായി കൂടുന്നു. മലയ്ക്ക് പെയ്താൽ പുഴയ്ക്ക് വെള്ളം എന്നൊരു ചൊല്ലുണ്ട്. മഴ കൂടുന്നതിനനുസരിച്ച് കടവിൽ വഞ്ചി യടുപ്പിക്കുന്ന ഇടങ്ങളും ഇറക്കങ്ങളും സിറാജ് മാറ്റി മാറ്റി പ്രതിഷ്ഠി ക്കുന്നു. കടലിന്റെ മനസ്സറിയുന്നവനാണ് സിറാജ്. വഞ്ചിയിൽ തുഴയടു പ്പിക്കുമ്പോൾ അവൻ പറയുന്നത് കേൾക്കാം. ഇന്ന് വടക്കൻ കാറ്റാണ്. ഇന്നലെ തെക്കൻകാറ്റായിരുന്നു. നാളെ കിഴക്കൻ കാറ്റ് വീശാൻ സാദ്ധ്യ തയുണ്ട് എന്നൊക്കെ. കടലിൽ ബോട്ടിൽ സ്രാങ്കായി കുറെ കാലം അവൻ പണിയെടുത്തിട്ടുണ്ട്. വഞ്ചികളിൽ മീൻ പിടിക്കാൻ പോയിട്ടുണ്ട്. പത്തേ മാരികളിൽ പണിക്ക് നിന്നിട്ടുണ്ട്. കടലിന്റെ ഉള്ളുകള്ളികളൊക്കെ കുറ ച്ചൊക്കെ സിറാജ് തന്റെ പുഴസഞ്ചാരത്തിനിടെ യാത്രക്കാരുമായി പങ്കു വെക്കാറുണ്ട്. ചങ്ങാടം അടുപ്പിക്കാൻ വേഗതയും മിടുക്കും സിറാജിനുണ്ട്. വെള്ളത്തിൽ കഴുക്കോൽ ഊന്നി അത് ഇന്ന ദിശയിലേക്ക് ചങ്ങാടം അടുക്കും എന്ന് സിറാജ് പറഞ്ഞ് കാണിച്ചു തരും. ഉയരം കുറഞ്ഞ് മെ ലിഞ്ഞ സിറാജിന്റെ പേശികൾ പാറ പോലെ ഉറച്ചതാണ്. കാറ്റും മഴയും വെയിലും കൊണ്ട് ചോർന്നൊലിക്കുന്ന ഒരു കുടിൽ പോലെയാണ് സിറാ ജിന്റെ ശരീരം. മീശരോമങ്ങളില്ലാത്ത എണ്ണമയിലിന്റെ ചെമ്പൻ നിറത്തിൽ അഴിച്ചിട്ട കുപ്പായക്കുടുക്കുകളിലൂടെ അവന്റെ കറുത്ത് കനത്ത നെഞ്ചു കാണാം. പുള്ളിത്തുണി അലസമായി മടക്കിക്കുത്തി തുണിയിൽ മാസ ങ്ങളുടെ ചളി അടിഞ്ഞു കൂടിയിരിക്കും. യാത്രക്കാരോട് അവൻ പറയും എന്നെ തൊടേണ്ട, മേലാകെ ചളിയാണ്. അത് ഒരു ചങ്ങാടക്കാരന്റെ യൂണിഫോമായി ഞങ്ങൾ തിരിച്ചറിഞ്ഞിരിക്കുന്നു. മഴ പെയ്ത് തുടങ്ങി യാൽ കടവിൽ ആൾക്കാർ കുറയുന്നു. പിന്നെ കുറ്റിപ്പുറം വഴിക്കാണ് യാത്ര. കർക്കിട വാവുകളിൽ നിറഞ്ഞ പുഴയുള്ള നാലോ അഞ്ചോ ദിവ സങ്ങളുണ്ടാവും. ചില ദിവസങ്ങളിൽ രണ്ടറ്റവും മുട്ടിക്കിടക്കും. അപ്പോൾ കടവ് ബന്ദായിരിക്കും. സിറാജ് അലവിക്കാടെ കടയിലിരുന്ന ബീഡി വലി ക്കുന്നത് കാണാം. വെള്ളം വാർന്ന് തുടങ്ങിയാൽ ചാലുകളിലൂടെ തിരിച്ച് സിറാജ് ഒറ്റവഞ്ചിയിൽ കഴുക്കോലൂന്നി അക്കരെ പിടിക്കും. പുഴയിൽ ഏറ്റുമീൻ പിടിക്കുന്നവരുടെ തിക്കും തിരക്കും തുടങ്ങുകയായി. അവിട വിടെ ഒറ്റിൽ വെച്ച് ചാലിൽ നിന്ന് വലിയ മീൻ പിടിക്കുന്ന വിരുതർ നിറഞ്ഞ പുഴയിൽ വീശിയെറിഞ്ഞ് മീൻവേട്ട നടത്തുന്നത് കാണാം. നിതം ബകമ്പളഭാരത്താൽ ജഘനാവേശത്തോടെ ചെമ്പൻ കാർക്കൂന്തൽ വിരുത്തി നിറഞ്ഞൊഴുകുന്ന പുഴ നാലോ അഞ്ചോ ദിവസമേ ഉള്ളൂ. പിന്നെ

പുഴ മെലിയാൻ തുടങ്ങും. അഴിമുഖത്ത് ചീർപ്പ് വെട്ടാനായി വിദഗ്ദ്ധരായ കടൽ അറിവുള്ളവർ കൈക്കോട്ടുകളുമായി വന്ന് അഴിമുഖത്ത് നിന്ന് മണ്ണ് നീക്കുന്നു. പുഴവെള്ളം കുതിച്ച് പുഴയിലേക്ക് ചീറിപ്പാഞ്ഞ് പോകുന്നു. അഴി വെട്ടുക എന്നാണ് ഇതിന് പറയുക. പുഴ മെലിയുന്നു. കടവ് പഴയ ഒഴുക്കിലേക്ക് നീങ്ങുന്നു. പുഴയ്ക്ക് കുറുകെ ആളുകളെ അവരുടെ മോഹങ്ങളുമായി മറുകരയെത്തിക്കാൻ ചങ്ങാടവും കടത്തുകാരനും തലേക്കെട്ട് കെട്ടി കാത്തുനില്ക്കുന്നു.

തിരൂർ പൊന്നാനി വഴിയിൽ ഭാരതപ്പുഴയുടെ അഴിമുഖത്തിനിപ്പുറം രണ്ട് കരകളിലുള്ളവർ അക്കരെയും ഇക്കരെയുമായി അകന്ന് കഴിയുന്നു. പൊന്നാനിയിലേക്ക് പലപല ആവശ്യങ്ങൾക്കും എത്തേണ്ട വെട്ടത്തു നാട്ടുകാർക്ക് മുന്നിൽ പുഴ ദുസ്തരപ്രതിബന്ധമായി നിലകൊള്ളുന്നു. 1921 ൽ മലബാർ കലാപം പുഴ കാരണമാണ് പൊന്നാനിയിലേക്ക് പടരാതിരുന്നത്. കേളപ്പനും അബ്ദുറഹിമാനുമായിരുന്നു അന്ന് പൊന്നാനിയെ കാത്ത് രക്ഷിച്ചത്. പുഴ അങ്ങനെ ഒരു അനുഗ്രഹമായി. എങ്കിലും ജങ്കാറും ചങ്ങാടവും പുഴ മുറിച്ചു കടക്കാൻ കാലാന്തരങ്ങളിൽ രണ്ടുകൂട്ടർക്കും തുണയായി. ദൂരങ്ങളെ അടുപ്പിച്ച പള്ളിക്കടവിലെ പഴയ കടവ് കടക്കുമ്പോഴാണ് 1980 കളിൽ ഖയ്റുന്നിസ എന്ന പെൺകുട്ടിയെ കടൽഭൂതങ്ങൾ അവരുടെ ആഴങ്ങളിലേക്ക് കൂട്ടിക്കൊണ്ടുപോയത്. അങ്ങനെ എത്രയെത്ര ജീവിതങ്ങൾ. ഇക്കരെയുള്ള മോഹമുള്ളുകളെ പൊതിഞ്ഞെടുത്ത് കരകടത്തി അക്കരെയെത്തിക്കുന്ന ദൗത്യം ഇനിയും അവസാനിച്ചിട്ടില്ല. കടൽക്കരയിൽ പുഴക്കരയിൽ താമസിക്കുന്ന കെട്ടിക്കിടപ്പുകൾ അങ്ങനെ അക്കരകളിലേക്ക് യാത്രയായി. അക്കരെയെത്തിയെങ്കിലേ ജീവിതത്തിന് എല്ലാ അർത്ഥത്തിലും ഫലപ്രാപ്തിയുണ്ടാവൂ. ചമ്രവട്ടം പാലത്തിന്റെ സാക്ഷാല്കാരത്തിന് അരനൂറ്റാണ്ടിലേറെ പഴക്കമുണ്ട്. രണ്ടായിരത്തി പതിനൊന്നിൽ പുഴയ്ക്ക് കുറുകെ തവനൂരിൽ നിന്ന് ചമ്രവട്ടത്തേക്ക് 980 മീറ്റർ നീളത്തിൽ പാലം വന്നതോടു കൂടി രണ്ടു കരകളെ ഒന്നിപ്പിക്കുന്ന മനുഷ്യാദ്ധ്വാനത്തിന്റെ അജയ്യത കൊടിയുയർത്തി നിന്നു. ഉറച്ച തൂണുകളിൽ സിമന്റും കമ്പിയും മണലും കെട്ടിപ്പിടിച്ച ആലിംഗനബദ്ധതയുടെ ഉറപ്പിലൂടെ ഞങ്ങൾ ദൂരങ്ങളെ തുടച്ചുമാറ്റി. ഇനി അക്കരെയെന്ന സങ്കല്പമില്ല. ഇക്കരെയെന്ന സ്വപ്നവും. സ്വപ്നവീഥിയിൽ നിന്ന് തെറിച്ച് മാറി ഞങ്ങൾ ഒന്നായിരിക്കുന്നു. ഇപ്പോൾ പുഴ നനയാതെ കാൽ നനയാതെ ചളി ചവിട്ടാതെ മണൽത്തരികളെ കബളിപ്പിച്ച് ഞങ്ങൾ പടുത്തുയർത്തിയ ഈ നൂൽബന്ധത്തിലൂടെ ഇക്കരെയെത്താം. മോഹങ്ങളെ ഓടിച്ചെന്നെടുത്ത് നെഞ്ചോടടുപ്പിക്കാം. അപ്പോഴും മെലിഞ്ഞ് ചണ്ടിയായ ഒരു പുഴ പടിഞ്ഞാറോട്ട് വെറുതെ കണ്ണീരൊലിപ്പിച്ച് ഒഴുകിക്കൊണ്ടിരിക്കുന്നു.

ചന്ദ്രിക ആഴ്ചപ്പതിപ്പ് ജനുവരി 19/2013

ഒരു ജീവിതം കെട്ടുപോയ രാത്രിയിലൂടെ

അടിയന്തിരാവസ്ഥ എന്ന ഇരുട്ടിന് ശേഷം 1977 ലെ ജനതാ സർക്കാർ എന്ന വ്യാജ അരുണോദയവും കഴിഞ്ഞ് 80 കൾ കൺചിമ്മിത്തുറക്കുന്നു. ആധുനികതയ്ക്ക് ശേഷം കേരളത്തിന്റെ പ്രവാസം എന്ന നിലാവുദിച്ചു. അറബിയുടെ മുഖമുള്ള സ്റ്റാമ്പുകൾ അവയ്ക്കുള്ളിലെ എയർമെയിൽ കവറുകൾക്കുള്ളിൽ ഗൾഫ് മണിയുടെ കടലാസുപതിപ്പായ ഡ്രാഫ്റ്റുകൾ, മുസ്ലീം നവോത്ഥാനത്തിന് സ്റ്റിറോയ്ഡുകൾ നല്കി. അവർ വിദ്യ നുകരാനായ് തട്ടത്തിന് മേലെ ഹെയർപിൻ കുത്തി, ബെൽബോട്ടം പേന്റുമിട്ട് പാറിനടന്നു. മുസ്ലീം സമുദായത്തിന് ഗുരുവും സ്വാമികളും ആയത് ഗൾഫ് മണിയായിരുന്നു. ഈ വെളിച്ചത്തിന്റെ പൊട്ടും പൊടിയും പെറുക്കിയെടുത്ത് തെക്കോട്ടും വടക്കോട്ടും വണ്ടി കയറിയവരുടെ കൂട്ടത്തിൽ ഒരാളായ് തന്നെയാണ് ദക്ഷിണേന്ത്യയിലെ അലീഗറായ ഫറൂക്ക് കോളേജിലെത്തിയത്.

കാൽനൂറ്റാണ്ട് മുമ്പെ ഇറങ്ങിപ്പോന്ന കലാലയം. തോറ്റിടത്തേക്ക് മടങ്ങിച്ചെല്ലുകയാണ്. ജയിച്ച ഇടങ്ങൾ ഉപേക്ഷിച്ച്. അവിടെ ചിലവഴിച്ച അഞ്ച് വർഷങ്ങളുടെ ഓർമ്മകൾ. അനുഭവക്കരയിൽ ഓർമ്മകളിൽ ഇരകൾ കൊളുത്തി ഏറെനേരം കൺപാർത്തിരുന്നു. ചൂണ്ടയിൽ ഒന്നും കുരുങ്ങുന്നില്ല. ചൂണ്ടക്കണ തിരിച്ചെടുക്കുമ്പോൾ അതാ ഒരു അനുഭവം വന്ന് ഓർമ്മകളിൽ കൊത്തുന്നു. അത് ആഞ്ഞുവലിച്ച് കരയിലേക്ക് വലിച്ച് എടുപ്പിക്കാനാകുന്നില്ലല്ലോ? ആദിമദ്ധ്യാന്ത്യപൊരുത്തമുള്ള ഒരു അനുഭവം ഭൂതകാലത്തിന്റെ ആഴങ്ങളിൽ നിന്ന് കുരുക്കിയെടുത്ത് പിടിച്ചുവെക്കാനാകുന്നില്ലല്ലോ! അപ്പോഴതാ എന്തോ ഒന്ന് കൊത്തിവലിക്കുന്നത് പോലെ പൊന്തി അനങ്ങുന്നുണ്ട്. ആഴത്തിലേക്ക് ചൂണ്ട പോകുന്നു. ഒറ്റ വലി. അങ്ങനെ ഒരു അനുഭവം ഇവിടെ ചേർത്തുവെക്കുന്നു.

1981 മുതൽ 86 വരെയുള്ള 5 വർഷക്കാലത്ത് കേരളത്തിലും ഇന്ത്യയിലും ലോകത്തും സാമൂഹികവും രാഷ്ട്രീയവും പാരിസ്ഥിതികവുമായ പല മാറ്റങ്ങളും നടന്ന കാലഘട്ടമായിരുന്നു. കേരളം കൃഷി ചെയ്ത് വീടുകൾക്ക് വൈക്കോലുണ്ടകൾ കാവൽ നിന്നിരുന്ന കാലം.

ഇന്ദിരാവധം, ബെഞ്ചമിൻ മൊളോയിസസ്, ഭോപ്പാൽ ദുരന്തം, ഹാലിയുടെ ധൂമകേതു, രാജീവ് യുഗം, ലോസ് ആഞ്ചലസിലെ ഉഷയുടെ മെഡൽ നഷ്ടം, ടെലിവിഷൻ സംപ്രേഷണം, ദൂരദർശൻ രാമായണം, സ്വകാര്യ പോളിടെക്നിക്, അമ്മ അറിയാൻ എന്നിങ്ങനെ ചരിത്രത്തിന്റെ പ്രയാണഗതി ചലനാത്മകമായ യുഗ സംക്രമണങ്ങളുടെ വേഷപ്പകർച്ചകൾ. 81 മുതൽ സംഭവിച്ചത് ഇത്രയൊക്കെയായിരുന്നു.

യുവജനസംഘടനകൾ തൊഴിൽ അല്ലെങ്കിൽ ജയിൽ എന്ന മുദ്രാവാക്യം കേരളത്തിൽ ആദ്യമായി മുന്നോട്ടുവെച്ചു. പ്രേംനസീറും ജയനും ഒന്നുമല്ല കൊടിയേറ്റം ഗോപിയും പി ജെ ആന്റണിയും ബാലൻ കെ നായരുമാണ് അഭിനയശേഷിയുള്ള നടന്മാർ എന്ന സാംസ്കാരിക തിരിച്ചറിവുണ്ടായി. അടിയന്തിരാവസ്ഥയിൽ വെന്തവർ തിരശ്ശീലയ്ക്ക് പുറത്തുവന്നു. എഴുപതുകളിലെ ചെമ്പിച്ച രോഷങ്ങൾ സാംസ്കാരിക മേലങ്കിയിട്ട് തൂക്കിവില്പന ആരംഭിച്ചു. കടമ്മനിട്ടയും കെ ജി എസ്സും സച്ചിദാനന്ദനും ഗദ്യത്തിലും പദ്യത്തിലും സർഗ്ഗക്ഷോഭിതരായി. ചുള്ളിക്കാട് കോളേജ് ഹോസ്റ്റലുകളിൽ കവിതചൊല്ലി അന്തിയുറങ്ങി.

സർഗ്ഗാത്മകതയുടെ സത്യവാങ്മൂലങ്ങൾ കനലുകളായി കെടാൻ വേണ്ടിയുള്ള അവസാനത്തെ ആളിക്കത്തലായി കലാലയങ്ങളിലും തുടികൊട്ടിപ്പാടുകയായിരുന്നു. സർഗ്ഗാവിഷ്കാരങ്ങളുടെ പുഞ്ചനെല്പ്പാടങ്ങളിൽ കതിർ വിളഞ്ഞ് നില്ക്കുമ്പോഴും അതിന്റെ അദൃശ്യമായ മലഞ്ചെരുവുകളിൽ റാഗിങ് എന്ന ഒപ്പിയം കൃഷി ചെയ്ത് ഓമനിച്ച് വളർത്തി. എസ് കത്തികൾ പോലെ അത് രാത്രിയിലും പകലിലും നിഷ്കളങ്ക കൗമാനപ്പൂവള്ളികളെ തടഞ്ഞുനിർത്തി അതിന്റെ തളിർക്കൂമ്പുകൾ ആടുകളെക്കൊണ്ട് തീറ്റിച്ചു. ആത്മാവുകളിൽ ഓട്ടകൾ വീണ് അവ വളർച്ച മുരടിച്ച് എവിടെയും പടർന്നുകയറാനാകാതെ ഭ്രാന്തൻ പൂവുകളെ ഗർഭം ധരിച്ച് വാടിക്കരിഞ്ഞുനിന്നു.

ഗ്രാമവും അതിന്റെ എൺപതുകളിലെ ഇരുട്ടും ഓമനിച്ചുവളർത്തിയ കൗമാരക്കൊടിയായി കോളേജിലെത്തിയപ്പോൾ പലതരം അനുഭവങ്ങളിലൂടെയാണ് പഞ്ചവത്സര ജീവിതം കടന്നുപോയത്. വാസസ്ഥലങ്ങളായ ഹോസ്റ്റലുകൾ തന്ന സാമൂഹികമായ നഗ്നജീവിതവും, കലയും സാഹിത്യവും സിനിമകളും തന്ന സാംസ്കാരിക ജീവിതവും കാമ്പസിനപ്പുറത്തെ തെരുവും പൊതുസമൂഹവും തന്ന കാഴ്ചകളും ക്ലാസ്മുറികളും ഗുരുക്കന്മാരും തന്ന വിദ്യാർത്ഥിജീവിതവും വറ്റിപ്പോയ സൗഹൃദങ്ങളും പ്രണയവും കാമവും മോഹാവേശങ്ങളും ഒക്കെ അതിൽ ഇന്നും നിഴലിച്ചുനില്ക്കുന്നു. അരക്ഷിതത്വത്തിന്റേയും ഭയത്തിന്റേയും ഇടവേളകളിൽ തന്ന പരംപൊരുളിലേക്ക് ഉള്ളിലെ വേനൽക്കിളികൾ കൂടുതേ

ടിപ്പോയ ആത്മീയജീവിതവും അതിൽ പ്രതിബിംബിക്കുന്നു.

എം എ റഹ്മാൻ, കെ ഇ എൻ സമദാനി, ഹഫ്രീസ് മുഹമ്മദ്, വി മുഹമ്മദ്, ടി അബ്ദുള്ള എന്നീ സംഭവങ്ങൾ കെ അഷ്റഫ്, ഇല്ല്യാസ് അഹമ്മദ്, ഉമ്മർകോയ, അബൂബക്കർ കോയ, റിയാസ് എന്നീ ഫുട്ട്ബോളർമാർ, ജോൺ അബ്രഹാം ബ്രീസ് ലോഡ്ജ്, സാഹിറ ലോഡ്ജ്, മമ്മുക്കയുടെ ഐസ്ക്രീം, കുട്ടപ്പന്റെ ചായക്കട, ക്രൗൺ തിയേറ്റർ, ഫറോക്ക് പാലം, റെയിൽവേ സ്റ്റേഷൻ, ചാലിയാറിന്റെ തീരം, കുട്ടശ്ശേരി ഖുത്തുബ, രാജാഗേറ്റ്, ചവോക്ക് മരത്തിലെ പ്രണയങ്ങൾ, പരുപരുത്ത ചരൽ കോർട്ടുകൾ, ലൈബ്രേറിയൻ, ലൈബ്രറികാർഡ്, ആൻഡ്രൂസിന്റെ പാന്റ്, ജെ പിയുടെ കൃതാവ്, ഇംഗ്ലീഷ് ഭാഷണം, ക്ലാസ്മുറി ഉറക്കം, കോട്ടുവ... പെട്ടെന്ന് ഓർമ്മവരുന്ന ഒറ്റ സ്നാപ്പുകളാണിവ. ആസാദ്, എ എൽ എം സർസയ്ദ്, ഇക്ബാൽ എന്നീ ഹോസ്റ്റലുകൾ, കഫ്റ്റീരിയ, ചാലിയാർ തീരത്തെ പരുപരുത്ത ചെങ്കൽപ്പുറങ്ങൾ, കോളേജ് ഗാർഡനിലെ കോളാമ്പിപ്പൂവുകൾ, കാരാട്ടേക്കുള്ള പച്ച ബസ്സുകൾ, ദൃശ്യപ്പെരുമകൾ പെരുത്തുവരുന്നു. ഓർമ്മകളെ കൊളുത്തുവലിക്കുന്നു. അന്നത്തെ റാഗിങ്ങിന്റെ വായ്നാറ്റം ഇനിയും ഉള്ളിൽ നിന്ന് കെട്ടുപോകുന്നില്ല. ഹോസ്റ്റൽ അടുക്കളയിലെ ദിവാകരേട്ടൻ, അസീസിന്റെ സിക്സ് പാക്ക് അബ്ഡൊമെൻ, വേലായുധേട്ടൻ, കാളിയമ്മ, രാധചേച്ചി നായരുടെ തീപാറും ചായകൾ, ഫീസ്റ്റ്, ബിരിയാണിയിലെ കോഴിക്കാലുകൾ... ഒന്നും മാഞ്ഞുപോകുന്നില്ല. ഏറെ കുഞ്ഞാപ്പുമാരും മൊയന്തന്മാരും മൊഞ്ചത്തികളും എണ്ണപ്പാടത്തെ സുന്ദരിക്കോതകളും. ഇരുപത്തിനാലു മണിക്കൂറും ടേബിൾ ലാമ്പുമായ് ധ്യാനിച്ചിരിക്കുന്ന കരണ്ടികളും അന്നത്തെ ഫാറൂഖിയൻ ദൃശ്യങ്ങളായിരുന്നു.

എന്നാൽ ഇതൊന്നും ആദിമദ്ധ്യാന്ത്യ പൊരുത്തമുള്ള ഒരു അനുഭവമാകുന്നില്ലല്ലോ? മനസ്സിൽ ഏറെക്കാലം കണ്ണീർച്ചാലൊഴുക്കിയത് ഇതൊന്നുമായിരുന്നില്ല. അഞ്ചുവർഷം ആടിയും പാടിയും കളിച്ചും ചിരിച്ചും സ്വയംഭോഗം ചെയ്തും സ്വപ്നം കണ്ട് നല്ല ഭക്ഷണം കഴിച്ച് ഉറങ്ങിയും വിസർജ്ജിച്ചും മൂത്രമൊഴിച്ചും കിടന്ന അൽ മുതലിയാർ ഹോസ്റ്റലിലേക്ക് തന്നെ എന്റെ ഓർമ്മദർശിനി തിരിച്ചുപിടിക്കുന്നു.

ഫുട്ബോളിൻ ലഹരിപടർന്ന 1981 ലെ ഒരു കായിക സായാഹ്നം. ഗ്രൗണ്ടിൽ ഫറൂഖ് കോളേജും ഒളിമ്പ്യൻ റഹ്മാന്റെ കല്ലായി യൂത്ത്സും തമ്മിൽ ഏറ്റുമുട്ടുന്നു. കളികഴിഞ്ഞ് മടങ്ങിവരികയാണ് ഞങ്ങൾ. ഫറൂഖ് കോളേജ് ഒന്നിനെതിരെ മൂന്ന് ഗോളുകൾക്ക് കല്ലായി യൂത്ത്സിനെ തോല്പിച്ചിരിക്കുന്നു. റഹ്മാൻക്ക രോഷാകുലനായി ഗ്രൗണ്ടിന് പുറത്തിരുന്ന് തന്റെ ശിഷ്യന്മാരെ ചീത്ത വിളിക്കുന്നു. 'അപ് അപ് ഫറൂഖ് കോളേജ്' എന്ന വിജയഗാഥ മുഴങ്ങുന്നു. ഞങ്ങൾ ഒന്നാം വർഷ പ്രീഡിഗ്രിക്കാർ എന്ന പൂച്ച പി ഡി സിക്കാർക്ക് ഇപ്പോൾ സീനിയർമാരായ രണ്ടാം വർഷക്കാരിൽ നിന്നുള്ള റാഗിങ് ശല്യങ്ങൾക്ക് ഇത്തിരി ശമനം വന്നിട്ടുണ്ട്. പുഴ കടലിൽ ലയിച്ചതുപോലെ ആദ്യമൊക്കെ ചില്ലറ പ്രയാ

സങ്ങളുണ്ടായിരുന്നു. ഇപ്പോൾ കോളേജിന്റെ അന്തരീക്ഷവും അവിടുത്തെ ഹോസ്റ്റൽ രീതികളുമായി ഞങ്ങൾ ഇണങ്ങിവരുന്നു. ഇപ്പോൾ സീനിയേഴ്സിനെ കണ്ടാൽ മുണ്ടിന്റെ മടിക്കുത്ത് അഴിച്ചിട്ട് ബഹുമാനം കാണിക്കണമെന്ന് മാത്രം. എങ്കിലും ഭയഭക്തിബഹുമാനങ്ങൾക്ക് കുറവുവരുത്താൻ പാടില്ല. അങ്ങനെ വല്ലതുമുണ്ടായാൽ വൈകുന്നേരങ്ങളിൽ പതിനാറാം നമ്പറിലേക്ക് വിളിയുണ്ടാവും. ദജ്ജാല് പ്രത്യക്ഷപ്പെടും. നരകത്തിന്റെ വാതിലുകൾ തുറക്കും. പത്ത് പതിനാറുപേർ നിരന്നിരിക്കും. സാങ്കല്പികക്കസേരകളിൽ ഇരിക്കണം. കുണ്ടും കുഴിയുമുള്ള കാരാട്ട് റോഡിലൂടെ ഓട്ടോറിക്ഷ ഓടിക്കണം. ആശ്വാസവളികളിടണം. തിരമാലകൾ ആർത്തലച്ച് വരുമ്പോൾ ചന്തികഴുകുന്നതെങ്ങനെയെന്ന് കാണിച്ചുകൊടുക്കണം. ഓരോ സെക്കന്റിലും സമയം പറഞ്ഞ് കൊടുക്കണം. കൊടുങ്ങല്ലൂർ ഭരണിപ്പാട്ട് വൃത്തത്തിൽ ചൊല്ലണം. നതോന്നത വൃത്തമാണെങ്കിൽ വഞ്ചിപ്പാട്ടിന്റെ രീതിയിൽ ലോകത്തിലെ അറയ്ക്കുന്ന തെറികൾ ഉച്ചത്തിൽ ചൊല്ലണം. മെസ്സ്ഹാളിൽ ചൂലുപിടിച്ച് കയറിനിന്ന് പത്ത് മിനിട്ട് നിറുത്താതെ തെറിപറയണം. ഇങ്ങനെപോകുന്നു ഭേദ്യങ്ങൾ.

പക്ഷേ, റാഗിങ്ങിന് ഇപ്പോൾ ശമനമുണ്ട്. കാറ്റും കോളുമായി ആ സുനാമി പതിനാറാം നമ്പർ റൂമിൽ നിന്ന് എപ്പോഴും ആഞ്ഞടിച്ചേക്കാം. ഈ വിപത്തുകളൊക്കെ അന്തരീക്ഷത്തിലുണ്ടെങ്കിലും ഇപ്പോഴുണ്ടായ ഈ ഫുട്ബോൾ വിജയം ഞങ്ങളെ വല്ലാതെ ആഹ്ലാദിപ്പിച്ചിട്ടുണ്ട്. അബൂബക്കർ കോയ ബാറിനടിയിൽ അപാരഫോമിലായിരുന്നു. ഉമ്മർകോയ ഒന്നാന്തരം കളിയാണ് കാഴ്ചവെച്ചത്. അവന്റെ പാസുകൾ ഇല്ല്യാസ് അഹമ്മദ് കൃത്യമായി ഗോൾപോസ്റ്റിലേക്ക് തൂക്കിയിരുന്നു. വിങ്ബാക്കിൽ കെ അഷ്റഫ് നല്ല ഫോമിലുമായിരുന്നു. ഞങ്ങൾ ഈ വിജയം എന്തെങ്കിലുമൊന്ന് ചെയ്ത് ആഘോഷിക്കുവാൻ തീരുമാനിച്ചു. തന്തപ്പൂച്ച എന്ന അബ്ദുൽ മജീദ്, ശിശു എന്ന ഷെല്ലി, ഫിറോസ് മുഹമ്മദ്, കരടി മോഹൻദാസ്, ഇല്ല്യാസ് ഞങ്ങളെല്ലാവരും അമ്പത്തിയേഴാം നമ്പർ റൂമിലെ അന്തേവാസികളാണ്. ഒരുമിച്ചേ നടക്കൂ. ഒരുമിച്ചേ മെസ്സ്ഹാളിലേക്ക് പോകൂ. പല്ല്തേപ്പും കുളിയും ഉറക്കവും ഉണരലും എല്ലാം ഒന്നിച്ച്. എന്തിനും ഒറ്റക്കെട്ട്. ഇതിൽ ദുർബ്ബലശരീരനായതുകൊണ്ടാണ് ഷെല്ലിക്ക് ശിശു എന്ന പേരുവീണത്. എല്ലാവർക്കും ഇരട്ടപ്പേരുണ്ട്. ആറടിപൊക്കവും ഒത്ത തടിയുമുള്ള രോമാവൃതശരീരമുള്ളതിനാലാണ് മജീദിന് തന്തപ്പൂച്ച എന്ന പേരുവീണത്. ഞങ്ങൾ ഒരു സംഘമായി അപ് അപ് ഫറൂഖ് കോളേജ്, ആരാണിവിടൊരു റഹ്മാന് എന്നൊക്കെ മുദ്രാവാക്യം വിളിച്ച് ഹോസ്റ്റലിലേക്ക് വരികയാണ്. അഞ്ചുപേരുടെ സംഘം എ എൽ എമ്മിന്റെ കവാടത്തിൽ പ്രകടനക്ഷീണത്താൽ ചരൽക്കല്ലുകളിൽ കുത്തിയിരുന്നു. നേരം മോന്തിയായിരിക്കുന്നു. സന്ധ്യ മാഞ്ഞു. ആളെ തിരിച്ചറിയാൻ പ്രയാസം. പെട്ടെന്ന് ഹോസ്റ്റലിലെ എല്ലാ ബൾബുകളും അണഞ്ഞു. കറന്റ് പോയിരിക്കുന്നു. എങ്ങും കൂക്കും വിളിയും. പാട്ടു

കളും പതിവ് കീർത്തനങ്ങളും മുഴങ്ങുന്നു. തലയ്ക്ക് മീതെ ശൂന്യാകാശം എന്ന ഗാനം ഏഴാം നമ്പർ റൂമിൽ നിന്ന് ഉയർന്ന് വരുന്നു. ഇന്ന് പൊറാട്ടയും സാമിയുമാണ് മെസ്സിൽ. അങ്ങനെ വെറുതെയിരിക്കുമ്പോഴാണ് കറണ്ടില്ലാത്ത ആ മോന്തിനേരത്ത് തന്തപ്പൂച്ചയ്ക്ക് ഒരു ഉൾവിളി വന്നത്. നമ്മൾ ഇന്ന് കളി ജയിച്ചതല്ലേ. എന്തെങ്കിലുമൊക്കെയൊന്ന് ചെയ്യേണ്ടേ? എല്ലാവരും ജാഗരൂകരായി. ഈ വിജയം നമുക്ക് തുണിയുരിഞ്ഞ് ആഘോഷിച്ചാലോ? നമ്മളിൽ ആരെങ്കിലും ഒരാൾ പരിപൂർണ്ണനഗ്നനായി ഹോസ്റ്റലിന്റെ കൊളാപ്സിബ്ൾ ഗെയ്റ്റ് വരെ നടന്നുപോകണം. ആർക്കുണ്ട് ധൈര്യം? ഇപ്പോൾ വെറ്ററിനറി ഡോക്ടറായി അമേരിക്കയിൽ സ്ഥിരതാമസമാക്കിയ പെരുമ്പിലാവുകാരൻ ഫിറോസ് മുഹമ്മദ് നടക്കുന്ന ആൾക്ക് അഞ്ച് ഫ്രൂട്സ് സലാഡ് സ്പോൺസർ ചെയ്തു. എല്ലാവരും മുഖത്തോടുമുഖം നോക്കി ഒടുവിൽ ഏറ്റവും ധൈര്യം കുറഞ്ഞ ശിശുപാലമഹാരാജാവായ ഷെല്ലി പറഞ്ഞു. ഞാൻ നടക്കാം. ഫ്രൂട്സ് സലാഡ് ഇപ്പത്തന്നെ കിട്ടണം. ഞാൻ വാങ്ങിച്ചുതരും. തന്തപ്പൂച്ച ഇടപെട്ടു. അങ്ങനെ ശിശു ഹോസ്റ്റൽ മതിലിന്റെ ഒരറ്റത്തുനിന്നും മറ്റേ അറ്റം വരെ നടക്കാൻ പോകുന്നു. ഹോസ്റ്റൽ കീർത്തനമായ സമദാനിയുടെ റൂമിനുമുന്നിൽ ഒട്ടിച്ചുവെച്ച ജി. ശങ്കരക്കുറുപ്പിന്റെ കവിത ഉറക്കെ ചൊല്ലി. മുരളീരാഗമധുരമുഖനാം ഒരു യാത്രികൻ/വരും വിളിക്കും ഞാൻ പോകും വാതിൽ പൂട്ടാതെയക്ഷണം. എല്ലാവരും ഏറ്റുചൊല്ലി. ശിശു തുണിയഴിച്ചു. മജീദ് അതെടുത്ത് അവന്റെ തലയിൽകെട്ടി. ശിശു കുപ്പായമഴിച്ചു. അവന്റെ എല്ലിൻകൂട് ഞങ്ങൾ തടവിനോക്കി. അതിൽ വാരിയെല്ലുകൾ കൃത്യം. ശിശു അണ്ടർവെയറഴിച്ചു. ഇല്ല അവൻ അണ്ടർവെയർ ഇട്ടിട്ടുണ്ടായിരുന്നില്ല. ശിശു ഇപ്പോൾ പരിപൂർണ്ണ നഗ്നൻ. പിറന്നപടി. പത്ത് ലക്ഷം വർഷം മുന്നെ ദക്ഷിണാഫ്രിക്കയിൽ ജനിച്ച നമ്മുടെ പിൻഗാമി അവന്റെ ജനിതകഘടനയിൽ സൂക്ഷിച്ചുനോക്കിയാൽ മൈക്രോസ്കോപ്പിന്റെ സഹായമില്ലാതെതന്നെ കാണാനാകും. അവൻ നടത്തം ആരംഭിച്ചു. മുരളീരാഗം ആവർത്തിച്ചു. ഏകദേശം മുപ്പതുമീറ്റർ ദൂരം കഴിഞ്ഞുകാണും. സ്ലോമോഷനിലാണ് നടത്തം. അതിനിടയ്ക്ക് നൃത്തവുമുണ്ട്. ആ ദിഗംബരസന്ധ്യയിൽ അവനുചുറ്റുമായി ഞങ്ങൾ അഞ്ചുപേർ നടന്നുനീങ്ങുകയാണ്. ഓഷോയുടെ ആശ്രമത്തിൽ ഇങ്ങനെയായിരിക്കും. ഭക്തശിരോമണികളുടെ ആനന്ദനൃത്തങ്ങൾ. കറണ്ടില്ലാത്തതിനാൽ എന്താണ് സംഭവിക്കുന്നത് അവിടെയെന്ന് ആർക്കും അറിയുകയുമില്ലല്ലോ. ഇരുട്ടിന്റെ മറവിൽ മനുഷ്യൻ എത്ര സ്വതന്ത്രനാണ്. ആർക്കും ഇരുട്ടത്ത് എന്തും ചെയ്യാമല്ലോ. നഗ്നസ്വാമിയുടെ ചുറ്റും മുരളീഗാനം പാടി ശിശുവിനെ അനുഗമിച്ചു. ദൂരം പകുതി കഴിഞ്ഞു. പെട്ടെന്നാണ് കറണ്ട് വന്നത്. ഹോസ്റ്റൽ കവാടം കടന്ന് ഞങ്ങൾക്കഭിമുഖമായി റാഗിങ് ദജ്ജാലുകളായ മുദീറും സമദും ഷംസുദ്ദീനും രണ്ടാം വർഷ പ്രീഡിഗ്രിക്കാർ നടന്നുവരുന്നു. പൂർണ്ണനഗ്നനായ ശിശുവിനെക്കണ്ട് അവർ ആർത്തുവിളിച്ചു. ദജ്ജാലുകൾ ഞങ്ങളെ വളഞ്ഞു. എന്താടാ ഈ കാട്ടുന്നത്. 'പൂച്ചകൾക്ക്

ചിറകുവച്ചോ? പിടിയെടാ അവനെ...' ഞങ്ങൾ ചിതറിയോടി. ശിശു എന്ന ഷെല്ലി ഒന്നാം ബ്ലോക്കിന്റെ പുറകിലൂടെ ഓടി ബാസ്കറ്റ്ബോൾ കോർട്ടിന്റെ മതിലിന് സമാന്തരമായി ഓടുന്നു. അവന്റെ പുറകെ ചടപടെ ബഹളങ്ങളുമായി റാഗിങ് സിംഹങ്ങളായ കായക്കോടിയും സംഘവും. ശിശുവിനെ പിടിച്ചോ എന്ന ആക്രോശങ്ങൾ ആർപ്പുവിളികളോടെ ഹോസ്റ്റൽ ഒന്നാകെ ഇളകുന്നു. എന്താണ്? എന്താണ്?

നമ്മുടെ ശിശു അതാ അവിടെ തുണിയും കോണകവുമില്ലാതെ അങ്ങോട്ട് ഓടിയിരിക്കുന്നു. സംഘബലം കൂടുന്നു. എവിടെ? എവിടെ? ഞങ്ങൾ അവന്റെ ലുങ്കിത്തുണിയും കുപ്പായവുമായി അവന്റെ പുറകെ ഓടി. അവനിപ്പോൾ കിച്ചന്റെ പുറകിലുള്ള ആ ഉങ്ങുമരത്തിന്റെ പുറകിലുണ്ട്. സീനിയേഴ്സ് അങ്ങോട്ടുകുതിച്ചു. ശിശുവിന് തുണിയും കോണവുമില്ലേ? കായക്കോടിയുടെ ശബ്ദം ക്രമാതീതമായി ഉയർന്നു. അവന്റെ ലുങ്കിത്തുണി തലയിൽ കെട്ടി മജീദ്. അവന്റെ കുപ്പായവുമായി ഞാനും. ഇതൊന്ന് എങ്ങനെ അവന് കൊടുക്കും? ഒറ്റപ്പെട്ട നഗ്നദേഹിക്ക് കാലവും സംസ്കാരവും വർഷങ്ങൾക്കൊണ്ട് പതിച്ചുനൽകിയ മേലങ്കിയുമായി അവനുപുറകെ ഞങ്ങളും. ദശലക്ഷക്കണക്കിന് വർഷങ്ങൾക്കൊണ്ട് മനുഷ്യൻ താണ്ടിയ ദൂരം ഇപ്പോൾ ആ മരത്തിന് പുറകിലുള്ള പത്ത് മീറ്ററിന്റെ ഉള്ളിലുണ്ട്. മാനവും മര്യാദയും മനുഷ്യന് തിരിച്ചുകിട്ടേണ്ട ഹ്രസ്വദൂരമല്ല അത്. ആഫ്രിക്കയിൽ നിന്ന് ലോകത്തിന്റെ വിവിധഭാഗങ്ങളിലേക്ക് ചിതറിപ്പാർത്ത് താമസിച്ച ലക്ഷക്കണക്കിന് വർഷങ്ങൾ താണ്ടിയ സംസ്കാരത്തിന്റേയും ചരിത്രത്തിന്റേയും അനേകമൈൽ ദൂരങ്ങൾപ്പോലെ ഈ കൊച്ചുദൂരം ഇപ്പോൾ ഇങ്ങനെ തോന്നിപ്പിച്ചു. മനുഷ്യന് നഷ്ടപ്പെട്ട അവന്റെ ലജ്ജ മൂടിവെക്കേണ്ട ഭാരിച്ച ഉത്തരവാദിത്തമാണ് ഇപ്പോൾ ഞങ്ങൾക്കുമുന്നിലുള്ളത്. ആഴമുള്ള ഒരു കിണറിൽ ഇപ്പോൾ ഞങ്ങളുടെ ശിശു അകപ്പെട്ടിട്ടുള്ളത്.

അടുക്കളയിൽ നിന്ന രാധയമ്മയും കാളിയും വന്നു. നിങ്ങളങ്ങോട്ട് പൊയ്ക്കോളിൻ. അവിടെയൊരു പൂച്ച തുണിയില്ലാതെ നില്ക്കുന്നുണ്ട്. ദാ ആ മരത്തിനുപിറകിൽ. എല്ലാവരും മരച്ചുവട്ടിലേക്ക് നീങ്ങി. അടുക്കയുടെ ഉച്ചിയിൽ ട്യൂബ്ലൈറ്റ് തുറിച്ചുനോക്കുന്നു. ശിശു മരത്തിന്റെ പിറകിൽ പതുങ്ങി നില്ക്കുകയാണ്. ഇതിനിടയിൽ അവൻ എങ്ങനെയോ മരത്തിന്റെ ഒരു കൊമ്പിൽത്തൂങ്ങി മുകളിലേക്ക് കയറി. ഇതുതന്നെ രസമെന്നുകരുതി എല്ലാ രണ്ടാം വർഷ റാഗിങ് വിരുതന്മാരും എലിയെ കുരുക്കാൻ സിംഹം ഒരുക്കിയ വലയുമായി താഴെ കാത്തുനില്ക്കുന്നു. ഞങ്ങൾ തുണിയുമായി മെസ്സ് ഹാളിന്റെ കിളിവാതിലിലൂടെ എത്തിനോക്കി. പോടാ എന്ന് പറഞ്ഞ് കായക്കോടി ഞങ്ങളെ ആട്ടിപ്പായിച്ചു. ഒരു രക്ഷയുമില്ല. തോല്‌വി സമ്മതിച്ച് ഞങ്ങൾ. മാനാഭിമാനത്തിന്റെ മല ശിശുവിന് മുന്നിൽ ഇടിഞ്ഞുവീണിരിക്കുന്നു. ഏത് ദുർബ്ബലനിമിഷത്തിലാണ് ഇങ്ങനെയൊരു ബെറ്റുവെക്കാൻ തോന്നിയത്. തന്തപ്പൂച്ച പശ്ചാത്തപിച്ചു. ഞങ്ങൾ റൂമിലേക്ക് മടങ്ങി. ശിശുവിന് തുണി തിരിച്ചുകൊടുക്കാൻ ഞങ്ങൾക്കായില്ല.

പിന്നെ അവനെ താങ്ങിയെടുത്ത് വരുന്ന ഒരു വൻസംഘത്തിന്റെ ആർപ്പും വിളിയും കേട്ട് മെസ്സ് ഹാളിലേക്ക് ഭക്ഷണം കഴിക്കാൻ അന്തേവാസികൾ എത്തിത്തുടങ്ങി. ഒന്നും കാണാനാവാതെ അവന്റെ തുണിയും കുപ്പായവുമായി ഞങ്ങൾ മുറിയിൽ ഇരിക്കുകയാണ്. ഇനിയെന്തുചെയ്യും? നീയാണ് എല്ലാറ്റിനും കാരണക്കാരൻ! തന്തപ്പൂച്ചയെ എല്ലാവരും പഴിക്കാൻ തുടങ്ങി. അരമണിക്കൂർ കഴിഞ്ഞ് ഞങ്ങൾ റൂമിലെത്തി. ആരും ഒന്നും മിണ്ടുന്നില്ല. ശിശു തലതാഴ്ത്തിയിരിക്കുകയാണ്. പുതപ്പ് വാരിക്കെട്ടി അവൻ കമിഴ്ന്നുകിടക്കുന്നു. ഞാൻ ഒന്നുവിളിച്ചുനോക്കി. അവന്റെ പൂച്ചക്കണ്ണുകൾ കലങ്ങിയിരിക്കുന്നു. “പ്ലീസ്... ഇത്തിരി സൈ്വര്യം തരുമോ? ഞാനൊന്ന് കിടന്നോട്ടെ.” അവൻ വിതുമ്പുകയാണ്. തലയിണയാകെ നനഞ്ഞിരിക്കുന്നു. ഏങ്ങിയേങ്ങി ഇപ്പോൾ അവൻ ഒരു ശിശുവായിരിക്കുന്നു. അകലെ നരക കവാടത്തിൽ ആട്ടവും പാട്ടും പെരുക്കുന്നു. ആ രാത്രി കുറെനേരം ഞങ്ങൾ ഒഴിഞ്ഞ വരാന്തയിൽ തലയ്ക്ക് കൈയുംകുത്തിയിരുന്നു. രാവിലെ എഴുന്നേറ്റപ്പോൾ ഷെല്ലി എണീറ്റിട്ടില്ല. പുതപ്പിൽ അവൻ തിരിഞ്ഞും മറിഞ്ഞും കിടക്കുന്നു. ഒന്നും ചോദിക്കാനുള്ള ധൈര്യം ഞങ്ങൾക്കില്ല. ഞങ്ങൾ ക്ലാസിലേക്ക് പോയി. ഫസ്റ്റ് പിരീയഡ് ഫിസിക്സ് പ്രാക്ടിക്കലാണ്. സിംപിൾ പെൻഡുലം. വൈകിച്ചെന്നാൽ അഷ്റഫ് സാർ പുറത്തുനിർത്തും. ഉച്ചയ്ക്ക് തിരിച്ചുവന്നപ്പോൾ കുഞ്ഞാമുവാണ് പറഞ്ഞത്. ഷെല്ലി നാട്ടിൽപോയിരിക്കുന്നു. ബെഡ്ഡിൽ അവന്റെ പുതപ്പും പായയും മടക്കിവെച്ചിരിക്കുന്നു.

ഞങ്ങൾ പുസ്തകങ്ങളിലേക്കും പരീക്ഷകളിലേക്കും ആഴ്ന്നിറങ്ങി. ഒരു മാസം കഴിഞ്ഞു. ഷെല്ലിയുടെ ഒരു വിവരവുമില്ല. മുറിയിൽ അവന്റെ കട്ടിൽ ഒഴിഞ്ഞുകിടക്കുന്നു. മൂലയിൽ ഒരു ബുൾവാൾക്കർ. അടിയിൽ അവൻ വെള്ളംകുടിക്കുന്ന മൺകൂജയുമുണ്ട്. അതൊക്കെ അവനെ കാത്തിരിക്കുന്നതുപോലെ. ഷെൽഫിൽ ഉടമയെ കാണാതെ വിഷമിച്ചിരിക്കുകയാണ് അവന്റെ പുസ്തകങ്ങൾ. സിൽവസ്റ്റർ സ്റ്റാലിയന്റെ *സൺ* മാസികയിലെ പോസ്റ്റർ. പിന്നെ കുറേമാസങ്ങൾ പൊടിപിടിച്ച് അത് അവിടെത്തന്നെ കിടന്നു. കൂജയിൽ മാറാല പടർന്നിരിക്കുന്നു. ബുൾവാർക്കറിൽ തുരുമ്പ് കയറാൻ തുടങ്ങി. പിന്നീടൊരിക്കൽ എപ്പോഴോ അവന്റെ ബാപ്പ വന്നു. ടി സിയും സർട്ടിഫിക്കറ്റും വാങ്ങി. പെട്ടിയും ബെഡ്ഡും ബുൾവാർക്കറുമായി ആ നരച്ച രൂപം നടന്നകന്നു. കൂജയെടുത്ത് ഞങ്ങൾ ഒരു മൂലയിലേക്ക് മാറ്റിവെച്ചു. അതിനിപ്പോൾ അവന്റെ മുഖച്ഛായയുണ്ട്. പതുക്കെപതുക്കെ ഞങ്ങൾ അവനെ മറന്നു. കൂജ പൊട്ടി. അതിന്റെ കഷ്ണങ്ങൾ ഗാർഡനിലേക്ക് വലിച്ചെറിഞ്ഞു. ശിശു സഹജമായ ഒരു സഹമുറിയന്റെ ഓർമ്മകളും അടയാളങ്ങളും വലിച്ചെറിയുന്നതുപോലെ ഗാർഡനിലെ ഒരു മൂലയിൽ അത് വെയിലേറ്റുകിടന്നു.

അഡ്രസ്സ് ബുക്ക് പരതിയെടുത്ത് ഞാൻ അവന് ഒരു കത്തെഴുതി. അതിന് മറുപടിയുണ്ടായില്ല. പാവറട്ടിയിൽ പള്ളിക്ക് സമീപമാണ് അവന്റെ വീട് എന്ന് കേട്ടിട്ടുണ്ട്. ഇതിനിടയിൽ പരീക്ഷ കഴിഞ്ഞ് നാട്ടിൽ പോകാ

നൊരുങ്ങുമ്പോൾ കുഞ്ഞാട് ബഷീർ പറയുന്നതുകേട്ടു. "എടാ നമ്മുടെ ശിശുപാലൻ ഷെല്ലിയില്ലേ. അവന് സുഖമില്ലത്രേ."

1990 കളിൽ ഒരു നിക്കാഹിന് പങ്കെടുക്കാൻ വേണ്ടി പാവറട്ടി പള്ളിക്ക് സമീപം ഒരിക്കൽ പോകേണ്ടിവന്നു. നിക്കാഹ് കഴിഞ്ഞ് ഒരു സുഹൃത്തിനെ കാണാനുണ്ടെന്ന് പറഞ്ഞ് പതുക്കെ ഞാൻ അവിടെനിന്നും മുങ്ങി. എനിക്ക് ഷെല്ലിയെ ഓർമ്മവന്നു. അവന്റെ വീട് കണ്ടുപിടിച്ചു. കാളിംഗ് ബെല്ലിൽ വിരലമർത്തി. ഒരു ഉമ്മ പുറത്തുവന്നു. "എന്തേ? ഷെല്ലിയുടെ വീടല്ലേ?" "അതെ." അവനെ ഒന്ന് കാണാൻ. പുറത്തെ ഒരു മുറിയിൽ കുറേനേരം കാത്തിരുന്നു. തിരിച്ചുപോയാലോ? അവസാനം ഉമ്മ വന്ന് പുറത്തേക്ക് കൊണ്ടുപോയി. ഒരു കയ്യാല. അതിന്റെ കിളിവാതിലുകൾ തുറന്നു. മെലിഞ്ഞ് താടിവെച്ച് ഒരു രൂപം എനിക്കുമുന്നിൽ പ്രത്യക്ഷപ്പെട്ടു. അവന്റെ പൂച്ചക്കണ്ണുകൾ എന്നെ നോക്കി. അവിടെ ഒരു പൊട്ടക്കിണറിന്റെ അസ്വസ്ഥത എനിക്ക് കാണാനായി. അവൻ വിരലുകൾ ഇരുമ്പുകമ്പിയിൽ പിടിച്ചു. ആ വിരലുകളിൽ ഞാൻ എന്റെ കൈകൾ ചേർത്തുവെച്ചു. ഒരു തണുപ്പ് എന്നിലേക്ക് പടർന്നു കയറി.

ഉമ്മ എന്നെ കോലായിലേക്ക് കൊണ്ടുപോയി. ഞാൻ പുറത്തിറങ്ങിനിന്നു. ഷെല്ലിയെ എങ്ങനെയാ അറിയ്യാ? അവന്റെ ഉമ്മ സാരിത്തലപ്പുകൊണ്ട് തലമറച്ച് ചുമരിൽ കൈവെച്ച് പുറത്തേക്ക് നോക്കി. നല്ലോണം പഠിക്കുന്ന കുട്ടിയായിരുന്നു. കോളേജിൽ പഠിക്കുമ്പോൾ എന്തോ കണ്ട് പേടിച്ചതാണ്. ഇപ്പോൾ ഒരുമിണ്ടാട്ടവുമില്ല. കൊറേ കാലമായി...

ഞാൻ എ എൽ എം ഹോസ്റ്റലിലേക്ക് തിരിച്ചു നടന്നു. അവന്റെ കുതിരച്ചെക്കുകളെ കുറിച്ചോർത്ത് എന്റെ രാജാവ് അടിയറവുപറഞ്ഞ എത്രയെത്ര പോരാട്ടങ്ങൾ... കൈയുയർത്തി അവന്റെ നിറഞ്ഞ ചിരിയും ആഹ്ലാദങ്ങളും ഗ്രൗണ്ടിൽ ഫാസ്റ്റ് ബൗളിംഗ് ചീറി വരുമ്പോൾ അവന്റ് ഡിഫൻസിവ് സ്ട്രോക്കുകൾ ബുൾവാർക്കർ എടുത്ത് മെലിഞ്ഞ കൈത്തണ്ടയിലേക്കുള്ള ചെരിഞ്ഞ നോട്ടങ്ങൾ. നെഞ്ചിലെ എല്ലിൻകൂടുകൾ തപ്പിനോക്കി ബുൾവാർക്കറിനെ തൊട്ടുവണങ്ങുന്ന എ എൽ എമ്മിലെ പുലരികൾ. ആദ്യപരിചയപ്പെടുലിൽ അവൻ പറഞ്ഞ വാക്കുകൾ.

ന്റെ പേര് ഷെല്ലി. എ എൽ എം ഹോസ്റ്റലിൽ.. നാട് പാവർട്ടി... ക്ലാസ് പി ത്രീ.

മരം കേറിയ ഒരു നഗ്നദേഹിയുടെ ഇരുട്ട് അഴിഞ്ഞുവീണ് വെളിച്ചത്തിലൂടെ പാളംതെറ്റിപ്പോയിരുന്നോ അവന്റെ ട്രെയിൻ. ഓർമ്മകളിൽ വെച്ചുകുത്തി ഇപ്പോഴും എന്റെ മനസ്സ് നീറുന്നു.

ദേശാഭിമാനി വാരിക, സെപ്തംബർ 16 / 2011

ചുമരിൽ ചിരിച്ചു നിന്ന പോളിടെക്നിക്

ഓർമ്മകളുടെ അറ്റത്ത് ചിരിക്കും കരച്ചിലിനുമിടയിലൂടെ ഉറച്ചുപോയ പേരുകളിലൊന്നായിരുന്നു സീതിസാഹിബ് പോളിടെക്നിക്. ആ പേരിന്റെ പിന്നിലെ പൊരുളോ വെളിച്ചമോ അന്നൊന്നും അറിഞ്ഞിരുന്നില്ല. ഇക്കാക്ക അവിടെയാണ് പഠിച്ചിരുന്നത്. എന്റെ ജനന തീയതിയുടെ കൃത്യത ബോദ്ധ്യപ്പെടുത്തുമ്പോൾ അദ്ദേഹം ദേഷ്യത്തോടെ പറഞ്ഞിരുന്നു. "ഞാൻ രണ്ടാംവർഷ പരീക്ഷ കഴിഞ്ഞ് വീട്ടിൽ മടങ്ങിയെത്തിയ അന്നാണ് നിന്നെ പ്രസവിച്ചത്. നീ വലിയ ആളൊന്നും ആകണ്ട.'' ഇക്കാക്കയുടെ ആരും അധികമൊന്നും കാണാത്ത ഒരു ആൽബത്തിൽ ഒരു തൂവൽ വെച്ച് തൊപ്പിയിട്ട എൻ സി സി കേഡറ്റിന്റെ ഫോട്ടോ ഉണ്ട്. ഇത് ഞാൻ പോളിടെക്നിക്കിൽ പഠിക്കുമ്പോൾ എൻ സി സി യിലുള്ള സമയത്ത് എടുത്ത ഫോട്ടോ ആണ്. ഫോട്ടോയിലെ ചെരിപ്പുവെച്ച തൊപ്പിയും അതിലെ തൂവലും മീശ മുളയ്ക്കാത്ത കൗമാരക്കാരന്റെ വലിയ കണ്ണുകളും നോക്കി അത്ഭുതപ്പെട്ടു. "എന്തൊരു ചേലാ ഇക്കാക്കാനെ കാണാൻ." തൊപ്പിയിലുള്ള ആ തൂവലിന്റെ മനോഹാരിതയിൽ മണിക്കൂറുകൾ മുഴുകി ആ ആൽബം ഒരു രാത്രിയിൽ ഒറ്റയ്ക്ക് ഇരുന്നു കുറേ നേരം കുടിച്ചു വറ്റിച്ചിട്ടുണ്ട്. എവിടെനിന്നാകാം ഈ തൂവലുകൾ കിട്ടുക. അതുമാതിരിയുള്ള ഒരു തൊപ്പിയും തൂവലും കുപ്പായവും അതിന്റെ ഷോൾഡറിലെ മടക്കും ബട്ടനുകളും കിട്ടാൻ ഒരുപാട് കൊതിച്ചിട്ടുണ്ട്. എല്ലാം പോളിടെക്നിക് കാരണമാണ് ഇക്കാക്ക് പൊളിടെക്നിക്കിനെക്കുറിച്ച് പറയാൻ തുടങ്ങിയാൽ പിന്നെ സമദാനിയുടെ വാഗ്ധോരണിയാണ്. സുകുമാരൻ അഴിക്കോടിന്റെ വൈകാരികതയാണ്. മണിക്കൂറുകൾ പോകുന്നത് അറിയുകയില്ല. ഏതു കാര്യങ്ങളും നിർണ്ണയിക്കാനുള്ള നാഴികകല്ലാണ് ഇക്കാക്ക് പോളിടെക്നിക്. ഞാൻ പോളി

കഴിഞ്ഞു ഒരു വർഷം കഴിഞ്ഞാണ് ഗൾഫിൽ പോയത്. ഞാൻ പോളിയിൽ പഠിക്കുമ്പോഴാണ് നമ്മുടെ പെര കത്തിയത്. ഞാൻ പോളിയിൽ പഠിച്ച് അഞ്ചു വർഷം കഴിഞ്ഞാണ് കല്യാണം കഴിച്ചത്. പോളിയിൽ നിന്ന് കല്യാണത്തിന് എച്ച് പി മുഹമ്മദ് റാവുത്തർ സർ വന്നിരുന്നു. അബ്ദുള്ള സാർ വന്നിരുന്നു. അവർ വന്നിരുന്നു. ഇവർ വന്നിരുന്നു. എന്നൊക്കെ പറയും. ഇതൊന്നും ആയിരുന്നില്ല പ്രധാനകാര്യം. ഇക്കാക്കയുടെ പോളിടെക്നിക് ബാല്യത്തിലും കൗമാരത്തിലും യൗവ്വനത്തിലും വീടിനോട് ചേർന്നുള്ള കയ്യാലയിൽ ഒരു ചില്ലുപടമായി ചിരിച്ചു നിന്നിരുന്നു. ഗൾഫിൽ നിന്ന് വന്നാൽ ഒന്നോ രണ്ടോ ദിവസങ്ങൾ കഴിഞ്ഞാൽ അദ്ദേഹം പറയും. “എല്ലാവരും കയ്യാലയിലേക്ക് വാ” ഞങ്ങൾ കയ്യാലയിലേക്ക് കയറും. ഇരുമ്പിന്റെ കസേര എടുത്ത് പൂന്നെലിന്റെ മണമുള്ള കയ്യാലയിൽ നിന്നും മാറാലകൾ തുടച്ച് ആ ഗ്രൂപ്പ് ഫോട്ടോ താഴെ ഇറക്കും. രണ്ട് ആണിയിലാണ് അത് ഉറപ്പിച്ചിരുന്നത്. വേലി കെട്ടുന്ന നേർത്ത കമ്പി തെക്കാമ്മൽ പറമ്പിലെ വേലിക്കൽ നിന്ന് പിരിച്ചെടുത്ത് ഇത്താത്തയാണ് അത് ചുമരിൽ പണ്ട് ഉറപ്പിച്ചതത്രെ. ഒരു ഇരുമ്പ് കമ്പി പിരിച്ച് കെട്ടിയിരുന്നു. “ഇതിലെവിടെയാ... ഞാൻ” “ഇജാസ് പറയ്” രണ്ടാമത്തെ വരിയിൽ നാലാമത്തെ ആളാണ് ഇക്കാക്ക. എല്ലാവർക്കും ടൈയും കുപ്പായവും ഉണ്ട്. അദ്ധ്യാപകരുടെ ചിലരുടെ കാലിൽ ഷൂസുണ്ട്. നടുക്ക് ഇരിക്കുന്ന കോട്ടിട്ട ആളാണ് എച്ച് പി മുഹമ്മദ് റാവുത്തർ. ഗ്രൂപ്പ് ഫോട്ടോയിൽ ഇക്കാക്ക് മീശയേ ഇല്ല. ഫോട്ടോയിലുള്ള സകല ആൾക്കാരയും ഞങ്ങൾക്ക് മനഃപാഠമാണ്. അബ്ദുള്ള സർ, കാസിം സാർ, ദിനകരൻ, പുഷ്കരൻ, ജോസഫ് കുട്ടിയാമു, പ്യൂൺ ഹമീദ്, മൊയ്തീൻ കുട്ടി ആ പേരുകൾ അങ്ങനെ നീളുന്നു. ഇവരെയൊക്കെ ഇക്കാക്ക ഞങ്ങൾക്ക് പരിചയപ്പെടുത്തിത്തരും. ഫോട്ടോയുടെ അടിയിൽ നിന്ന് വാലൻ മുട്ടകളേയും പാറ്റകളെയും തുരത്തി ചുമര് വൃത്തിയാക്കി ഇക്കാക്ക തന്നെ ഫോട്ടോയെടുത്ത് ചുമരിൽ തൂക്കും. പിന്നെ കർശനനിർദ്ദേശങ്ങളും ഉണ്ടാകും. ഈ ഫോട്ടോ എങ്ങാനും കേട് വരുത്തിയാൽ നിന്റെ ചുക്കാമണി ഞാനെടുക്കും. ഇക്കാക്ക വലിയ ആളാണ്. ഉപ്പയേക്കാളും ഞങ്ങൾക്കിഷ്ടം ഇക്കാക്കയെ ആണ്. മീശയൊക്കെ വെച്ച് കൃതാവും നീട്ടി കൂളിങ് ഗ്ലാസ്സും വെച്ച് സ്റ്റിപ്പിട്ട കോളറുള്ള പോളിസ്റ്റർ കുപ്പായവും ധരിച്ച് ഇക്കാക്ക പുറത്തേക്കിറങ്ങുമ്പോൾ ഞങ്ങൾ ഗമയിൽ അങ്ങനെ നോക്കി നില്ക്കും. ഞങ്ങൾക്ക് അഭിമാനം തോന്നിയ നിമിഷങ്ങളായിരുന്നു അത്. അദ്ദേഹം ഗൾഫിൽ നിന്ന് വന്നാൽ പിന്നെ എന്നും ഓണവും പെരുന്നാളും ആണ്. പുതിയ കുപ്പായങ്ങൾ കിട്ടും. റബ്ബറും പെൻസിലുകളും അറ്റത്ത് ചുവന്ന കിരീടത്തിൽ പൊതിഞ്ഞ റബ്ബറുള്ള നീളൻ പെൻസിലുകൾക്ക് കൊണ്ടെഴുതിയാൽ നല്ല കടുത്ത നിറമായിരുന്നു. ചിത്രം മാറുന്ന സ്കെയിലുകൾ, ടേപ്പ് റിക്കാർഡുകൾ, വാച്ച് ഇവയൊക്കെ ധരിച്ച് ഗമയിലാണ് പിന്നെ ഞങ്ങളുടെ സ്കൂളിൽ പോക്ക്. ഒരു മാസത്തിൽ കൂടുതലൊന്നും ആ സ്നേഹസാമീപ്യം ഞങ്ങളുടെ അടുത്ത്

ഉണ്ടാകാറില്ല. ചില പാതിരാത്രികളിൽ ഞങ്ങളെ വിളിച്ചുണർത്തി കവിളിൽ തുരുതുരാ ഉമ്മ വെച്ച് പേന്റും കുപ്പായവും ഒക്കെ ഇട്ട് ഇരുട്ടിലേക്ക് ഇറങ്ങിപ്പോകും. കുറച്ച് ദിവസം ഇക്കാക്ക പോയ ഹാങ്ങ് ഓവറിൽ ഞാനും ഇജാസും വിഷാദിച്ച് നടക്കും. ഒരാഴ്ച കഴിഞ്ഞാൽ കത്ത് വരും. ഉപ്പയും ഉമ്മയും പെറ്റമ്മയും കുട്ടികളും അറിയുവാൻ.. കത്തിന്റെ അടിയിൽ പ്രത്യേകം എഴുതും. കയ്യാലയിലെ പോളിടെക്നിക്കിന്റെ ഫോട്ടോ നന്നായി നോക്കണം. ഉസ്മാൻ അതെടുത്ത് പൊടി തട്ടി വെക്കണം. കയറുമ്പോൾ സൂക്ഷിക്കണം. ചില്ല് പൊട്ടിക്കരുത്. ഞങ്ങൾ അന്നുതന്നെ ചിക്കാനിട്ട നെല്ല് വകഞ്ഞുമാറ്റി ഇരുമ്പുകസേരകളുടെ മുതുകിൽ കയറി പോളിടെക്നിക്കിനെ ഇറക്കും. ഫോട്ടോ നോക്കി ആച്ചു പറഞ്ഞു. ആ നില്ക്കുന്നത് നാലാമത്തേത് അല്ലേ ഇക്കാക്ക. എച്ച് പി സാറെയും അബ്ദുള്ള സാറെയും ഹമീദാക്കാനേയും തുടച്ചു വൃത്തിയാക്കി പോളിടെക്നിക്കിനെ പിന്നെയും തൂക്കിയിടും. കത്തിനു മറപടി എഴുതുമ്പോൾ ഉപ്പ എന്നെക്കൊണ്ട് എഴുതിപ്പിച്ചു. ഇക്കാക്ക് ഞാൻ ഫോട്ടോ തുടച്ച് വൃത്തിയാക്കി നേരെ വച്ചു. പൊടി തട്ടി എന്ന് സ്വന്തം അനുജൻ.

മുറ്റത്തെ മൂവാണ്ടൻമാവ് രണ്ടുപ്രാവശ്യം തളിർക്കുകയും പൂക്കുകയും ചെയ്തു. കുളത്തിന്റെ വക്കത്തെ വരിക്ക പ്ലാവിൽ കണ്ടമാനം ചക്കകൾ കായ്ച്ചു. ചക്കക്കുരു ചുട്ട് തിന്ന് രണ്ടു വസന്തം കഴിഞ്ഞു. ഇക്കാക്കയുടെ കത്തും കാശും പലകുറി വന്നു. കയ്യാലയിലെ ഓട് പൊളിഞ്ഞ് ചോരാൻ തുടങ്ങി. ഞങ്ങൾ കയ്യാലയിലേക്കു കയറി പോളിടെക്നിക്കിന് എന്തെങ്കിലും സംഭവിച്ചുവോ എന്നു നോക്കി. രണ്ടു കൊല്ലത്തിലധികമായി ഇക്ക നാട്ടിൽ വന്നിട്ട്. കല്യാണത്തിനുള്ള ആലോചനകൾ നടക്കുന്നു. ഉമ്മയും ഉപ്പയും കൂടി പെണ്ണുകാണാൻ പോയി. കാര്യം ഉറപ്പിച്ചു. ഇന്നലെ പോസ്റ്റ്മാൻ കുഞ്ഞുക്കുട്ടൻ സൈക്കിളും ചവിട്ടി, കാവും കടന്ന് പൂഴിമണൽ താണ്ടി നടന്നു വന്നിരുന്നു. അറബിയുടെ മുഖം ഉള്ള സ്റ്റാമ്പ് ഒട്ടിച്ച് കവർ നീട്ടി ഉപ്പ അത് ഒപ്പിട്ടു വാങ്ങി. അരക്ക് വെച്ച് ഒട്ടിയ കവർ കണ്ടപ്പോഴേ ഉമ്മ പറഞ്ഞു അത് കുഞ്ഞുമോന്റെ കത്തും കാശുമാണ്. കുഞ്ഞിക്കുട്ടന് രണ്ടു ഉറുപ്പിക പച്ച അരപ്പട്ടയുടെ സിബ് നീക്കി ഉപ്പ എടുത്തുകൊടുത്തു. സന്തോഷത്തോടെ കുഞ്ഞിക്കുട്ടൻ ഉരുണ്ടു നീങ്ങി. സ്കൂൾ വിട്ട് വന്നപാടെ സെലീനയും ഇജാസും പറഞ്ഞു. "അനക്ക് അറിയോ ഇക്കാക്ക വരുന്നുണ്ട്." കത്ത് വന്നിട്ടുണ്ട്. ഞാൻ കോലായിൽ ഉപ്പാന്റെ കണ്ണുവെട്ടിച്ച് കള്ളിപ്പെട്ടി പരതി. കത്തുകളും കല്യാണക്കത്തുകളും കുറിക്കത്തുകളുമൊക്കെ അവിടെയാണ് വെയ്ക്കുന്നത്. ശബ്ദമുണ്ടാക്കാതെ കത്ത് പുറത്തെടുത്തു നോക്കി. അഡ്രസ് വായിച്ചു. ഇക്കാക്കയുടെ കത്താണ്. കത്തിന്റെ ഉള്ള് മണത്തു നോക്കി. നിധി പുറത്തു എടുത്തു വായിക്കാൻ തുടങ്ങി. ഉപ്പയും ഉമ്മയും പെറ്റമ്മയും കുട്ടികളും അറിയുവാൻ മകൻ കുഞ്ഞുമോൻ എഴുതുന്നത്. ഞാൻ ഈ മാസം 12 ാം തീയതി ഇവിടെനിന്ന് പുറപ്പെടും. ബോംബെയിൽ നിന്ന് 13 ാം തീയതി കൊച്ചിയിൽ എത്തും. ഇൻശാ അള്ളാ 13 ാം

തീയതി മുഖദാവിൽ കാണാം. എന്ന് സ്വന്തം കുഞ്ഞുമോൻ. കത്തിൽ തുരുതുരാ ഉമ്മ വെച്ചു. വടക്കിനിയിലേക്കോടി. ഇരിക്കപ്പൊറുതി കിട്ടുന്നില്ല. ഇക്കാക്ക വരുന്നു. ഇക്കാക്കായെ കുറിച്ചോർക്കുമ്പോൾ എന്താണ് ചെയ്യേണ്ടതെന്നറിഞ്ഞുകൂടാ. നില്ക്കാനും ഇരിക്കാനും പറ്റുന്നില്ല. കയ്യാലയിലേക്ക് ഓടിക്കയറി. പോളിടെക്നിക്കിനെ നോക്കി. പറമ്പിലേക്ക് ഇറങ്ങി. ഉമ്മ ആടിനെ നോക്കുന്നു. കോലായിൽ നിന്ന് കസേര എടുത്ത് ചില്ല് ഫോട്ടോ താഴെ ഇറക്കി. സലീനയെയും ഇജാസിനെയും വിളിച്ചു. പോളിടെക്നിക്കിന്റെ അടി വൃത്തിയാക്കി. പാറ്റകളെ തുരത്തിയോടിച്ചു. മാറാല തൂത്തു കളഞ്ഞു. രണ്ട് ആണിയിലേക്ക് പോളിടെക്നിക്കിനെ ഇറക്കിവെച്ചു. എച്ച് പി യുടെ മുഖത്തു നോക്കി ഗൗരവം കൂടിയിരിക്കുന്നു.

13 ാം തീയതി ഉച്ചയ്ക്ക് ചോറു കഴിഞ്ഞതിനു ശേഷം ഞാൻ എൽ പി സ്കൂളിലേക്ക് തിരിച്ചു നടക്കുകയായിരുന്നു. മീറ്ററ് വെച്ച കാറുകൾ റോഡിലൂടെ പോകുന്നുണ്ടോ എന്ന് നോക്കി. ഗൾഫുകാർ മീറ്റർ വച്ച കാറുകണ്ടാൽ എറണാകുളത്ത് നിന്ന് പെട്ടിയും സാധനങ്ങളുമായി പോയിരുന്നു. റോഡിലൂടെ മീറ്റർ വെച്ച കാർ കണ്ടാൽ ആളുകൾ പറയും അതാ ഗൾഫുകാരൻ പോകുന്നു. ഇങ്ങനെ ആലോചിച്ചു പോകുമ്പോഴാണ് ഒരു കാർ കുരച്ച് അപ്പുറത്ത് ബ്രേക്ക് ചവിട്ടി നിർത്തിയത്. കൂളിങ് ഗ്ലാസ് ഇട്ട ഒരാൾ കൈ കാട്ടി വിളിച്ചു. ഡോർ തുറന്നു. ഹായ് ഗൾഫ് മണം. അയാൾക്കു ചേർത്തു അടക്കിപ്പിടിച്ചു. കൂളിങ് ഗ്ലാസ് എടുത്തു മാറ്റിയപ്പോഴാണ് മനസ്സിലായത് ഹായ് ഇക്കാക്ക. കാറ് വീടിന്റെ പടിക്കൽ നിർത്തി ചുമട്ടുകാരൻ ബാപ്പുവിനെ കൈ കൊട്ടി വിളിച്ചു. പെട്ടിയും സാധനങ്ങളും തലയിൽ വെച്ചു കൊടുത്തു. ഉമ്മയും ഉപ്പയും ആനന്ദാശ്രുക്കൾ പൊഴിച്ചു. ഇക്കാക്ക കൈയാലയിലേക്ക് കയറി. ഫോട്ടോയിലേക്ക് നോക്കി. ഇത് പൊടി തട്ടലൊന്നും ഇല്ലേ? ഇത് ഒരാഴ്ച മുമ്പ് ഞാൻ താഴെയിറക്കി വൃത്തിയാക്കിയതാണ്. ഇക്കാക്ക ഡ്രസ് മാറാൻ തട്ടിൻ പുറത്തേക്ക് കയറി. പാന്റും കോട്ടും ഷൂസും അതിന്റെ ഉള്ളിലെ സോക്സും ബെൽറ്റും അഴിച്ചു വെച്ചു. താഴേക്ക് ഇറങ്ങി വന്ന ഇക്കാക്കയെ കാണാൻ അയൽവാസികളും അങ്ങാടിയിലുള്ളവരും നിരനിരയായി വരാൻ തുടങ്ങി. ടേപ് റെക്കോർഡറിൽ കാഫുമല പൂക്കാൻ തുടങ്ങി. പെട്ടി തുറക്കാൻ പോവുകയാണ്. ദുബായിയുടെ മണം മണ്ടകത്ത് നിന്ന് മുമ്പാരത്തേക്ക് ഒഴുകി. അത് വടിക്കിനിയിൽ ഇടനാഴികയിലും ചുറ്റിത്തിരിഞ്ഞു. ഫ്ളാസ്ക് പുറത്തെടുത്തു. ഉമ്മാക്ക് തലപൊളിച്ചിലിലിന്റെ മരുന്നും മീശക്കാരന്റെ എണ്ണയും തിളങ്ങുന്ന പച്ച നിസ്ക്കാരപപ്പടവും ദ്സ്ബിയും ലുങ്കിത്തുണിയും സുറുമകളും നല്കി. ഉസ്മാൻ കാക്ക് പാർക്കർ 45 വും സെവർ ഒ ക്ലോക്ക് ബ്ലൈഡും ക്രീമും കൊടുത്തു. മിടിമേൽ കുത്തിയും യാഡ്‌ലി പൗഡർ ഹീറോ പേനയും പുള്ളിപ്പാവാടയുമായിരുന്നു അച്ചുവിന്. ഷിഫോൺ സാരിയും സ്വർണ്ണത്തിന്റെ കടകവളയും എടുത്തിട്ട് ഇക്കാക്ക പറഞ്ഞു. ഇത് പാത്തയ്ക്കുള്ളതാണ്. ഇജാസിനും എനിക്കും കുങ്കുമ നിറത്തിലും ചുവപ്പ് നിറത്തിലുമുള്ള സ്പെഷൽ

കുപ്പായം എടുത്ത് ഉയർത്തി കാണിച്ചു. മഫ്ളറും പുതപ്പും ഉപ്പാക്ക് കൊടുത്തു. അമ്മായിമാരെ വിളിക്കാൻ വേലായുധനേട്ടനെ പറഞ്ഞയച്ചു.

ഇക്കാക്കയുടെ കല്യാണം വന്നു.

ഇത്താത്ത കണ്ണുപൊത്തിപ്പിടിച്ച് ആച്ചുവിന്റെയും താത്തയുടെയും കൈയും പിടിച്ച് ഫോട്ടോക്ക് പോസ് ചെയ്ത് വീട്ടിലെ പുതിയ അംഗമായി. ഞങ്ങളുടെ ഇത്താത്തയായി. പന്തലിൽ ഇരുന്ന് കാക്ക കാരണവന്മാർ നിരന്നിരുന്ന സദസ്സിൽ നിന്ന് പറയുന്നത് കേട്ടു. പുയ്യാപ്ല എൻജിനീയറാണോ? തിരൂരിലെ സീതി സാഹിബ് പോളിടെക്നിക്കിലാ ഓൻ പഠിച്ചിരുന്നത്. ഉപ്പ തലയുയർത്തി സദസ്സിനോട് ഉറക്കെതന്നെ പറയുന്നത് കേട്ടു.

കയ്യാലയിൽ ഇതിനകം പലതരം ഫോട്ടോകൾ സ്ഥാനം പിടിച്ചിരുന്നു. രാംമനോഹർ ലോഹ്യ, ജയപ്രകാശ് നാരായണൻ, അരങ്ങിൽ ശ്രീധരൻ, മധുദന്തവാതെ, മധുലിമായേ, അശോക് മേത്ത, എം പി വീരേന്ദ്രകുമാർ എന്നീ സോഷ്യലിസ്റ്റുകൾക്കൊപ്പം ഇക്കാക്കയും ഇത്താത്തയും ചേർന്ന് നില്ക്കുന്ന ഫോട്ടോയും നിരന്നിരുന്നു. അപ്പോഴും സീതീ സാഹിബ് പോളിടെക്നിക്കിന്റെ സ്ഥാനം അണുമണിത്തൂക്കം തെറ്റിയാൽ അദ്ദേഹം സമ്മതിച്ചില്ല.

ഇക്കാക്കയോടൊത്തുള്ള ആനന്ദകരമായ നിമിഷങ്ങൾ ഞങ്ങൾക്ക് നഷ്ടപ്പെട്ടു. അമിതാഭ്ബച്ചന്റെ *ദീവാർ* എന്ന സിനിമയുടെ കഥ ഇടയ്ക്ക് വെച്ച് നിർത്തിയത് മുഴുമിച്ചിട്ടില്ല. പോളിടെക്നിക്കിലെ ഹോസ്റ്റലിൽ നിന്ന് മുങ്ങി അബ്ദുള്ള സാർ പിടിച്ചപ്പോൾ പിന്നെ എന്തുചെയ്തു എന്ന് പറഞ്ഞില്ല. അറാഫത്തിന്റെ ധീരകൃത്യങ്ങൾ ഇക്കാക്ക വിവരിക്കുന്നത് കേൾക്കാൻ ഞങ്ങൾ കാതു കൂർപ്പിച്ചു നടന്നു. രണ്ടുമാസം കഴിഞ്ഞ് ടിക്കറ്റ് ഓകെ ആയ വിവരത്തിന് കമ്പി വന്നു. ഉപ്പായെ കെട്ടിപ്പിടിച്ച് ഒരു ശ്വാസം മുട്ടുള്ള രാവിലെ വീട്ടിനുള്ളിലാകെ പെരുമഴ പെയ്ത് നിറഞ്ഞു. കൈതോലപ്പായയിലിരുന്ന് സുബ്ഹ് നിസ്കരിച്ച് ഇക്കാക്ക തിരിച്ചുപോയി. ഉപ്പാക്ക് ആസ്ത്മ കൂടി. ഫ്ളാസ്ക്കും മഫ്ളറും പായയും തൊക്കിൽവെച്ച് വേലായുധേട്ടന്റെ പിറകിൽ ചൂണ്ടലാശുപത്രിയിലേക്കുള്ള വരവും പോക്കും കൂടി. ശ്വാസം കിട്ടാതെ കോലായ കണ്ട് മണ്ണുപാടത്തേക്ക് നോക്കി നീട്ടി വിളിച്ചു. ചിറ്റിട്ട കാതുകൾ ഓടിവന്നു. ഇക്കാക്ക് കമ്പിയടിച്ചു. മഫ്ളറും പുതപ്പും തലേക്കെട്ടും അഴിച്ചുവെച്ച് കോലായ യാത്രയായി.

ഇക്കാക്കയുടെ കത്തുകളിൽ ഉമ്മയും പെറ്റമ്മയും കുട്ടികളും അറിയുവാൻ എന്ന എഡിറ്റിങ്ങ് വന്നു. കത്തുകളുടെ എണ്ണം കുറഞ്ഞു. അരയ്ക്ക് വെച്ച് ഒട്ടിച്ച കവറിനു പകരം പരുന്തിന്റെ ചിത്രമുള്ള കവറിൽ ഒരു നീണ്ട കടലാസ് വരാൻ തുടങ്ങി. ഇതു മാറാൻ ഉമ്മയോടൊപ്പം അങ്ങാടിയിൽ പോയി. ഇത്താത്തയും ഗൾഫിലേക്ക് പോയതിൽ പിന്നെ കത്തുകൾ വല്ലപ്പോഴും ഒക്കെയായി. കയ്യാലയിലെ പോളിടെക്നിക്കിനെ ഇക്കാക്ക തിരക്കാതെയായപ്പോൾ ഞങ്ങൾ വിചാരിച്ചു ഇക്കാക്ക പോളി

ടെക്നിക്കിനെ മറന്നെന്ന്. ഞങ്ങൾ പിന്നെയും കയ്യാലയിലേക്ക് കയറി. പോളിടെക്നിക്കിനെ താഴെയിറക്കി. അരികുകളിൽ മഞ്ഞ നിറം കലർന്നിരിക്കുന്നു. അവസാന വരിയിലെ പുഷ്പാകരനെയും ജോസഫിന്റെയും തലകൾ പാറ്റകൾ ആക്രമിക്കാൻ തുടങ്ങിയിരുന്നു. ഇക്കാക്കയുടെ അരികിൽ ചാഞ്ഞുനിന്നിരുന്ന സെയ്തൂട്ടിയോട് ദേഷ്യം തോന്നി. എസ് എസ് എം പോളിടെക്നിക്കിനെ പിന്നെയും നേരെ വെച്ചു.

.... അഞ്ചുവർഷം കഴിഞ്ഞാണ് പിന്നെ ഇക്കാക്ക വന്നത്. കുട്ടികളെ പരിചയപ്പെടുത്തി തന്നു. ചുവന്ന വലിയപെട്ടി തിണ്ണയിൽ സുഗന്ധം പരത്തി. ഇക്കാക്ക താമസം മാറുകയാണ്. രണ്ട് ദിവസം കഴിഞ്ഞാണ് കുറ്റൂസ. ഇക്കാക്ക കയ്യാലയിലേക്ക് കയറി. ആണികൾ ഇളക്കി പോളിടെക്നിക്കിനെ താഴെയിറക്കി. "ഫോട്ടോ കേട് വരാൻ തുടങ്ങിയല്ലോ." തിണ്ണയിലേക്ക് കൊണ്ടുവന്ന് പൊടി തട്ടി വെള്ളം കൊണ്ട് ചില്ല് തുടച്ചപ്പോൾ എച്ച് പിയുടെ ഗൗരവം കൂടുതൽ കർക്കശമായി. നാളെയാണ് പുരതാമസം. എല്ലാവരും ഇന്നു വൈകുന്നേരം തന്നെ വരണം. എന്നോട് ഒരു പഴയ *മാതൃഭൂമി* പത്രം എടുക്കാൻ പറഞ്ഞു. "എന്തിനാ?" ഈ ഫോട്ടോ ഒന്നു പൊതിയണം. പോളിടെക്നിക്കിനെ പൊതിഞ്ഞ് ഇത്താത്തയുടെ കൈയിൽ കൊടുത്തു. എച്ച് പി മുഹമ്മദ് റാവുത്തർ സാറും അബ്ദുള്ള സാറും മുസ്തഫ സാറും ഹമീദക്കയും മൊയ്തീൻ കുട്ടിയും പടിയിറങ്ങിപ്പോവുകയാണ്. റോഡു വരെ ഞങ്ങൾ അവരെ അനുഗമിച്ചു. കയ്യാലയിലേക്ക് കയറി. ആണിപ്പഴുതിലേക്ക് നോക്കി. അവിടെ നിന്ന് ഒരു നനവ് ഒഴുകിവരുന്നുണ്ടോ. കയ്യാലയിലെ മുഷിഞ്ഞ ചുമരിൽ ഒരു ദീർഘചതുരം വൃത്തിയിൽ ഒഴിഞ്ഞു കിടക്കുന്നു. ചുമരുകളിലേക്ക് നനവ് പടരുന്നുണ്ടോ? അറിയില്ല. ഞാൻ കണ്ണുകളിൽ വെറുതെ ഒന്ന് തുടച്ചു. ഇല്ല കൈവിരലുകൾ നനഞ്ഞിട്ടൊന്നുമില്ല. നരച്ച ചുമരിൽ വൃത്തിയുള്ള ചതുരത്തിൽ രണ്ട് ആണിപ്പഴുതുകൾ തേങ്ങുന്നുണ്ടോ? എല്ലാവരും കുടിയൊഴിഞ്ഞ് ഇറങ്ങിപ്പോയിരിക്കുന്നു. ഇക്കാക്കയോടൊപ്പം

ചന്ദ്രിക ആഴ്ചപ്പതിപ്പ് 2011

ആമിനക്കുട്ടിയുടെ വിപരീതങ്ങൾ

പ്രതിഭ കോളേജ് പുന്നയൂർക്കുളം എന്ന പേരിൽ പുന്നയൂർക്കുളത്തെ പുന്നൂക്കാവിൽ എൺപതുകളുടെ മദ്ധ്യത്തിൽ ഒരു പാരലൽ കോളേജ് തെക്കോട്ടും വടക്കോട്ടും ശാഖകൾ വിടർത്തി തളിർത്ത് നിന്നിരുന്നു. ഇരുനൂറ്റിപ്പത്ത് എന്ന മാന്ത്രിക സംഖ്യയിലേക്ക് അടുക്കാനാകാതെ കരിഞ്ഞുപോയ കൗമാരപ്പൂവള്ളികളെ മുണ്ടും മടക്കിക്കുത്തി ക്ലാസെടുക്കാൻ എത്തിയിരുന്ന ഇവിടുത്തെ ചൂരൽ പാപ്പാന്മാർ വിജയത്തിന്റെ മറുകരകളിലെത്തിച്ചു. തൊണ്ണൂറുകൾ വരെ അഞ്ച് വർഷം കൊണ്ട് പെട്ടെന്ന് തീർന്നുപോയി സമാന്തര അദ്ധ്യാപനത്തിന്റെ നിർവൃതികൾ. ആ ഗംഗയിലേക്ക് ഇറങ്ങിനിന്ന് മുഖം കഴുകി ഒരു കവിൾ ജലം എടുത്തപ്പോൾ ഒരു ബ്ലാക്ക് ബോർഡ് തെളിയുന്നു. ആശാന്റെ *കരുണ*യിലെ ഏതാനും ഭാഗങ്ങൾ. ചോക്കുപൊടി പുരണ്ട കൈവെള്ള തുടയ്ക്കവേ കാൽനൂറ്റാണ്ടു മുമ്പത്തെ കാലത്തിന്റെ ചിത്രവർണ്ണപതംഗച്ചിറകുകൾ മുന്നിൽ തെളിയുന്നു.

ആദ്യമാസ ശമ്പളമായി 250 രൂപയുടെ ചെക്ക് തന്ന ഉമ്മർക്ക എന്നോട് ഒരു വൈകുന്നേരം നൂറ്റമ്പതിൽ പരം കുട്ടികളുള്ള എസ് എസ് എൽ സിഗോയിങ് ബാച്ചിൽ പോയി മലയാളം കവിത പഠിപ്പിക്കാൻ പറഞ്ഞു. നീലയിൽ വെള്ളച്ച ക്ലാസ്മുറി. ആ ഓളപ്പരപ്പുകൾ ശബ്ദമുഖരിതമാണ്. ഏറെയും പെൺകുട്ടികൾ. നാം ഇന്ന് പഠിക്കാൻ പോകുന്ന കവിത കുമാരനാശാന്റെ *കരുണ*യിലെ എല്ലാരുമെത്തുന്നിടം എന്ന ഭാഗമാണ്. ഉള്ളിലെ ഉടുക്കുകൊട്ടിക്കിളിയുടെ ചിറകടിയൊച്ചകൾ പെരുകുന്നു. ആമുഖഭാഷണം നടത്തി. കൃതാവുകൾ അപ്രത്യക്ഷമായി മുടി പിന്നിലേക്ക് നീട്ടിവളർത്തിയിരുന്നു അന്ന് ആൺകുട്ടികൾ. അവർക്ക് മീശ കിളിർത്തുവരുന്നു. തട്ടത്തിനുമേലേ പരന്ന സ്റ്റീൽ ഹെയർപിന്നുകൾ.... പാവാ

ടയും ജമ്പറുമിട്ട് മുടി മെടഞ്ഞ സുന്ദരികൾ. എല്ലാവരും പുസ്തകം നിവർത്തി കൺതുറന്നിരുന്നു. അവരുടെ ഉള്ളിൽ ഒരു സ്കൂൾദിനത്തിന്റെ മടുപ്പ് കെട്ടിക്കിടപ്പുണ്ട്. വിറ മാറി ഞാൻ അനുപല്ലവിയിലെത്തി. വാസവദത്തയുടെയും ഉപഗുപ്തന്റെയും പൂർവ്വകാലങ്ങൾ പറഞ്ഞ് ആശാൻ കവിതയിലെ പ്രണയ സങ്കല്പം മാംസനിബദ്ധമല്ലെന്ന് ചുരുക്കിപ്പറഞ്ഞു. കവിത ആലാപനമാധുര്യത്തോടെ ചൊല്ലാൻ തുടങ്ങി. വൃത്തവും ലക്ഷണവും എഴുതി. ഗുരുലഘുതിരിച്ച് വിവരിച്ചു. അഴകോടന്നഗരത്തിൽ തെക്കു കിഴക്കതുവഴിയൊഴുകും യമുന തന്റെ പുളിനം കാണ്മൂ.

അപ്പോഴാണ് വാമപക്ഷത്ത് നിന്ന് ചില തട്ടങ്ങൾ ഇളകാൻ തുടങ്ങിയത്. വാക്കുകളുടെ അർത്ഥങ്ങളും നാനാർത്ഥങ്ങളും വിപരീതങ്ങളും കൂടി പഠിപ്പിക്കേണ്ട ബാദ്ധ്യതയുണ്ട് മലയാളം അദ്ധ്യാപകന്. അഥവാ പരീക്ഷയ്ക്ക് ഇവയെങ്ങാനും ചോദിച്ചാൽ ശരിയുത്തരം എഴുതി കുട്ടികൾക്ക് മാർക്ക് കിട്ടേണ്ടേതല്ലേ... രണ്ടാമത്തെ പെൺ ബഞ്ചിലെ മൂന്നു നാലു പേർ വല്ലാതെ പിറുപിറുക്കുന്നു. അതിൽ ഒരാൾക്ക് എന്തോ ചോദിക്കാനുണ്ട്. സർ, രഹിതം എന്ന വാക്കിന്റെ വിപരീതം?

ആലോചനകൾക്ക് ശേഷം പറഞ്ഞു. 'സഹിതം' രണ്ടു മിനിട്ടിനകം പിന്നെയും വിപരീതങ്ങൾ വന്നു. അതും എങ്ങനെയോ പറഞ്ഞു കൊടുത്തു. രണ്ടാം ബഞ്ചിലെ ആ നാലുപേരും പുതിയ മലയാളം അദ്ധ്യാപകനിൽ നിന്നു വിപരീതങ്ങൾ ഖനനം ചെയ്ത് എടുക്കാൻ തുടങ്ങി. രണ്ട് വാക്കുകളുടെ വിപരീതങ്ങൾ അടുത്ത ക്ലാസ്സിൽ പറഞ്ഞു തരാമെന്ന് പറഞ്ഞു. ആ ക്ലാസ്സ് അങ്ങനെ വിപരീതങ്ങൾ കൊണ്ട് സാന്ദ്രമായി ക്ലാസ്സ് പിരിഞ്ഞുപോകാൻ നേരമായി. വിപരീത സംഘത്തിലെ തട്ടത്തിൻ മറയത്തുകാരിയുടെ പേർ ചോദിച്ചു. കാർക്കുനു ചില്ലി കൊടി കാട്ടി ആ വിപരീതി പറഞ്ഞു. ആമിനക്കുട്ടി. നല്ലപോലെ പഠിക്കുന്ന കുട്ടിയാണ്. എല്ലാത്തിലും ഫസ്റ്റ് ആണ്. സംഘം അവളെ പിന്താങ്ങി. ക്ലാസ്സു കഴിഞ്ഞു. പിറ്റേന്ന് കുന്ദംകുളത്തുപോയി 15 രൂപയ്ക്ക് ആയിരം വിപരീതം എന്ന പുസ്തകം വാങ്ങി. വിപരീതങ്ങളുടെ ഉത്തരം കിട്ടിയില്ലെങ്കിൽ മാനക്കേടല്ലേ. എല്ലാ ചോദ്യങ്ങൾക്കുമുള്ള എൻസൈക്ലോപീഡിയയല്ലേ അദ്ധ്യാപകൻ എന്ന മൂഢധാരണ അന്നുണ്ടായിരുന്നു. അടുത്ത ദിവസം വന്നു. ശ്മശാനത്തിൽ കരചരണാദികൾ ഛേദിക്കപ്പെട്ട് വാസവദത്ത കേഴുകയാണ്. ഉപഗുപ്തൻ അതു വഴി വരുന്നു. വാസവദത്തയെ കാണുന്നു. കവിത വിവരിച്ചുകൊടുത്തു. ആമിനക്കുട്ടിയും സംഘവും പിന്നേയും വിപരീതങ്ങളുമായി ഉയിർത്തെഴുന്നേറ്റു. അവരുടെ കുരിശിൽ പിടയുന്ന ക്രിസ്തുവായി ഞാൻ. എങ്ങനെയെങ്കിലും ഈ പ്രവണത അമർച്ച ചെയ്തെങ്കിലേ ക്ലാസ്സ് മുന്നോട്ട് പോകൂ എന്ന് ബോദ്ധ്യമായി. ഞാൻ എച്ച് ആന്റ് സിയുടെ *ആയിരം വിപരീതങ്ങൾ* എടുത്തുകൊണ്ട് വന്ന് ആമിനക്കുട്ടിക്ക് സമ്മാനിച്ചു. എല്ലാവിധ ആശംസകളും അർപ്പിച്ചു. ആ പാഠം അങ്ങനെ അവസാനിച്ചു. വിന്ധ്യഹിമാലയങ്ങൾക്കിടയിൽ എന്ന മുണ്ടശ്ശേരിയുടെ ഒരു ലേഖനമായിരുന്നു പിന്നീട് എടുത്തത്. വിപരീത

പദങ്ങളുടെ ഗിയർ മാറ്റി പര്യായപദങ്ങളിലേക്ക് ആമിനക്കുട്ടിയും സംഘവും ചുവടുമാറ്റി. കുതിരയുടെ പര്യായത്തോടൊപ്പം അവർക്ക് ആനയുടെ പര്യായവും വേണം. പഠിക്കേണ്ട ഗദ്യഭാഗത്തുനിന്ന് ആശയം മനസ്സിലാക്കി കാര്യങ്ങൾ ബോദ്ധ്യപ്പെടുന്നതിന് പകരം അനാവശ്യ സംശയങ്ങളുയർത്തുന്ന ആമിനക്കുട്ടിയെ സ്റ്റാന്റപ്പ് പറഞ്ഞ് നിറുത്തിപ്പൊരിച്ചതിന് ശേഷം ക്ലാസ്സിൽ നിന്നും പുറത്തുപോകാൻ പറഞ്ഞു. വിമ്മിക്കരഞ്ഞുകൊണ്ട്. ആ പെൺകുട്ടി തന്റെ ബാഗുമെടുത്ത് പുറത്തേക്കോടി. നീലയിൽ വെള്ളച്ച തടാകം നിശ്ശബ്ദമായി. ഹിമവാന്റെ മടിത്തട്ടിലേക്ക് ജവഹർലാലിനെപോലെ കയറിപ്പോകാമെന്ന് പറഞ്ഞ മുണ്ടശ്ശേരി ശൈലിയിൽ രസിച്ചിരിക്കുമ്പോഴാണ് ക്ലാസ്സിൽ പെട്ടെന്ന് ഇരുട്ട് പരന്നത്. ചെറിയ ഒരു വിഷമമുണ്ടായി ആ പാറക്കല്ലിൽ പലപല ഓളങ്ങൾ പിന്നെയും വന്നടിഞ്ഞു. പതിവ് ക്ലാസ്സുകളിലേക്കും തിരക്കുകളിലേക്കും ശബ്ദഘോഷങ്ങളിലേക്കും ദിവസങ്ങൾ മാറിമറിഞ്ഞു. പിന്നീടുള്ള ക്ലാസ്സുകളിൽ ആമിനക്കുട്ടിയെ കാണാതായപ്പോൾ കൂട്ടുകാരികളോട് തിരക്കി. അവളിനി വരുന്നില്ലത്രേ. വീട്ടിലിരുന്നിട്ട് പഠിക്ക്യാണെന്ന് പറഞ്ഞു. അദ്ധ്യാപനജീവിതത്തിന്റെ മുറ്റത്ത് ആ പുറ്റ് മായാതെ കിടന്നു. ഉള്ളിൽ കിടന്നു കിലുങ്ങിയ ക്ഷമാപണം ഒരു മൂലയിൽ ചാരിവെച്ചു. 5 വർഷത്തെ സമാന്തര അദ്ധ്യാപനജീവിതം അവസാനിപ്പിച്ചു. പിന്നീട് 20 വർഷങ്ങൾക്കു ശേഷം മൂന്ന് പെൺമക്കളുടെ കൈയും പിടിച്ച് പുന്നയൂർക്കുളത്തെ ഒരു ബന്ധുവീട്ടിൽ പരിശുദ്ധ റംസാൻ മാസത്തിൽ ഒരു ദിവസം നോമ്പ് തുറക്കാൻ പോയി. ഡൈനിങ് ടേബിളിൽ ഉച്ഛിഷ്ടങ്ങൾ നീക്കുന്ന പണിക്കാരികളിൽ ഒരാളായി ഒരു മുഷിഞ്ഞ മേക്സി മുഖമക്കനയിട്ട് ഒരു എല്ലിൻ കോലത്തിൽ വിഭവസമൃദ്ധികൾ കൊണ്ടുവെക്കുന്നു. കാർകുനു ചില്ലിക്കൊടി മാത്രം മെലിഞ്ഞിട്ടില്ല. കാലയവനികകൾക്കപ്പുറത്തു നിന്നും അത് എനിക്ക് തിരിച്ചറിയാനായി. നീളവും വീതിയും കുറഞ്ഞു ഒരു ഹീറോ സൈക്കിളിൽ നിന്നും ഞാൻ പ്രതിഭ കോളേജിലേക്ക് കയറിപ്പോയി. അന്ന് വിപരീതങ്ങൾ ചോദിച്ച കിലുക്കാം പെട്ടിയാണോ ഈ നില്ക്കുന്നത്? ആ രൂപം എന്നെ കണ്ടയുടനെ പിന്നാമ്പുറത്തേക്കു മാറി. "ഷൗക്കത്ത് മാഷല്ലേ........... ഇങ്ങോട്ട് ഇരുന്നോളിൻ." പിന്നെയും ആ സമാന്തര അദ്ധ്യാപകന്റെ കുപ്പായം മേലുവീണ് കുത്തിത്തറഞ്ഞു. "അല്ല നിങ്ങൾ പരിചയക്കാരാണോ?" ആതിഥേയൻ ഇടപെട്ടു. ഉത്തരം പറയാതെയായപ്പോൾ വീട്ടുകാരൻ പിന്നെയും ചോദിച്ചു. "ഇവിടെ അടുത്ത വീട്ടിലെ കുഞ്ഞിമോന്റെ പെണ്ണാണ്. ഓൻക്ക് എത്ര കിട്ടിയാലും വെള്ളം കുടിക്കാനേ തേയുള്ളു.! എപ്പോഴും മേപ്പട്ട്ക്ക് നോക്കീട്ടാ............ ഈ പെണ്ണാ പെര നോക്കണത്. മൂന്ന് കുഞ്ഞ്യേ കുഞ്ഞ്യേ കുട്ട്യേളാ........... എന്തെങ്കിലും പണിക്ക് ഞങ്ങൾക്ക്ള്ള ഒരു സഹായാ." ഒരു കാരക്കാ എടുത്ത് ബിസ്മി ചൊല്ലി നോമ്പ് തുറന്നു. വെള്ളം കുടിച്ചിട്ട് ജ്യൂസ് കഴിച്ചിട്ട് എന്റെ തൊണ്ടയിലെ ഉമിനീര് അപ്പോഴേക്കും വറ്റിപ്പോയിരുന്നു.

ദേശാഭിമാനി വാരിക മാർച്ച് 2014

ആമിനു അമ്മായി

കൊയ്ത്തും മെതിയും കഴിഞ്ഞു. അയിലക്കാട്ടെ പുഞ്ചപ്പാടത്ത് നിന്ന് നെല്ലും വൈക്കോക്കന്നുകളും പുരയിലെത്തി. നെല്ലും ചാക്കുകൾ കയ്യാലയിൽ അട്ടിയിട്ട് വെച്ചിട്ടുണ്ട്. വൈക്കോക്കന്നുകൾ കുന്നോളം എകരത്തിൽ റോഡിന് സമീപം കിടക്കുന്നു. വൈക്കോക്കന്നുകൾ കുടഞ്ഞ് ചിക്കിപ്പരത്തി വൈക്കോക്കൊടികളിൽ ബാക്കിയായ നെല്ലുമണികളിൽ നല്ലതും ചീത്തയും പതിരും കാണും. അവയിൽ നെല്ലുംമണികൾ നിലത്തുവീണ് കൊഴിയാതെ പറ്റിപ്പിടിച്ച് നില്പുണ്ടാകും അവ ചിക്കിപ്പരത്തി മുള വടികൊണ്ട് തല്ലി നിലത്തിടാൻ വൈക്കോലൊടിച്ചിക്കാർ വരും. പാലക്കാട്ട് നിന്ന്. പിഞ്ഞിപ്പഴകിയ തട്ടവും മുഷിഞ്ഞ പെൺകുപ്പായവും ലുങ്കിത്തുണിയും വിയർപ്പിന്റെ മണവുമുള്ള കരുവാളിച്ച മുഖങ്ങൾ. തളർന്ന അവരുടെ കോന്തലകളിൽ മുറുക്കാൻ പൊതിയും കയ്ക്കുന്ന പുകയിലയും മാത്രമേ കാണൂ. എരമംഗലം അങ്ങാടിയിൽ ബസ്സിറങ്ങി അവർ പുഞ്ചക്കൊയ്ത്തുകൾ കഴിഞ്ഞ് വീടു തിരക്കിയിറങ്ങും. ആയിഷുമ്മു, കദിയൂ, ബീവാത്തു എന്നൊക്കെ പേരുള്ള സംഘത്തലൈവികൾക്കറിയാം കൊയ്ത്തുകഴിഞ്ഞ വീടുകൾ. ഓരോ ആയിഷുമ്മമാരുടെ കീഴിലും പത്തോ പതിനൊന്നോ അംഗങ്ങളുണ്ടാകും. വൈക്കോലുകൾ തല്ലിയൊതുക്കുന്നത് രണ്ട് മുളവടികളിലായിട്ടാണ്. കാലപ്പഴക്കം കൊണ്ടും ഉപയോഗം കൊണ്ടും മൃദുവും മാർദ്ദവമുള്ളതുമായിരിക്കും ഓരോരുത്തരുടെയും മുളവടികൾ . മുളവടി കൊണ്ട് വൈക്കോക്കന്നുകൾ റോഡിലും പറമ്പിലുമിട്ട് ചിക്കിപ്പരത്തി ഉണക്കി വൈക്കോലൊടി എന്ന് വിളിക്കുന്ന മുളവടികൊണ്ട് തല്ലിയൊടിച്ച് നെല്ലുമണികൾ വേർത്തിരിച്ചെടുക്കുന്നതിനാൽ ഇവരെ വൈക്കോലൊടിച്ചിക്കാർ എന്നാണ് പറയുന്നത്. ഒരു ഏക്കർ പുഞ്ചക്കൊയ്ത്തുനിലങ്ങളിൽ സുമാർ 2500 വൈക്കോക്കന്നുകൾ

ഉണ്ടാകും. രണ്ട് ഏക്കർ പുഞ്ചനിലമുണ്ടായിരുന്ന ഞങ്ങൾക്ക് എടപ്പാളിനടുത്ത് അയിലക്കാട്ടെ പുയങ്കാട്ടെ പുഞ്ചക്കോളിൽ 500 പറ നെല്ലിൽ 200 പറ വിറ്റ് ബാക്കി മുന്നൂറ് പറ നെല്ല് അമ്പതിൽ പരം ചാക്കുകളിലാക്കി കയ്യാലയിൽ അട്ടിയിട്ട് വെച്ചാലും ഉമ്മാക്ക് പുഞ്ചപ്പണിയുടെ പണിക്കോള് തീരില്ല. വൈക്കോക്കന്നുകൾ നെല്ല് മണി വേർതിരിച്ച് ഉണക്കി ആ വീർത്ത വയറുള്ള വൈക്കോലുണ്ട പറമ്പിന്റെ മൂലയിൽ സുജായിയെ പോലെ വീർത്ത വയറും കാട്ടി സുഭദ്രമായി നിന്നാലേ ഉമ്മ പിന്നെ നെല്ലിന്റെ കാരത്തിൽ ശ്രദ്ധിക്കാൻ തുടങ്ങൂ.

നെല്ലും വൈക്കോലും പുരയിലെത്തിയ അന്ന് രാവിലെ മൂളിയുമെടുത്ത് സുബഹ് നിസ്കാരത്തിന് തയ്യാറെടുക്കുമ്പോൾ ഉമ്മ പറയും

ഇന്ന് സ്കൂളിലും മദ്രസയിലും ഒന്നും പോകണ്ട . വൈക്കോക്കന്നുകൾ റോഡിലാണ് കിടക്കുന്നത്. ചിലപ്പോൾ വൈക്കോലൊടിച്ചിക്കാർ ഇന്നെത്തും. ചാത്തോത്തേലെ വീട്ടിൽ നെന്മാറയിൽ നിന്നുള്ള കൗസുത്താത്തയും സംഘവും വന്നിട്ടുണ്ട്. നമ്മുടെ വൈക്കോലൊടിച്ചിക്കാർ ഇന്ന് എന്തായാലും വരുമെന്നാണ് കൗസു പറഞ്ഞിരിക്കുന്നത്. പാലക്കാട്ടെ കാമ്രച്ചള്ള എന്ന ഗ്രാമത്തിലുള്ള സുലൈഖത്താത്തയാണ് സ്ഥിരമായി ഞങ്ങളുടെ വീട്ടിലെത്തുന്ന വൈക്കോലൊടിച്ചി സംഘത്തലൈവി. പാലക്കാട്ട് നിന്നുള്ള മയിൽവാഹനം ബസ്സ് രാവിലെ 7 മണിക്ക് നരണിപ്പുഴ കടവിലെത്തും. കോരൻതന്തയുടെ വഞ്ചിക്ക് പത്ത് പൈസ കടത്തുകൂലി നല്കി നരണിപ്പുഴ കടന്ന് കുന്നത്തെ ചെകിടി മണ്ണും ചവിട്ടി സുമാർ അരക്കിലോമീറ്റർ താണ്ടി എരമംഗലം അങ്ങാടിയായി. ഒമ്പതോ പത്തോ പേരടങ്ങുന്ന സംഘം ബാബു ഹോട്ടലിൽ നിന്നോ അയ്യപ്പേട്ടന്റെ മെട്രോ ടീസ്റ്റാളിൽ നിന്നോ ചൂടുള്ള പുട്ടും കടലയും ചുടുചായയും മോന്തി നാനാദിക്കുകളിലേക്കായി ചിതറിത്തെറിക്കും. രാവിലെ പല്ല് തേച്ച് കൊപ്പ്ളിച്ച് മുറ്റത്തേക്കിറങ്ങിയപ്പോഴാണ് സുലൈഖത്താത്തയുടെ പുറകേ വൈക്കോലൊടിച്ചി സംഘം മുറ്റത്ത് കുത്തിയിരിക്കുന്നത് കണ്ടത്.

"എന്താ ട്ടോളി ഞങ്ങള് വന്നിരിക്ക്ണ്........... ഇക്കുറി വൈക്കോക്കന്ന്ങ്ങള് തോനെ ണ്ടല്ലോ? വൈക്കോലോടിച്ചിക്കാർ വന്ന്ക്ക്ണ് എന്ന് ഉമ്മാനോട് പോയി പറയ് മോനെ?"

കയ്യാലയിലെ ഒഴിഞ്ഞ മുറിയുടെ മൂലയിൽ വൈക്കോലൊടിച്ചിക്കാരുടെ അനദാരികൾ എട്ത്തുവച്ചു. പെരുകായം എന്നെഴുതിയ മഞ്ഞ സഞ്ചിയിൽ അവരുടെ തുണിയും പെൺകുപ്പായവുമാണ്. കീറിപ്പറിയാറായ മുഷിഞ്ഞ തട്ടങ്ങളും. ഉമ്മ അവരുടെ കൊമ്പുമുറം വൈക്കോവടികൾ എന്നിവ അടുക്കിവെച്ചു. അതവരുടെ പതിവ് സ്ഥലമാണ്. പതിവ് പണിയും. കഴിഞ്ഞ അഞ്ച് പത്ത് വർഷങ്ങളായി കൊയ്ത്ത് കഴിഞ്ഞാൽ ഈ ദേശം അവർ മണത്ത് അറിയും. കാക്കാച്ചിക്കൂട്ടങ്ങളെപ്പോലെ പറന്ന് വന്ന് കലപില കൂട്ടി പച്ച വൈക്കോക്കന്നുകൾ കൊത്തിപ്പറിച്ച് ഇത്തിരി നെന്മണികളുമായി മടങ്ങിപ്പോകും. ഇനി ഒരാഴ്ച അവരുടെ വെപ്പും കുടിയും തീനും കുളിയും ഊണും ഉറക്കവും ആ കാണുന്ന പറമ്പിലും

അവിടുത്തെ മൂച്ചിക്കൂട്ടങ്ങളുടെ തണലിലുമൊക്കെയുമാണ്. ഉമ്മ കട്ടൻചായയും ചക്കരക്കിഴങ്ങ് പുഴുങ്ങിയതുമായി കയ്യാലയിലേക്ക് പോയി. സുലൈഖത്താത്തയെ വിളിച്ചു. താത്തയെ വിളിച്ചു. സംഭാവതിയെ വിളിച്ചു. കലപില സംഘങ്ങൾ മൂടും തട്ടി മുഷിഞ്ഞ് പിന്നിയ പുള്ളിത്തട്ടം കുടഞ്ഞ് കയ്യാലയിലെ പരുക്കനിട്ട നിലത്തിരുന്നു.

"ഇക്കുറി നെല്ല് നന്നായി എന്ന് തോന്ന്ണ്."

"അതൊക്കെ പാറ ചെറായി ന്റെ മോളേ........... നെല്ലും വൈക്കോലും പെരേൽക്ക് എത്താനാ പണി. എത്തരപ്പോരം ഉറുപ്പീണ് ഈ കിടക്ക്ണ്........"

മുറ്റമടിക്കാരി കാർത്ത്യായനിയമ്മയ്ക്ക് മുറ്റമടിച്ച് കഴിഞ്ഞ ഉടനെ തന്നെ രണ്ട് നിർദ്ദേശങ്ങൾ കൊടുത്തു ഉമ്മ. ഒന്നാം കാര്യം ഇങ്ങനെയായിരുന്നു. "രണ്ട് മൂന്ന് പച്ച വൈക്കോക്കന്നുകൾ ആ പയ്യീന്റെ പുല്ലൂട്ടിൽ കൊണ്ട്പോയി ഇട്ട് കൊടുക്കുക. പയ്യിന് ചെനയുള്ളതാ. ഞാൻ കൊയ്യിക്കാൻ പോയതിന് ശേഷം അയ്യിനം പറമ്പിൽക്ക് ഒന്ന് അഴിച്ച് കെട്ടിയിട്ടുംകൂടി ഇല്യ. മുണ്ടാൻ വയ്യാത്തോറ്റിങ്ങളാ......അറ്റീങ്ങള്ടെ അദാബ് ആരോടാ ഒന്ന് പറയാ. നൊലോളിക്കണ്ത് കണ്ടില്ലേ്യ..."

രണ്ടാം കാര്യ ഇങ്ങനെയായിരുന്നു. "കാർത്തൂ. ഒരു ചെമ്പോറം നെല്ല് ഒന്ന് അട്പ്പത്ത് വെച്ചാളെ . ഇനി മുതൽ പണിക്കാര് ഉണ്ടാകും . അവര്ക്ക് പയിക്കണേനും കൊടുക്കണം. ആ ചെക്കനെകൊണ്ട് കുഞ്ഞുണ്ണിയുടെ മില്ലിൽ കൊണ്ടോയി നെല്ല് കുത്തിച്ചിട്ട് കൊടന്നിട്ട് വേണം നാളെ മുതൽ അവർക്ക് ഒജീനം കൊട്ക്കാൻ"

വലിയ വട്ടച്ചെമ്പുമായി കാർത്ത്യായനി വന്നു. ഓമച്ചോട്ടിൽ മൂന്ന് കല്ലും എത്തിച്ചേർന്നു. മടലും ഒണക്കച്ചകിരിയും കൊതുമ്പാതികളും കാത്ത് കിടന്നു. ഒരു ചകിരിപ്പൂന്തലിൽ തീ പടർത്തി കാർത്ത്യായനി അമ്മ അടുപ്പൂതി. നെല്ല് പുഴുങ്ങാൻ വെള്ളം വെച്ചു. കയ്യാലയിൽ നിന്ന് ഇത്താത്ത ഒരു ചാക്ക് നെല്ല് ചെരിഞ്ഞ് കൊമ്പ്മുറത്തിലാക്കി കൊണ്ടുവന്നു വെച്ചു. നെല്ല് പിന്നീട് തിളച്ചവെള്ളത്തിലേക്ക് ചെരിഞ്ഞു. ഒരു ചാക്ക് നനച്ച് ചെമ്പിന്റെ വാവട്ടം മൂടി. ഐ ആർ എട്ടിന്റെ നെന്മണികൾ പുഴുങ്ങാൻ തുടങ്ങിയപ്പോൾ കല്ലടുപ്പിന്റെ നെഞ്ചിലേക്ക് കൊട്ടൻചകിരിയും ഉണക്കമടലും തള്ളിക്കയറിക്കൊണ്ടിരുന്നു. കാർത്ത്യായനിയമ്മ പുകയൂതിയൂതി കണ്ണ് തുടച്ചുകൊണ്ടിരുന്നു. ഉമ്മ തിളച്ച ചെമ്പിൽ നിന്നും കൊട്ടക്കയില് കൊണ്ട് നെല്ല് വാങ്ങി നെല്ലുമണിയുടെ മോറിലേക്ക് നോക്കി.

"ആ വെന്ത്ക്ക്ണ്..............അതങ്ങട് വാര വെച്ചാളെ"

കാർത്ത്യായനിയമ്മ പുഴുങ്ങിയ നെല്ല് കൊമ്പ് മുറത്തിലാക്കി പറമ്പിൽ കൊണ്ട് പോയി പരമ്പിൽ പരത്തിയിട്ടു.

"കോയീനെ ആട്ടണം ട്ടോ........."

നെല്ലുണങ്ങാൻ തുടങ്ങുന്നു.

അയൽപക്കക്കാരായ ഏനോക്കാട്ത്തെയും തെക്കാമലെയും

കോഴിയും മക്കളും ചേക്കോഴികളും ഏത് നേരവും കയ്യാലയിലാണ്. അതിനെ ആട്ടാനായി ഒരു കസേരയിൽ കുത്തിപ്പിടിച്ച് ഇരിപ്പാണ് നീണ്ട ചീമക്കൊന്ന വടിയുമായി പെറ്റമ്മ.

"കോയീ കോയിയവിടന്ന്"

"അവ്ടുന്നും കോയീ..... ഈ കോയിക്കൾക്ക് ഇങ്ങട്ട് തന്നെ വരാനെ നേരൊള്ളൂ."

പെറ്റമ്മ കോഴികളെ ആട്ടിയകറ്റി അവറ്റകളോട് സംസാരിക്കുകയാണ്.

മണ്ണൂപ്പാടത്ത് നിന്നും ദായുത്താത്തയും പാത്താത്ത കദീസാത്താ റുക്കീബി, കുറുമ്പു, അമ്മാളു എന്നിവരൊക്കെ വന്നിട്ടുണ്ട്. കൂട്ടത്തിൽ ഏറെ മുതിർന്ന പാത്താത്ത കോഴികളെ ആട്ടിക്കൊണ്ട് ചോദിച്ചു.

"എന്ത്യേ മോനേ ബീവൂ.?"

കുറച്ച് കഴിഞ്ഞ് ഉമ്മ വന്നു.

"ഒരു പോങ്ങ നെല്ലുമണി കിട്ടൂച്ചിട്ട് വന്നതാ......."

അവരുടെ കൈയ്യിൽ കുട്ടിച്ചാക്കുകൾ ഉണ്ട്.

"ഇക്കുറി നെല്ല് എങ്ങനേണ്ടാർന്ന്.........?"

"തരക്കേടില്ല...."

"മേനി പറ്റെ കൊറവാ........"

"വെളഞ്ഞപ്പോൾ ഇച്ചിരി വെള്ളം കിട്ടീര്ന്നെങ്കിൽ ഇമ്മിണി നന്നായിര്ന്നേനെ"

ഉമ്മ കയ്യാലയിലേക്ക് കയറി. ചിക്കിപ്പരത്തിയിട്ട നെല്ലിൽ നിന്നും ഓരോ വടിപ്പനും രണ്ട് ഇടങ്ങഴി നെല്ലും അളന്ന് ഓരോരുത്തർക്കും കൊടുത്തു.

"ബീവ്വോ കൊറച്ച് കഞ്ഞി ഇങ്ങട്ട് കാട്ടിക്കേ.........."

അവരെല്ലാവരും വടക്കിനിയിലേക്ക് ചെന്നു. ദായ്വാത്താക്ക് പ്രത്യേക പരിഗണനയുണ്ട്. ഉമ്മയുടെ 7 പെറിനും വെള്ളം വീത്തിയിരുന്ന ഐസാത്തയുടെ മോളാണ് ദായു. നാട്ടിലെ പേരുകേട്ട വെള്ളംവീത്തി. പ്രസവാനന്തര ശുശ്രൂഷ ചെയ്യുന്ന പേറ്റിച്ചികളെ വെള്ളംവീത്തികൾ എന്നാണ് പറയുക. ബീവുവിനും കുടുംബത്തിനും ആഫിയത്തും ബർക്കത്തും നേർന്ന് ഏഴോളം കുട്ടിച്ചാക്കുകളും പറമ്പിറങ്ങിപ്പോയി.

ഉച്ചയെരിഞ്ഞ് തിണ്ണയിലിരുന്ന് മുറുക്കാൻ പാത്രത്തിൽ നിന്നും പയിങ്ങ അടക്കയും കൂട്ടി മുറുക്കിക്കൊണ്ടിരിക്കുമ്പോൾ കയ്ക്കുന്ന വേപ്പിന്റെ കൊമ്പിലിരുന്ന് കാക്ക കുറുകുന്നത് കേട്ട് കാർത്ത്യായനി അമ്മ പറഞ്ഞു.

"കാക്ക നന്നായി കുറുകുന്നുണ്ടല്ലോ വിരുന്നുകാർ വരാനായിരിക്കും"

വെറ്റിലാടക്ക ചവച്ചുകൊണ്ടിരിക്കുന്ന ഉമ്മ പറഞ്ഞു.

"ആമിനുമ്മയായിരിക്കും വരാനുള്ളത്."

കൊയ്ത്ത് കഴിഞ്ഞാൽ ദീർഘദിവസം ദൂരെനിന്നും വിരുന്നു പാർക്കാൻ എത്തുന്നത് ആമിനുമ്മ അമ്മായി അല്ലാതെ പിന്നെ ആരാണ്.

ആമിനുമ്മ അമ്മായി എന്ന് കേട്ടപ്പോൾ ഞങ്ങൾക്കും സന്തോഷമായി . സന്തോഷത്തോടൊപ്പം എനിക്ക് ചെറിയ ചെറിയ കരുതലുകളുടേയും ജാഗ്രതയുടെയും കാലമാണ് ഈ അമ്മായിക്കാലം. പുഴുങ്ങിയ നെല്ല് ചിക്കാനിട്ടത് ഉണക്കമായപ്പോൾ കാർത്ത്യായനിയമ്മ കോരിക്കൊണ്ട് വന്ന് ഒരു ചെറിയ പൊതിയാക്കി കയ്യാലയുടെ മുക്കിലേക്ക് മാറ്റിവെച്ചു. നാളെ നല്ല രാവിലെ തന്നെ പത്തിരുത്തുമ്മേൽ ഉള്ള കുഞ്ഞുണ്ണിയുടെ മില്ലിൽ പോയി കുത്തിച്ച് കൊണ്ട് വരണം. കാർത്ത്യായനിയമ്മ പണികഴിഞ്ഞ് പോകാനായിരിക്കുന്നു. ഉമ്മ വൈക്കോൽ ചിക്കിപ്പരത്തുന്ന ഭാഗത്തേക്ക് രണ്ട്മൂന്ന് ചാക്കുമായി പോയി. നെല്ലും പതിരും വേറെവേറെയാക്കാനാണ് ചാക്കുകൾ. ഉമ്മ കാർത്ത്യായനിയമ്മയ്ക്ക് രാവിലത്തെ കടിയുടെ ബാക്കിയും ചക്കരക്കിഴങ്ങിന്റെ കഷ്ണങ്ങളും ചോറിന്റെ ബാക്കിയും മേത്ത് തേക്കാൻ എണ്ണയും കൊടുത്തു. കയ്യാലയിലേക്ക് കയറി രണ്ട് വടിപ്പൻ നെല്ലും അളന്നുകൊടുത്തു. പത്തിരുത്തുമ്മേൽ ഉള്ള വേലികെട്ടുകാരൻ ചങ്ങൻ പുറത്ത് വന്ന് നില്ക്കുന്നു.

"ബീവുമ്മോ...........കൊയ്ത്തൊക്കെ കയിഞ്ഞു അല്ലേ........."

"ആ കയിഞ്ഞു. മേനി കൊറവാ.. നല്ലോണം പതിരും ഉണ്ട്.."

ചങ്ങന്റെ തൊക്കിൽ ഒരു മടക്കിപ്പിടിച്ച ചാക്കുണ്ടായിരുന്നു.16:16:16 എന്ന് അതിൽ എഴുതിയിരുന്നു. ചങ്ങൻ ഉമ്മയുടെ പിന്നാലെ കയ്യാലയാലേക്ക് കയറി. വടിപ്പനെടുത്ത് രണ്ട് വടിപ്പൻ നെല്ല് ചങ്ങനും അളന്ന് കൊടുത്തു. നല്ല മുന്തിയ ഇനം വിത്തുകൾ ബീവുമ്മക്ക് സംഘടിപ്പിച്ച് കൊടുക്കുന്നത് വിത്ത് ഞാറ് ആകുന്നത് വരെ ശുശ്രൂഷിക്കുന്നതും ചങ്ങനാണ്. കൃഷിയുടെ അകക്കണ്ണ് കണ്ടവനാണ് ചങ്ങൻ. പത്തിരുത്തുമ്മലെ മൂപ്പൻ. മനക്കക്കാർ നെല്ല് കൃഷിക്ക് വേണ്ടി എവിടെ നിന്നോ കൊണ്ട് വന്ന ചേറിലും ചെളിയിലും പുതഞ്ഞുപോയ കാരണവന്മാർ ചങ്ങന് കൃഷി അറിവുകൾ നല്കി. ചങ്ങൻ നെല്ലും തലയിൽ വെച്ച് നടന്നുപോയി. വൈക്കോലൊടിച്ചിക്കാർ അന്നത്തെ പണി കഴിഞ്ഞ് കൊമ്പ് മുറവും *വ്ടോറവും* വൈക്കോൽ വടിയുമായി മുറ്റത്ത് വന്നുനിന്നു. വഴിയിലാകെ പച്ച വൈക്കോലുകൾ ചിതറിക്കിടക്കുന്നു. അവിടവിടെയായി വൈക്കോൽക്കൂനകളും. രണ്ട് ചാക്ക് നെല്ല് തൂളിക്കിട്ടിയത് കയ്യാലയുടെ മൂലയിൽ വെച്ചു. രണ്ട് മുടഞ്ഞ കരിയോലകൾ അവയ്ക്ക് കാവലുണ്ട്. സുലൈഖത്താത്ത തട്ടം മടക്കി തലയിലിട്ട് ചൂലുമെടുത്ത് കയ്യാലയിലെ വലിയ മുറി അടിച്ചുവൃത്തിയാക്കി. പെരുച്ചാഴിപ്പട ഇളകിയോടി. ഒരു മരത്തവള ചാടിച്ചാടിപ്പോയി. ഒരു കീരി വഴിതെറ്റി വന്നത് വേലിപ്പഴുതിലൂടെ നൂഴ്ന്നുകടന്ന് പണിക്കരുടെ കാവിലേക്ക് ഓടിപ്പോയി.. കന്നുപൂട്ടുകാരൻ ശ്രീധരേട്ടൻ വന്ന് നൂറ് കന്ന് വൈക്കോക്കന്ന് കൊടുക്കുന്നോ എന്ന് ചോദിച്ചു ഉമ്മയോട്. നാളെ രാവിലെ റോഡിന്റെ വക്കത്ത് എണ്ണിയിടാം. ഇവിടുത്തെ വേലായുധേട്ടനെ വിളിച്ചാൽ മതി. വേലായുധേട്ടൻ എനിക്ക് ഓർമ്മവെച്ച നാൾ മുതൽ വീട്ടിലുണ്ട്. ബീവുമ്മടവ്ട്ത്ത് വേലായുധൻ എന്ന് പറഞ്ഞാലേ ആളുകൾ അറിയൂ. പുഞ്ചക്കാലത്തും അല്ലാത്തപ്പോഴും

വേലായുധേട്ടൻ എപ്പോഴും വീട്ടിലുണ്ടാകും. ഒരു ബീഡി കത്തിച്ച് ആഞ്ഞുവലിച്ച് വേലായുധേട്ടൻ ഉറക്കപ്പായയും അദ്ദേഹത്തിന്റെ തലയിണയായ ഏപ്രിൽ മാസപ്പത്രങ്ങളുമായി മുമ്പാരത്തെ കട്ടിലിനടിയിൽ കൊണ്ട് പോയി വെച്ചു. ഒന്ന് ചുമച്ച് ശ്രീധരേട്ടന്റെ പിന്നാലെ പോയി.

"വേലായിയേ........."

ഉമ്മ വിളിക്കുകയാണ്.

നാളെ രാവിലെ ഏഴ് വടിപ്പൻ നെല്ല് കൊണ്ട് പോയി കുഞ്ഞിക്കാടെ പെരയിൽ കൊണ്ട് കൊട്ക്കണം.

കുഞ്ഞിക്ക ഞങ്ങളുടെ ഒരേയൊരു അമ്മാവനാണ്. എരമംഗലം അങ്ങാടിയിൽ ചായക്കച്ചവടം നടത്തുന്നു. ചായക്കാരൻ മയമുണ്ണിയുടെ മരുമകനാണ് എന്നത് ഞങ്ങളുടെ മറ്റൊരു പ്രധാനപ്പെട്ട മേൽവിലാസമാണ്.

രണ്ട്

മൂന്നരവടിപ്പൻ പുഴുങ്ങി ഉണക്കിയ നെല്ലും സൈക്കിളിന്റെ കരിയറിൽ വെച്ച് പുഴക്കര കുന്നത്തുള്ള കുഞ്ഞുണ്ണിയുടെ മില്ലിലേക്ക് സാഹസികമായി അങ്ങനെ ചവിട്ടി നീങ്ങുമ്പോളാണ് ആമിനു അമ്മായിയും മക്കളും ധൃതിയിൽ റോഡിന്റെ ഓരം ചേർന്ന് നടന്നുവരുന്നത് കണ്ടത്. റോഡിലെ ഒരു വെട്ട് ഒഴിവാക്കി സൈക്കിളിന്റെ തണ്ടിലേക്ക് ഇറങ്ങി നിന്ന് ഉറക്കെത്തന്നെ അമ്മായിയെ അഭിവാദ്യം ചെയ്തു.

"അമ്മായീ......"

ചങ്കേലസും പൊള്ളയമണിയും കാച്ചിത്തുണിയുടെ മേലെ കെട്ടിയ വെള്ളി അരപ്പട്ടയും തിരിഞ്ഞു നിന്നു. ഇളം പച്ച പെൺകുപ്പായവും പുള്ളിത്തട്ടവും നോക്കി നില്ക്കുകയാണ്. എന്നെ മനസ്സിലായില്ലെന്ന് തോന്നുന്നു. അമ്മായിയുടെ കൂടെ ആയിഷയും ആസിയയും മകൻ അമ്മദും ഉണ്ട്. അവർ സൈക്കിൾ ചവിട്ടി വളഞ്ഞും തിരിഞ്ഞും പോകുന്ന ആ ചെക്കൻ ഏതാണെന്ന് മനസ്സിലാകാതെ ഇതികർത്തവ്യാ ഫൂളായി നില്ക്കുകയാണ്. എന്റെ സൈക്കിൾ ചവിട്ട് ശരിയായി വരുന്നതേ ഉള്ളൂ. പിന്നിൽ നെല്ലും ചാക്കും ഉണ്ട്. അത് കാരണം സൈക്കിൾ ചവിട്ട് നിർത്തി അമ്മായിയോടും മക്കളോടും തൗദാരിക്കാനൊന്നും പറ്റുന്ന നിലയിലായിട്ടില്ല. എപ്പോഴും കെട്ടിമറിഞ്ഞ് വീഴാം. എൻ കെ ടി ബസ്സല്ലേ ആ വരുന്നത്. ഒരു വിധം ഇടതുഭാഗത്തേക്ക് സൈക്കിൾ ചവിട്ടി തണ്ടിലേക്ക് ഇറങ്ങിയിരുന്നു. സീറ്റിലിരുന്നാൽ കാൽ എത്തുന്ന പരുവമായിട്ടില്ല. അരവണ്ടിയും മുക്കാൽ വണ്ടിയുമാണ് പാകം. വേലായുധേട്ടന്റെ ശുപാർശയിലാണ് സൈക്കിൾ മൊയ്ദുട്ടിക്ക ഈ സൈക്കിൾ തന്നെ തന്നത്. മണിക്കൂറിന് 60 പൈസയാണ് സൈക്കിൾ വാടക. സൈക്കിൾ ചവിട്ടാനുള്ള പൂതി കാരണമാണ് നെല്ല് കുത്തിച്ച് കൊണ്ട് വരാനുള്ള കാര്യം ഏറ്റെടു

ത്തത്. ജയിക്കാനായി ജനിച്ചവൻ എന്ന് സൈക്കിളിന്റെ കുഷ്യന്റെ പിന്നീൽ എഴുതിയിട്ടുമുണ്ട്. കരിക്ക ബാപ്പുട്ടിക്ക സൈക്കിൾ ചവിട്ടിവരുന്ന സവാരിക്കാരനെ സൂക്ഷിച്ച് നോക്കുന്നുണ്ടല്ലോ. പ്രാക്ക് ബാപ്പുട്ടിക്ക എന്നും അയാളെ വിളിക്കും. പ്രാകുന്ന സ്വഭാവക്കാരനാണ്. പ്രാക്ക് തട്ടാതിരിക്കാൻ ഉള്ള മറുമരുന്ന് ഉണ്ട്. അതും പിറുപിറുത്ത് സൈക്കിൾ മുന്നോട്ട് നീങ്ങി. ഇലക്കച്ചവടക്കാരനാണ് കരിക്ക. യെമ്മത്ത് കുളിക്കുകയുമില്ല. വെള്ളം തൊടാത്ത സ്വഭാവക്കാരൻ. കുപ്പായമിട്ടിട്ട് കരിക്കയെ കണ്ടിട്ടില്ല. അപ്പ്ടി മൊളിയാണ് മേത്ത്.

ആമിനുഅമ്മായിയും മക്കളും ഇപ്പോൾ പെരയിൽ എത്തിക്കാണുമോ? എത്രയും പെട്ടന്ന് ഈ നെല്ലൊന്ന് കുത്തിച്ച് കൂടീൽക്ക് എത്തിയാലേ ഇനി ഒരു നിപ്പെരങ്ങ് കിട്ടുകയുള്ളൂ. അങ്ങാടിയുടെ ഒത്ത നടുവിലെത്തി. തിരിവ് കഴിഞ്ഞ് കിഴക്കോട്ടാണ് നരണിപ്പുഴ. നരണിപ്പുഴ റോഡിൽ എത്തി. നരണിപ്പുഴയ്ക്ക് അടുത്താണ് പത്തിരുത്ത്. പാടത്തിന്റെ വക്കത്താണ് കുഞ്ഞുണ്ണിയുടെ മില്ല്. നല്ല തിരക്ക് കാണും. എരമംഗലത്തെ ഒരേയൊരു മില്ലാണ് കുഞ്ഞുണ്ണിയുടെ റൈസ് ആന്റ് ഫ്ളവർ മില്ല്. സൈക്കിളിന്റെ കരിയറിൽ നിന്നും ചാക്ക് ഒരു ഭാഗത്തേക്ക് തൂങ്ങിയിരിക്കുന്നു. ബാലൻസ് തെറ്റി. ചരലിട്ട റോഡിൽ തെന്നിമറിഞ്ഞ് വീണു. പിടിച്ച് എണീപ്പിച്ചത് കൊല്ലൻ രാമേട്ടനമാണ്. രാമേട്ടൻ നെല്ല് സൈക്കിളിൽ എടുത്ത് വെച്ച് തന്നു. ഒരു സൈക്കിൾ ട്യൂബിന്റെ കഷ്ണം കൊണ്ട് കരിയറിനോട് ചേർത്ത് കെട്ടിത്തന്നു. പിന്നെ ഗാന്ധിക്കണ്ണട താഴെയാക്കി ഈർഷ്യയോടെ ഒരു ഉപദേശവും

“നിനക്ക് പറ്റാത്ത പണിക്ക് എന്തിനാണ് നില്ക്കുന്നത്.”

ആനപോലത്തെ ഒരു സൈക്കിളിലും. കൊതു പോലത്തെ ഒരു ചെക്കനും

സൈക്കിളിൽ തൊത്തിച്ചാടിക്കയറുമ്പോഴും ആമിനു അമ്മായിയുടെ മകൻ അമ്മദ് മനസ്സിനെ അസ്വസ്ഥമാക്കുന്നു. ഉപ്പാടെ ഏറ്റവും താഴെയുള്ള പ്രിയപ്പെട്ട പെങ്ങളായിരുന്നു ആമിനുമ്മ. നന്നായി കറുത്തിട്ടാണ് അമ്മായി. വായേലെ നാവിന്റെ ഗുണം കൊണ്ട് അവർ എല്ലാത്തിനേയും അതിജീവിച്ചു. ആമിനുമ്മ വർത്തമാനം പറയാൻ തുടങ്ങിയാൽ ചോട്ടിൽ പാത്രം കാട്ടണം എന്നാണ് എല്ലാവരും പറയുക. ഞങ്ങളെ ഏത് ആൾക്കൂട്ടത്തിൽ നിന്ന് കണ്ടാലും ഓടിവന്ന് കൊത്തിപ്പിടിച്ച് നാറ്റും.തൊള്ള നിറച്ച് മുറുക്കാനായിരിക്കും എപ്പോഴും. പിന്നെ എല്ലാവരോടുമായി പറയും

“ന്റെ വല്യക്കാടെ മോനാ.....”

ഞങ്ങളെ കാണുന്നതും ഇങ്ങനെ പറയുന്നതും അമ്മായിക്ക് വലിയ അഭിമാനമായിരുന്നു.

ന്റെ വല്യക്കാക്ക അല്ലേ ഈ നാട്ടിൽ നിന്നും ആദ്യം പേർഷ്യരാജ്യം ചവിട്ടിയത്.

പാലക്കാട്ട് ജില്ലയിലെ കൂനംമൂച്ചിക്കടുത്തുള്ള പടിഞ്ഞാറങ്ങാടിയിലേക്കാണ് അമ്മായിയെ കെട്ടിച്ചയച്ചിരുന്നത്. വർഷത്തിൽ ഒരേയൊരു

തവയണയാണ് അമ്മായിയുടെ വരവ്. പെറ്റുവളർന്ന നാട്ടിലേക്ക് അവരുടെ കൂടെ മൂന്ന് മക്കളും ഉണ്ടാകും. ആയിഷ, ആസിയ, അമ്മദ്. പുഞ്ചക്കൊയ്ത്ത് കഴിഞ്ഞ് വൈക്കോലൊടികളും പച്ച വൈക്കോകന്നുകളും ചേർന്ന് മുഴക്കുന്ന പതിഞ്ഞ ശബ്ദങ്ങളും പതിര് കാറ്റെത്തിടുമ്പോൾ പാറിപ്പോകുന്ന ധൂളിയുടെ മുഴക്കങ്ങളും അവയ്ക്കുപുറമേ പച്ച ഉണങ്ങി വെയിൽ ഉരുക്കിയൊഴിച്ച സ്വർണ്ണനിറവും പാകി പറമ്പുകളിൽ വൈക്കോൽ തുരുമ്പുകൾ കാറ്റത്ത് പാറിക്കളിക്കുമ്പോൾ അമ്മായി ബഹുവർണ്ണങ്ങളും വാരിച്ചുറ്റി എപ്പോൾ വേണമെങ്കിലും മഴവില്ലൊളിപോലെ മഞ്ഞ ചേല ചുറ്റിയ പറമ്പും കടന്ന് പ്രത്യക്ഷപ്പെടാം. അവരുടെ കാച്ചിത്തുണിയും ഇളം പച്ചക്കുപ്പായവും വെള്ളിയരപ്പട്ടയും പുള്ളിത്തട്ടവും പുന്നാരമകൻ അമ്മദിന്റെ തലവെട്ടവും കണ്ടപ്പോൾ മിന്നലും ഇടിയും ഒപ്പം തന്നെയുണ്ടായി. അമ്മായി ആഹ്ലാദത്തിന്റെ മിന്നൽവെട്ടമാണെങ്കിൽ അമ്മദ് അപകടകരമായ വെടിശബ്ദമാണ്. അമ്മായി വന്നാൽ ശബ്ദവും ബഹളവും കൂടും. നേരാങ്ങളയുടെ വീട്ടിലെ ഓരോ നിമിഷവും അമ്മായിക്ക് കർമ്മനിരതമായ വേളകളാണ്. വീട്ടിലെ ഓരോ മുക്കും മൂലയും സെൻസറുകളെ പോലെ തിരിച്ചറിയും. മുക്കിലൊളിച്ചിരിക്കുന്ന ചെകുത്താൻ തവളകളെ ചൂലുകൊണ്ട് അടർത്തിയെടുത്ത് തച്ചു പായിപ്പിക്കും. കള്ളപ്പെട്ടി വൃത്തിയാക്കി കൂറാച്ചികളെ കൂട്ടത്തോടെ കൊന്നൊടുക്കും. കൂറമുട്ടകൾ ഒട്ടിയിരിക്കുന്ന കൂറപ്പെട്ടികൾ പത്തായത്തിൽ നിന്നും അടർത്തിയെടുക്കും. ഉമ്മാക്കും മറുത്തൊന്നും പറയാനാകില്ല. പെറ്റമ്മ പിറുപിറുത്ത് നടക്കും. പെര സമ്പൂർണ്ണമായ അമ്മായിരാജിന് വിധേയമാകും. എല്ലാം വർഷത്തിൽ ഒരൊറ്റത്തവണയല്ലേ ഉള്ളൂ എന്ന ന്യായീകരണവും ഉണ്ട്. അമ്മദും കയറി ആരും അറിയാതെ ചില അധിനിവേശങ്ങൾ നടത്തും. ചില്ലറ അടിച്ചുമാറ്റലുകളും. എന്റെ സ്വകാര്യതകളുടെ ചില്ലറ കൗതുകങ്ങളുള്ള അളുക്കും പൊട്ടിപ്പൊളിഞ്ഞ് തുറന്ന് കിടക്കുന്ന മേശയിലുമാണ് അവന്റെ ദീർഘ ദീർഘമായ പരതലുകൾ. ആമിനു അമ്മായിയുടെ വിരുന്നുവരവുകൾ ആഹ്ലാദത്തോടൊപ്പം നഷ്ടങ്ങളുടെ കണക്കുകളാണ് എനിക്ക് ഇന്നേവരെ ഉണ്ടാക്കിയിട്ടുള്ളത്. പ്രേമത്തോടെ കരുതിവെച്ചിട്ടുള്ള പലതും ഈ മച്ചൂണിയൻ കൈക്കലാക്കിയിട്ടുണ്ടാകും. പിന്നെ വല്ലപ്പോളുമുള്ള പടിഞ്ഞാറങ്ങാടി യാത്രകളിൽ അവരുടെ വീട്ടിലെത്തുമ്പോൾ ഓർത്തെടുക്കുവാനാകാത്ത ആ സ്വപ്നങ്ങൾ കൺമുന്നിലെത്തും. തോട്ടക്കാട്ടിലെ പറമ്പിൽനിന്നും ശേഖരിക്കുന്ന പറങ്കിയണ്ടിയുടെ ശേഖരം പകുതിയായി കുറയും. ഇഷ്ടനിറത്തിലുള്ള പളുങ്കുഗോട്ടികൾ കാണാതാകും. കണ്ണേങ്കാവ് പൂരത്തിന് വാങ്ങിയ മരം ഇറങ്ങി കറങ്ങിക്കറങ്ങി വരുന്ന കുരങ്ങൻ, ശബ്ദമുണ്ടാക്കുന്ന ഡക്ക് ഞക്കിയാൽ പാത്രത്തിൽനിന്നും കൊത്തിപ്പെറുക്കുന്ന പൂവൻകോഴികൾ, പുന്നക്കോട്ടി തുരന്നുണ്ടാക്കുന്ന പമ്പരം അപഹരിക്കപ്പെട്ട ഇഷ്ട കൗതുകങ്ങളായിരുന്നു ഇവയെല്ലാം. പിന്നെയൊരു വേലയും പൂരവും വേനലും വസന്തവും മഴക്കാലവും പൂഞ്ചക്കോളും വരണം ഇവയൊക്കെ തിരിച്ചുപിടിക്കാൻ.

മൂക്കുതല കണ്ണേങ്കാവ് പൂരത്തിന് വാങ്ങിയ കരിമ്പനയോലകൊണ്ടുണ്ടാക്കിയ വർണ്ണപ്പമ്പരം വീശിയാൽ ചുഴലിക്കാറ്റിന്റെ മൂളക്കവും കിലുകിലു ഒച്ചയുമായെത്തുന്ന പമ്പരം. അമ്മായി തിരിച്ചുപോകുമ്പോൾ കുത്തിനിറച്ച പൊക്കണങ്ങളിൽ ഏതിലെങ്കിലും ഒന്നിൽ, അമ്മായി അറിയാതെ, അമ്മദ് ആരും കാണാതെ ആ വർണ്ണപ്പമ്പരവും ഒളിച്ചുവെച്ചിട്ടുണ്ടാകും. അമ്മായിയെയും അമ്മദിനേയും കണ്ടപ്പോൾ മിന്നലും ഇടിവെട്ടും ഉണ്ടാകാൻ ഇതൊക്കെയാണ് കാരണം

കുന്നത്തെ പത്തിരുത്തുമ്മേലുള്ള കുഞ്ഞുണ്ണിയുടെ മില്ല് എത്താറായി. പുഴക്കര കുന്ന് കയറി സൈക്കിളിന്റെ തണ്ടിലേക്ക് ഇറങ്ങി നിന്ന് ചവിട്ടി ഇനി ഒരു ഇറക്കമാണ്.. കൊപ്പരക്കള്ളൻ മാറാപ്പും കീറിപ്പറിഞ്ഞ കുടയുമായി സർവ്വാലങ്കാര കളഭിതനായി കുന്നിറങ്ങുന്നു. പറങ്കിമാങ്ങയുടെ മണം വരുന്നു, ചുട്ട അണ്ടിയുടെയും. പുഴക്കരെ അമ്പലമായി. മനപ്പറമ്പെത്തി. വാലൻ കിളികൾ ഞാവൽപ്പഴങ്ങൾ കൊത്തിപ്പെറുക്കി പറന്നുപോകുന്നു. പാടത്തിന്റെ വക്കത്ത് പോത്തുകൾ മേയുന്നു. കരിയും നുകവുമായി കന്നുപൂട്ടുകാരൻ കുറുണിയൻ കുളക്കരെ നിന്ന് കാൽ കഴുകുന്നു. മനക്കലെ ചപ്പിക്കുടിയൻ മാവിന്റെ ചുവട്ടിൽ ഒരു പൂരത്തിനുള്ള ആളുണ്ട്. പുളിങ്ങ വില്പനക്കാരൻ ഹംസ പുളിമരത്തിലിരുന്ന് പുളിങ്ങ പൊട്ടിച്ച് കൊട്ടയിലാക്കുന്നു.

കുഞ്ഞുണ്ണിയുടെ മില്ലെത്തി.

ശ്രീ കൃഷ്ണ റൈസ് ആന്റ് ഫ്ളവർ മില്ല്.

മില്ലിൽ ഇതിനുമുമ്പും വന്നിട്ടുണ്ട്. കുട്ടാപ്പുവിന്റെ കൂടെ. അന്നാണ് മില്ല് ആദ്യമായി കാണുന്നത് .നെല്ലു കുത്തി അരിയായും ഉമിയായും മാറുന്ന സൂത്രം ഒരു കറങ്ങുന്ന ബെൽട്ടിന്റെ അരികിൽ നിന്ന് മൂന്ന് ചുവന്ന ബൾബുകൾ സാക്ഷിയായി മനസ്സിലാക്കി. മില്ലിൽ തിരക്കോട് തിരക്കാണ്. തവിടിലും ഉമിയിലും കുഴഞ്ഞ് നെല്ല് കുത്തിക്കുന്ന വറുതുണ്ണി ഓടിയും ചാടിയും തന്റെ വലിയ പള്ളയുമായി ഓടിച്ചാടിനടക്കുന്നു. ഫണലാകൃതിയിലുള്ള തകരപ്പാട്ടയിലേക്ക് നെല്ല് അപ്പാടെ കമഴ്ത്തുന്നു. ഒരു ബെൽറ്റ് കിടന്ന് ചകും ചകും എന്ന ശബ്ദത്തിൽ പല്ലവിയിലും അനുപല്ലവിയിലും നെല്ല് കുത്തിക്കുന്ന പാട്ട് പാടുന്നു. ചാക്ക് താങ്ങിയെടുത്തിട്ട് മില്ലിന്റെ ഉള്ളിൽ വെച്ചു. റപ്പായി എന്നെ അടിമുടി നോക്കി. ഒരു ശൃംഗാരച്ചിരിയുമായി വന്ന് എത്ര പാട്ട നെല്ല് ഉണ്ടെന്ന് ചോദിച്ചു.

മൂന്നര വടിപ്പനുണ്ട്.

മില്ലിൽ നിന്നും പുറത്തേക്ക് വന്നു.

ഇത് എപ്പോഴാണാവോ ഇനി കുത്തിച്ച് കിട്ടുകാ..നേരം വൈകിയത് തന്നെ. പേടിയും തോന്നുന്നുണ്ട്.

ആ റപ്പായിയുടെ നോട്ടത്തിൽ എന്തോ ഗൂഢ അർത്ഥങ്ങൾ ഉള്ളത് പോലെ. ഒരു കൈവണ്ടി നിറയെ നെൽച്ചാക്കുമായി വണ്ടി വലിക്കുന്ന വി സി ആലിക്കുട്ടിക്ക വന്നു. അയാളുടെ തലയിൽ ഒരു ഉറുമാലിന്റെ കെട്ടുമുണ്ട്. വലിയവലിയ ചാക്കുകൾ. ചാക്കിന്റെ അറ്റം പാന്തം കൊണ്ട്

തുന്നിക്കെട്ടിയിരുന്നു. പൊണ്ണൻ വാപ്പുട്ടിക്കയുടെ നെല്ലാണത്രേ. അയാളും ഒപ്പമുണ്ട്. മനക്കലെ കാര്യസ്ഥനാണ് പൊണ്ണൻ വാപ്പുട്ടിക്ക. കൈവണ്ടി താങ്ങിനിർത്തി വി സി ആലിക്കുട്ടി പുറം കൊണ്ട് ചാക്കെടുത്ത് മില്ലിന്റെ കോലായിയിൽ ഇട്ടു. കറന്റില്ലാത്തപ്പോൾ ഡീസലിനാണത്രേ മില്ല് പ്രവർത്തിക്കുന്നത്. സത്യസായിബാബയുടെ മുഖച്ഛായയുള്ള ഒരാൾ മില്ലിലേക്ക് പോയി. അതാണ് കുഞ്ഞുണ്ണി എന്ന് വി സി ആലിക്കുട്ടി.

മില്ലിലെ ചക്രവും ദീർഘത്തിൽ തിരിയുന്ന ബെൽട്ടും മൂന്ന് ചുവന്ന ബൾബുകളും കുറേ നേരം നോക്കി നിന്നു. ഒരു സ്വസ്ഥത കിട്ടുന്നില്ല. അമ്മദിനെ കണ്ടതാണ് കാരണം. വീണ്ടും വീണ്ടും ആലോചിച്ചപ്പോൾ ഇക്കുറി നഷ്ടപ്പെടാൻ പോകുന്ന പൊളിഞ്ഞതും പൂട്ടില്ലാത്തതുമായ മേശയിലെ സ്വകാര്യശേഖരത്തിലെ അപൂർവ്വവസ്തു എന്തായിരിക്കും എന്ന് അമ്മദിനും പടച്ചോനും മാത്രം വെളിച്ചം. അവൻ മേശ തുറന്ന് സാധനങ്ങൾ പൈമാസി ചെയ്യാൻ തുടങ്ങിയിരിക്കുമോ? ഒരു എത്തും പിടിയും കിട്ടുന്നില്ല. മില്ലിന്റെ ഉള്ളിലേക്ക് എത്തിനോക്കി. കൊയമ്പ്രത്തേൽ അപ്പുട്ടിയുടെ നെല്ലാണ് ഇപ്പോൾ കുത്തുന്നത്. അത് കഴിഞ്ഞാൽ വടക്കത്തേക്കാരുടെ നെല്ലാണ്. അത് കഴിഞ്ഞാൽ പിന്നെ രണ്ട് ചാക്ക് നെല്ലുമായി കണ്ടൻ കാത്തുനില്ക്കുന്നു. അതും കൂടി കഴിഞ്ഞിട്ടേ എന്റെ നെല്ല് കുത്താൻ എടുക്കൂ.

ഇക്കാക്ക കൊടുത്തയച്ച കെമ്പസിന്റെ ചിത്രമുള്ള നീല ജീൻസ് നിറമുള്ള സ്വർണ്ണക്കുടുക്കുള്ളതും പിറകിൽ രണ്ട് ഒട്ടിക്കുടുക്ക് വെച്ച് സിബ്ബ് ഉള്ള പോക്കറ്റ് വെച്ച തൊപ്പി എങ്ങാനും അമ്മദിന്റെ കണ്ണിൽ പെട്ടിരിക്കുമോ.? മേശ പൊളിഞ്ഞതാണ് . അതിന്റെ തുറക്കുന്ന അടപ്പിന്റെ വിജാഗിരി പൂർണ്ണമായും വേർപ്പെട്ട രീതിയിലാണ്. പൂട്ടിന്റെ കള്ളൻ ഇളകിയിട്ട് കുറേ കാലമായി. മേശ ആർക്ക് വേണമെങ്കിലും വന്ന് തുറന്ന് നോക്കാവുന്ന പരുവത്തിലുമാണ്. ആദ്യം അത് ഉപ്പയുടെ കയ്യിലായിരുന്നു. ബാലൻ ആശാരിയാണ് അത് ഉണ്ടാക്കിയത്. ഉപ്പ മരിച്ചപ്പോൾ അത് ചെറിയ ഇക്കയുടെ കസ്റ്റഡിയിലായി. ചെറിയ ഇക്ക ഗൾഫിലേക്ക് പോയപ്പോൾ മേശ എന്റെ കൈവശം വന്നു. ഒമ്പതാം ക്ലാസ്സിലെ പാഠപുസ്തകങ്ങളും നോട്ട് പുസ്തകങ്ങളും മഷിക്കുപ്പിയും ചീർപ്പും ലൊട്ട് ലൊടുക്ക് സാധനങ്ങളും കൗതുകപൂർവ്വം കിട്ടുന്ന വസ്തുക്കളുമാണ് മേശയിൽ ഉള്ളത്. കോതമുക്കിലെ ഉണ്ണിസ്മാരക വായനശാലയിൽ നിന്നെടുത്ത *സ്മാരകശിലകൾ, ഉമ്മാച്ചു, ഹിമാലയസാമ്രാജ്യത്തിൽ, കുഞ്ഞിക്കൂനൻ,* ബാലരമയുടെ പഴയ ലക്കങ്ങൾ എന്നീ പുസ്തകങ്ങളും ആ മേശയിൽ തന്നെയാണ് വെക്കാറുള്ളത്.. കെമ്പസിന്റെ ചിത്രമുള്ള തൊപ്പിയാണ്. ഇപ്പോൾ എന്റെ കൈവശമുള്ള അപൂർവ്വവസ്തു.അതെങ്ങാനും അമ്മദ് എടുത്ത് നോക്കാൻ തുടങ്ങിയിട്ടുണ്ടാകുമോ? മേശ തുറന്ന് അമ്മദ് ഇതൊക്കെ എടുത്ത് നോക്കുന്ന കാര്യം സങ്കല്പിക്കാൻ പോലും ആകുന്നില്ല. തലപ്പിരാന്ത് പിടിക്കുന്നു. അമൂല്യമായ ആ നിത്യവിസ്മയം നഷ്ടപ്പെടുമോ? കാണാതായവയുടെ കൂട്ടത്തിലെ ഓർമ്മച്ചിത്രം മാത്ര

മാകുമോ എന്റെ തൊപ്പിയും. മനസ്സുരുകി പ്രാർത്ഥിച്ചു.

“ന്റെ പുത്തമ്പള്ളിക്കലെ.... മൂപ്പരെ കെമ്പസ് തൊപ്പിയെ അമ്മദിന്റെ കയ്യിൽ പെടാതെ കാത്തുരക്ഷിക്കേണമേ......”

രണ്ട് മാസം മുന്നെ ഗൾഫിൽ നിന്നും വന്ന വല്യക്കാക്കയാണ് ആ തൊപ്പി എനിക്ക് സമ്മാനിച്ചത്. കഴിഞ്ഞ ലോകകപ്പ് ഫുഡ്ബോളിലെ ഹീറോ ആയിരുന്നു മേരിയോ കെമ്പസ്. ചന്ദ്രൻ വൈദ്യരുടെ പീടികയിൽ നിന്നും ലോകകപ്പ് വാർത്തകൾ അറിയാൻ *മനോരമ* പത്രം തിരക്കി പോകാറുണ്ട്. അങ്ങനെ *മനോരമ* പത്രത്തിൽ നിന്നും ലോകകപ്പിനെക്കുറിച്ച് വായിച്ചപ്പോഴാണ് മേരിയോ കെമ്പസിനെക്കുറിച്ച് കേട്ടത്. ഫൈനലിൽ അർജ്ജന്റീനക്ക് വേണ്ടി ഗോളടിച്ചത് കെമ്പസായിരുന്നു. ഗൾഫിൽ നിന്നും വന്ന അന്ന് രാത്രി തന്നെ ടെലിവിഷനിൽ കണ്ട കളി വർണ്ണിച്ച അദ്ദേഹം കെമ്പസിനെക്കുറിച്ചും പറഞ്ഞു. പെട്ടി തുറന്ന് ഒരു തൊപ്പിയെടുത്ത് എന്റെ നേരെ നീട്ടി. ഇതാ നിനക്ക് ഒരു സ്പെഷ്യൽ സമ്മാനം. ഒരു തൊപ്പി. അതിലെ ചിത്രം നോക്കി

ഇതാരാണെന്ന് അറിയുമോ എന്ന് ചോദിച്ചു.

“നിനക്ക് ഫുഡ്ബോളിൽ വലിയ താല്പര്യമാണെന്നൊക്കെ എഴുതിയിരുന്നല്ലോ. എന്നാൽ പറയ് ഇതാരാ....?”

“ഇതാണ് കെമ്പസ് മാരിയോ കെമ്പസ്. കഴിഞ്ഞ എസ്പാന 78 ലെ ഹീറോ.....”

ഇക്കാക്ക തന്റെ ഫൂഡ്ബോൾ വിജ്ഞാനം ഒറ്റവായിൽ പറഞ്ഞു.

“കളയരുത് സൂക്ഷിക്കണം.”

അദ്ദേഹം നീലനിറത്തിലുള്ള തൊപ്പി നിവർത്തി എന്റെ തലയിൽ വെച്ചു. തൊപ്പിയും തലയിലിട്ട് പിറ്റേന്ന് വൈകുന്നേരം തന്നെ അർജ്ജുന സ്പോർട്സ് ക്ലബ്ബിന്റെ ആസ്ഥാനമായ മണ്ണൂപ്പാടത്തെ പുഞ്ചപ്പാടത്തെത്തി. എല്ലാവരും നിരന്നിരിക്കുകയാണ്. കളി തുടങ്ങിയിട്ടില്ല.

ഞാൻ തൊപ്പിയെടുത്ത് അർജ്ജുനയുടെ ഡ്രിബ്ലിങ് വിദഗ്ദ്ധനായ മടത്തിക്കാട്ടിൽ ഇക്ബാലിനോട് ചോദിച്ചു.

“ഇതാരാണെന്ന് പറയാമോ.?”

അവൻ തൊപ്പി തിരിച്ചും മറിച്ചും നോക്കി.

“യോഹൻ ക്രൈഫ്സ്”

“അല്ല”

“ലെവ് യാഷീൻ”

“അല്ല”

കാളിയത്തെ അഷ്റഫും അശോകനും നോക്കി. ആർക്കും കിട്ടിയില്ല.

“ഇതാണ് മേരിയോ കെമ്പസ്.! എസ്പാന 78 ലെ ഹീറോ.....”

പെലെയെയും യോഹാൻ ക്രൈഫും ലെവ് യാശീനും അപ്പുറം ഒരു അന്താരാഷ്ട്ര കളിക്കാരെയും ഇവർക്കറിയില്ല. കെമ്പസിനെക്കുറിച്ച് ഇവർക്ക് എന്തറിയാം. എന്റെ കയ്യിൽ കെമ്പസിന്റെ ചിത്രമുള്ള തൊപ്പി

യുണ്ട്. പിന്നെയും തൊപ്പി എല്ലാവരും മാറിമാറി നോക്കി. അന്ന് ആ തൊപ്പിയണിഞ്ഞ മന്നിങ്ങയിൽ റഷീദിന്റെ ഗോൾ പോസ്റ്റിലേക്ക് ഇക്ബാലിനും ഷാർപ്പ് ഷൂട്ടറായ കാളിയത്തേൽ അഷ്റഫിനും ഗോളൊന്നും അടിക്കാനായില്ല. ഒരു ഷോട്ടും ലക്ഷ്യം കണ്ടില്ല. ചീമക്കൊന്നയുടെ പോസ്റ്റിനടിയിൽ അപാരഫോമിലായിരുന്നു റഷീദ്.

തൊപ്പി മേശയുടെ മൂലയിലാണ് വെച്ചിരിക്കുന്നത്. *സ്മാരകശില*കൾക്ക് താഴെ അത് അമ്മദ് കണ്ടുപിടിക്കുമോ.

'ആ കുട്ടിച്ചാക്കുമായി വന്ന ട്രൗസറിട്ട ചെക്കൻ എന്ത്യേ.?' പുറത്തു വന്ന് റപ്പായിയുടെ പള്ള വിളിച്ചുചോദിച്ചു. മില്ലിലേക്ക് കയറി. എന്റെ ഊഴം എത്തിയിരിക്കുന്നു. റപ്പായി രണ്ട് പാട്ട തകര വായിലേക്ക് ചെരിഞ്ഞു. ഉമിയും തവിടും വാരി വേറെവേറെയാക്കി. അരി ചാക്കിൽ അളന്നുവാങ്ങി. വി സി ആലിക്കുട്ടിക്ക സൈക്കിളിൽ വെച്ച് കെട്ടിയും തന്നു. പല സ്ഥലത്തും ചാക്ക് ചെരി കെട്ടിമറിഞ്ഞ് വീണു. ഒരു വിധം പെരയിലെത്തി.

മൂന്ന്

വൈക്കോലൊടിച്ചിക്കാർ കയ്യാലയിൽ ഇരുന്ന് ചായ കുടിക്കുന്നു. അമ്മദ് വൈക്കോൽ കൂനയിലേക്ക് ടി സി യോഹന്നാനെ പോലെ ഓടി വന്ന് ചാടുന്നു.. ഭാഗ്യം! ഒന്നും സംഭവിച്ചിട്ടില്ല. ആമിനു അമ്മായിയും ഉമ്മയും മുമ്പാരത്ത് ഇരുന്ന് തകൃതിയായ ബിസായത്തിലാണ്. അയിലക്കാട്ടെ പുഞ്ചപ്പാടത്തെ കൃഷിയുടെ മാഹാത്മ്യവും അവിടുത്തെ ആളുകളുടെ സഹകരണവുമാണ് ചർച്ച. ആമിനുഅമ്മായി എന്നെ കണ്ടതും വന്ന് കെട്ടിപ്പിടിച്ചു.

"ഞാൻ സൈക്കിൾ ചവിട്ടി പോകുമ്പോൾ അമ്മായിയെ വിളിച്ചല്ലോ?"

"യ്യ് ആണോ വിളിച്ചത്........ഇക്ക് ആളെ മനസ്സിലായില്ലല്ലോ.......?"

അമ്മായി എന്റെ കുപ്പായം പൊന്തിച്ച് നോക്കി.

"എന്താ ഇത്താത ഇതിന്റെ കൂറേട് ഇങ്ങനെ ....എല്ലും തോലും ആയിക്ക്ണല്ലോ...........?"

"അതൊന്നും പറയണ്ട ഇന്റെ ആമിനുമ്മ........... ഈ ചെക്കൻ പൈക്ക്ണേന് നേരത്തിന് തിന്നൂല..അരക്കാല് മിനിട്ട് നേരം പാത്തിരിക്കൂല.........കാറോടുക തന്നെ..അല്ലാണ്ട്പ്പോ ഓന്ക്ക് എന്താ ഒരു പണി. .... എപ്പളും ആ മണ്ണൂപ്പാടത്താ. അയിനെ പറ്റ്യ കൊറേ കൂട്ടാളികളും ഉണ്ട്. ....ന്റെ മോൻ അമ്മദിന്റെ സ്ഥിതിയും ഇത് തന്നേ. പന്തിന്റെ ഒച്ച കേട്ടാ ഓന് ഓട്ടിലിട്ട മൂട്ട പോലേ......."

അമ്മായി കോന്തലയിൽ നിന്നും 25 പൈസ എടുത്തിട്ട് പറഞ്ഞു.

"മോൻ ആ മായിനാക്കാടെ പീടിയേ പോയി ഒരു കെട്ട് കാജാബീഡി ഇങ്ങട്ട് വാങ്ങിച്ചിട്ട് വാ......."

അമ്മായിക്ക് ബീഡി വലിക്കുന്ന ശീലവുമുണ്ട്. ഉപ്പാടെ ഏറ്റവും പ്രിയപ്പെട്ട ഇളയ പെങ്ങളായിരുന്നു ആമിനു അമ്മായി. അത് കാരണം ഉമ്മാക്ക് ഏറെ താല്പര്യമായിരുന്നു ആമിനു അമ്മായിയോട്. ഉപ്പ മരിച്ച അന്ന് പേരാപേരു മഴ പോലെയാണ് അമ്മായി വന്നു കയറിയത്.

നല്ല കരിവീട്ടിയുടെ നിറമാണ് അമ്മായിക്ക്. താടിക്ക് കീഴെ ഒരു കറുത്ത മണിയുണ്ട്. നല്ല ഒത്ത ഉയരവും ഉറച്ച ശരീരവുമാണ് അവരുടേത്. തിലകന്റേതുപോലെ പരുപരുത്ത ശബ്ദം. മാപ്പിളപ്പാട്ട് മൗലീത് നഫീസത്തുമാല പക്ഷിപ്പാട്ട്, മൊഹ്‌യുദീൻ മാല, കൈകൊട്ടി പാട്ട് എന്നിവയുടെ ഒരു ശബ്ദനിഘണ്ടുവായിരുന്നു അമ്മായി. അമ്മായി വന്നാൽ ഒരു പത്ത് പതിനൊന്ന് മണിവരെ പാട്ടും ബൈത്തും തന്നെ. ഇതെവിടുന്നാ അമ്മായി ഇതൊക്കെ പഠിച്ചത് എന്ന് ചോദിച്ചാൽ മുറുക്കിച്ചുവന്ന ചുണ്ടും ചിരിയും പിന്നെയും വിടരും. പാറപ്പുറത്ത് ചിരട്ട ഇട്ട് ഒരയ്ക്കുന്ന ചേലിക്ക് കടാകടാന്ന് ഉണ്ടാക്കിച്ചിരിക്കും. അക്ബർ സദക്കയുടെ പക്ഷിപ്പാട്ടാണ് ഇന്ന് പാടാൻ പോകുന്നത്. ഒരു മണിക്കൂറൊക്കെ ഇരുന്ന് ഉഷാ ഉതുപ്പിനെ പോലെ അവരിരുന്ന് പാടും. ഇടയ്ക്ക് നിറുത്തി അർത്ഥം പറയും. ചിമ്മിനി വിളക്കിലെ തിരി മണ്ണെണ്ണ തീർന്ന് മുട്ടയിടാൻ തുടങ്ങിയാൽ കോട്ടായികൾ കണ്ട് അമ്മായി തന്നെ പറയും

ഇനി നിറുത്താം.

ഇതൊക്കെ ഇങ്ങനെ ആലോചിക്കുമ്പോൾ അമ്മായിയുടെ വരവുകൾ പെരുന്നാളും പൂരവും തന്നെയാണ്.

പീടികയിലേക്ക് പോകാനിറങ്ങിയ എന്നെ ഉമ്മ തിരിച്ചുവിളിച്ചു.

"നൂറ് വെളിച്ചെണ്ണയും അമ്പത് പൈസയ്ക്ക് പപ്പടവും വാങ്ങിച്ചോ?"

ചീമക്കൊന്നയുടെ തണലിൽ ചാരി വെച്ചിരുന്ന ജയിക്കാനായി ജനിച്ചവൻ എന്ന സൈക്കിൾ എടുത്ത് സീറ്റിലേക്ക് ചാടിക്കയറി. അമ്മദിനെയും വിളിച്ചു. അമ്മായി വന്നതല്ലേ? ഇന്ന് ചോറിന് പപ്പടവും മീൻ പൊരിച്ചതും ഉണ്ടാകും. സൈക്കിൾ കൊടുക്കണം. എരമംഗലം വരെ അവനാണ് ചവിട്ടിയത്. സൈക്കിൾ കൊടുത്തു. നാല് മണിക്കൂറിന് 2 ഉറുപ്പിക 40 പൈസ. മായിനാക്കയുടെ പീടികയിൽ നിന്നും സാധനങ്ങൾ വാങ്ങി. അമ്മായിക്ക് ബീഡിയും.

അമ്മായി വന്നിട്ട് രണ്ട് ദിവസമായി. വൈക്കോലൊടിച്ചിക്കാർ തിരിമുറിയാതെ പണിയിലാണ്. വൈകുന്നേരം വൈക്കോലൊണക്കി തൂളിക്കിട്ടുന്ന നെല്ലുമണികൾ മെടഞ്ഞ കരിയോലകൾ വീശി കാറ്റത്തിടും. പതിര് വേറെ പോകും നെല്ല് വേറെ കിട്ടും. തെങ്ങിന്റെ കടക്കല പതിര് കൂട്ടിയിട്ടിട്ടുണ്ട്. ഒന്നരച്ചാക്ക് നെല്ല് വൈക്കോലൊടിച്ചിക്കാർക്ക് കിട്ടിയിട്ടുണ്ട്. രാത്രിയിൽ എല്ലാവരും കയ്യാലയിൽ കൂടിയിരുന്നു. അമ്മായിയുടെ ദർബാറിൽ തട്ടങ്ങൾ കൂടി വന്നു. സുലൈഖത്താത്തയും കൂട്ടാളികളും അയൽവീട്ടിലെ ആമിനോത്ത, പാത്തുണ്ണിത്താത്ത, കൗജാത്ത, മെയ്ദാക്കാടെ വീടര്, തലശേരിക്കാരന്റെ വീടര് അങ്ങനെ പോകുന്ന ആസ്വാദകർ. ഉഷാ ഉതുപ്പിന്റെ ആലാപന ചാതുരി തന്നെ. പിന്നീട് കൈകൊട്ടി

പാട്ടായിരുന്നു. തന്തീനന്നൈ/ തനതന്തിന്നൈ/തന്തീനന്നൈ/തനിനാ തിത്തൊ. പാട്ടിന്റെ ഇടവേളകളിൽ കാജാബീഡി പുകയും. അമ്മായി യുടെ മൂക്കിലൂടെ പുക വരും. പച്ചപെൺകുപ്പായവും വെള്ളി അരപ്പ ട്ടയും തിളക്കം കാട്ടും. പക്ഷിപ്പാട്ട് തുടങ്ങി. ഇഫ്രീത്ത് രാജ്ന്റെ കോട്ട യ്ക്കകത്താണ് എല്ലാവരും. നിലാവിൽ വൈക്കോക്കൂനകൾ എത്തി നോക്കുന്നുണ്ട്. തൊഴുത്തിൽ ഞങ്ങളുടെ ചെനയുള്ള പയ്യ് കാത് കൂർപ്പി ച്ചിരിപ്പാണ്.

"ആമിനുമ്മ ഒരു സംഭവം തന്നെ.. എത്രപ്പോളം പാട്ടാ ഓള് പാട്ണ്ത്."

വീടരെക്കാണാതെ വിളിക്കാൻ വന്ന മെയ്ദാക്കയും പറഞ്ഞു.

അമ്മായിക്ക് കിടക്കാൻ വേണ്ടി എന്നെയും ഇജാസിനേയും ചരുവ കത്ത് നിന്നും കുടിയിറക്കി. പായയും തലക്കാണിയുമായി മുമ്പാരത്തെ കുടുസുമുറിയിൽ ആണ് ഉറക്കം. താഴെ ഉറക്കപ്പായയും *മാതൃഭൂമി* പത്ര ങ്ങളുമായി വേലായുധേട്ടനും ഉണ്ട്. വിളക്കും കത്തിച്ച് വെച്ച് നട്ടപ്പാതിര വരെ വായന തന്നെ വായന. എന്താണാവോ ഇത്ര വായിക്കുന്നത് . മർഫി റേഡിയോയും ഉണ്ടാകും അടുത്ത്. വിവിധ് ഭാരതി സ്റ്റേഷൻ ഉണ്ട്പോലും. അത് പിടിക്കാനുള്ള തന്ത്രപ്പാടാണ് ആ കേൾക്കുന്നത്. ഇടയ്ക്ക് വേലാ യുധേട്ടൻ ഒരു കയ്യിലിട്ട് എന്തോ ഞെരിച്ച് അത് കാജാബീഡിയുടെ ഒഴിഞ്ഞ കൂടിലിട്ട് തടിച്ച ഒരു ബീഡിയാക്കി വലിക്കുന്നത് കണ്ടു. അതിന്റെ പുക ശ്വസിച്ച് ഓക്കാനിക്കാനും ഛർദ്ദിക്കാനും വന്നു. കെമ്പസ് തൊപ്പി അമ്മദിനെ ഒന്ന് കാണിച്ചാലോ? തിരിഞ്ഞും മറിഞ്ഞും കിടന്ന് ആലോ ചിച്ചു. ഉറുമ്പ് കടിക്കുന്നുണ്ട്. ഇജാസ്സ് ഉറക്കം തുടങ്ങിയിരിക്കുന്നു. അമ്മദും ഉണ്ട് അപ്പുറത്ത്. നന്നേ പുലർച്ചേ അമ്മദാണ് കുലുക്കി ഉണർത്തിയത്. നേരം പുലർന്നിട്ടില്ല. ഒച്ചയുണ്ടാക്കാതെ ഉറങ്ങിനടന്നു. കോഴിക്കൂട്ടിൽ കോഴികൾ പേടിച്ച് കൊക്കിക്കുരയ്ക്കുന്നു. ഉണങ്ങിയ തേങ്ങകൾ പറമ്പിൽ കണ്ടമാനം വീണുകിടക്കുന്നു. ഷറശറോ എന്നുള്ള ശബ്ദം കേട്ടു. പയ്യ് മൂത്രം ഒഴിക്കുകയാണ്. രാമച്ചക്കാടുകളിൽ നിന്നും കുളക്കോഴികളുടെ കരച്ചിൽ, ഞാവൽമരത്തിന്റെ ചുവട്ടിൽ എത്തിയതും വയലറ്റ് നിറമുള്ള തിളക്കങ്ങൾ അവിടവിടെ ചിതറിക്കിടക്കുന്നു. കട്ട വിണ്ട മൺകട്ടകൾക്കരികിൽ തൊട്ടുനോക്കി. ഞാവൽപ്പഴങ്ങൾ തന്നെ. വലിയ ചേമ്പിലക്കുമ്പിളുകൾ രണ്ടെണ്ണത്തിലും നിറച്ചും കിട്ടി. കൂടാതെ ചാഞ്ഞ കൊമ്പിലേക്ക് ചാടിക്കയറി. തന്റെ കറുത്ത് ശക്തിയുള്ള കൈ രണ്ടും ചേർത്ത് അമ്മദ് നന്നായി കൈ രണ്ടും കുലുക്കി. വയലറ്റ് പളുങ്കുകൾ പെയ്തിറങ്ങി. തിന്നും ചവച്ചും ഞാവൽപ്പഴങ്ങളുമായി പറമ്പിലെത്തി. വീട് ഉണർന്നിരിക്കുന്നു. കയ്യാലയിൽ പാലക്കാടൻ മലയാളം പതുക്കെ ചാറിത്തുടങ്ങി. അമ്മായി വെണ്ണൂറും പെരയിൽ നിന്നും കുറേ തേങ്ങ കൾ മടവാൾ കൊണ്ട് പൊളിക്കുകയാണ്. സുലൈഖത്താത്തയും അയി ഷുത്തള്ളയും കൂട്ടിനുണ്ട്. പടിഞ്ഞാറങ്ങാടിയിലേക്ക് യാത്രയ്ക്ക് ഒരുങ്ങു കയാണ് പൊളിച്ച നാളികേരങ്ങൾ. അമ്മായി അകത്തേക്ക് പോയി. ഇത്താത..........

"എന്ത്യേ..."

"ഒരു ചാക്ക്ണ്ടെങ്കി ഒന്ന്ങ്ങണ്ട് കാട്ടിക്കേ."

"ആ കയ്യാലയിലെ വല്യ മുറീലുണ്ട് വളത്തിന്റെ ചാക്കുകൾ.....ഒന്നോ രണ്ടോ എത്രാന്ന്ച്ചാ എടുത്തോ..........?"

"ആയിഷാ..................."

"ആസിയാ..........."

"ഒന്ന്ങ്ങട്ട് ണീച്ചെടീ..........."

ആയിഷയും ആസിയയും കണ്ണും തിരുമ്മി വന്ന് ഉമിക്കരിയെടുത്ത് പല്ല് തേക്കാൻ തുടങ്ങി. അമ്മായി എൻ പി കെ എന്നെഴുതിയ ചാക്കുമായി വന്ന് പൊളിച്ച പത്ത്പന്ത്രണ്ട് തേങ്ങകൾ ചാക്കിലേക്ക് ഇട്ടു. അമ്മായിക്ക് കൊണ്ടുപോകാനുള്ള സാധനങ്ങൾ ഓരോന്നായി വരാൻ തുടങ്ങി. അമ്മദ് എന്റെ മേശയ്ക്കരികിൽ തന്നെയാണ്. മേശയിൽ എന്തൊക്കെ സാധനങ്ങളുണ്ട് എന്നവന് അറിയണം.

"മേശ ഒന്ന് തൊറക്ക് ഒന്ന് കാണട്ടേ."

"വേണ്ട അത് പിന്നെയാകാം..........."

"ഒന്ന് തൊറക്കെടോ.?"

എന്നായി അനുനയത്തിൽ ശബ്ദം താഴ്ത്തി അമ്മദ്.

"അമ്മദേ...."

"അമ്മദേ.."

"അതാ അമ്മായി അന്നെ വിളിക്ക്ണ്"

ഞാൻ അവൻ പോയ തക്കം നോക്കി മേശ തുറന്നു. *സ്മാരകശിലകളുടെ* അടിയിൽ നിന്നും തൊപ്പി എടുത്ത് കെമ്പസിന്റെ മുഖത്ത് ഒന്ന് ചുംബിച്ച് അവിടെ തന്നെ വെച്ചു.

അമ്മായി കവുങ്ങിന്റെ കടയ്ക്കലാണ്. ഒരു പത്തമ്പത് അടക്കകൾ കൂട്ടിവെച്ചിരിക്കുന്നു. ഒക്കെ വവ്വാലുകൾ ചപ്പിയിട്ടുണ്ട്. അതെല്ലാമെടുത്ത് അമ്മതിന്റെ കയ്യിൽ കൊടുത്തു.

"അത് ആ മുക്കിലെ ചാക്കിലേക്ക് അമർത്തിവെച്ചാളെ..........."

ഇപ്പോൾ ചാക്കിൽ തേങ്ങയും അടക്കയുമായി. രാവിലത്തെ ചായ കുടി കഴിഞ്ഞ് അമ്മദിനേയും കൂട്ടി അർജ്ജുനാ സ്പോർട്സ് ക്ലബ്ബിന്റെ ആസ്ഥാനമായ മണ്ണൂപ്പാടത്തെ പുഞ്ചക്കണ്ടത്തിലേക്ക് ചെന്നു. ഷാജഹാനും കടുത്ത സത്യൻ ആരാധകനായ സൈനുദ്ദീനും പെനാലിറ്റി അടിച്ച് കളിക്കുന്നു. ഒരു കിക്കെടുത്തു. അത് ഓവറായി. അമ്മദും ഇറങ്ങി. ഒരു കിക്ക് അമ്മദും എടുത്തു. ഞങ്ങൾക്ക് പന്തിന്റെ ഒരു മൂളക്കം മാത്രമേ കേൾക്കാനായുള്ളൂ. പന്ത് പാടത്തിന്റെ അപ്പുറത്തുള്ള തോടും കടന്ന് പാത്രക്കുളത്തിൽ ചെന്ന് വീണു. ഷംസുദ്ദീൻ പന്തെടുക്കാൻ ഓടി.

"ഇതെവിടുത്തുകാരനാ..............? നല്ല ഷൂട്ടറാണല്ലോ......"

"അമ്മായിയുടെ മകനാണ് അമ്മദ്."

"ഇവനെ സെവൻസിൽ കൊണ്ട്പോയാ സെന്ററിൽ നിന്നുംഅടിച്ചാൽ ഉറപ്പായിട്ടും ഗോളാകും.."

ഷാജഹാന്റെ കമന്റ്.

“വൈകീട്ട് കളിക്കാൻ വരുമോ”

“നോക്കട്ടെ”

എടുത്ത് കൊണ്ട് വന്ന പന്തിൽ അപ്പടി ചളിയായിരുന്നു. പന്ത് കണ്ട ത്തിലെ വൈക്കോൽ തുറുമ്പ് കൊണ്ട് തുടച്ചു. അമ്മദ് പന്ത് മേലോട്ട് പൊക്കിയടിച്ചു. ഒരു ആകാശവാണി. താഴെ ഒഴുകിവന്ന പന്ത് ഒരു ഒത്ത കളിക്കാരന്റെ ചടുല ചാരുതയോടെ കഴുത്ത് പുറകിലാക്കി ഒരു ഹെഡ്ഡും ചെയ്തു അമ്മദ്. ഒരു നിലം കുലുങ്ങി ഹെഡ്ഡർ. ഞങ്ങൾ അന്തം വിട്ടു. അമ്മദ് കളിക്കാറുണ്ടോ എന്നായി ഷാജഹാൻ.

“വല്ലപ്പോഴും.”

“അതു കള. സത്യം പറയ്”

“ഞാൻ കുനം മൂച്ചി ബ്രദേഴ്സിന്റെ നാലര അടി ഷോൾഡേഴ്സിന്റെ സ്റ്റോപ്പർ ബേക്കാ....” എനിക്ക് പെട്ടെന്ന് ആനക്കോൾ പൊട്ടിയൊലിച്ച് ചിറവെള്ളം ഒഴുകിവന്നതുപോലെ അമ്മദിനോട് വല്ലാത്ത മതിപ്പ് തോന്നി.

“ഷൗക്കത്തേ അന്റെ ആ കെമ്പസിന്റെ ചിത്രമുള്ള തൊപ്പി ഒന്ന് തരണം. നാളെ ഗോളി നിക്കുമ്പെ തലേല് വെക്കാനാ.........അത് തലയ്ക്കും മോളിൽ ഇരിക്കുമ്പം ഒരു ലാറ്റിനമേരിക്കൻ റൂഹാനി കയറിയ പോലു ണ്ടെടോ ... ഒരു ധൈര്യം.”

“തൊപ്പിയോ.......?”

“എടാ അത് ഇക്കാക്ക കൊണ്ട് പോയെടാ.........”

“പോടാ നുണപറയാതെ.”

ഉടനെ അമ്മദിനും അറിയണം.

“എടോ ആ തൊപ്പി ഇനിക്കും ഒന്ന് കാണിച്ച് താടോ.......”

“അതവ്ടെ ഇല്ല. ചെറിയക്കാക്ക കോളേജിൽ പഠിക്കുമ്പോ കൊണ്ട് പോയതാ....”

അമ്മദിന് പിടുത്തം കൊടുക്കാതെ നുണയിൽ നിന്നും നുണയി ലേക്ക് തൊപ്പി തെന്നിത്തെന്നി പോകുകയാണ്.

വൈക്കോലൊടിച്ചിക്കാരുടെ ഒപ്പം നിന്ന് പതിര് കാറ്റത്തിടാൻ സഹാ യിക്കാത്തതിനാൽ ഉമ്മ കുറേ ചീത്ത പറഞ്ഞു. അമ്മദും എന്റെ പിന്നാ ലെയുണ്ട്.

“ആ തൊപ്പി ഒന്ന് കാണിച്ചുതാടോ”

“പുത്തംപള്ളിക്കലെ മൂപ്പരാണെ അതിവിടെ ഇല്ല.”

അമ്മദ് പിൻവാങ്ങി. അയിലക്കാട് നിന്ന് താറാവ്കാരൻ ബാവക്ക വന്നു. നെല്ലു വിറ്റ കാശുണ്ടായിരുന്നു അയാളുടെ പോക്കറ്റിൽ. ഒരടുക്ക് നോട്ടുണ്ടായിരുന്നു. നൂറിന്റെയും അമ്പതിന്റെയും പത്തിന്റെയും. നാലാ യിരത്തി അഞ്ഞൂറ് രൂപ ഉമ്മ എണ്ണിവാങ്ങി. എന്നെക്കൊണ്ട് പിന്നെയും എണ്ണിപ്പിച്ചു. 200 രൂപ ഉമ്മ ബാവക്കാക്ക് കൊടുത്തു. അയിലക്കാട്ടെ ഞങ്ങ ളുടെ നിലത്തിന്റെ മേപ്പട്ട് ആണ് ബാവക്കാന്റെ പെര. പുഞ്ചപ്പണിക്ക് ഉമ്മാന്റെ കയ്യാളാണ് ബാവക്ക. കൊയ്ത്തായാൽ ബാവക്കാക്ക് തിര

ക്കാണ്. അക്കണ്ട് കാണെപ്പെട്ട പുയങ്ങാട്ടെ പാടത്തെ കൊയ്ത്ത്കഴിഞ്ഞ നെല്ലുകൾ വടിപ്പനാക്കി എണ്ണി ചാക്കുകളിൽ നിറയ്ക്കുന്നത് ബാവക്കയാണ്.

ഒന്നാ..... ഒന്ന്

രണ്ടാ..... രണ്ട്

എന്നിങ്ങനെ ആരോഹണക്രമത്തിൽ അക്കങ്ങളിലേക്ക് കുതിക്കും. അയാൾ നെറ്റിയിൽ നിന്നും വിയർപ്പ് തുടച്ച് വടിപ്പനിലേക്ക് വീഴ്ത്തും. പിന്നെയും എണ്ണൽ തുടങ്ങും. താറാവ് ബാവ എന്ന് പറഞ്ഞാലെ പുഞ്ചപ്പാടത്ത് അയാളെ അറിയൂ. പത്തായപ്പെട്ടിയുടെ ഈറ്റ് മുറി തുറന്ന് ചെറിയ ഒരു ഇരിമ്പ് പെട്ടിയിലേക്ക് ഉമ്മ പണം എടുത്ത് വെച്ചു.

ആമിനു അമ്മായി ചൂലുമെടുത്ത് പുരയുടെ മുക്കും മൂലയും അടിച്ച് വാരുകയാണ്.

"ഇത്താത്താ....."

"അപ്പടി മാറാലയാണല്ലോ..........?"

"ഇതൊക്കെ എപ്പോഴെങ്കിലും ഒന്ന് അടിച്ചുവാരിക്കൂടേ..............."

"ആരാണ് ന്റെ ആമിനുമ്മ അയിനൊക്കെ ഉള്ളത്. എല്ലോട്ത്തും ന്റെ ഈ കൈയ്യെന്നെ എത്തെണ്ടേ.........ഇവിടെ ഇള്ളേരൊക്കെ വല്യ പടിപ്പ്കാരല്ലേ.....ഇൻജിനിയർമാരല്ലേ.........ഒരു പോങ്ങ നെല്ലുമണി എങ്ങനെ ഇണ്ടാവുന്നു എന്ന് ഇവറ്റിങ്ങക്ക് അറിയുമോ....?"

ആമിനു അമ്മായി തട്ടിന്റെ മോളിലേക്ക് കയറി മാറാല വെടിപ്പാക്കുകയാണ്. പെറ്റമ്മയെ വിളിക്കാൻ കുഞ്ഞിക്ക വന്നിട്ടുണ്ട്. വെളുത്ത പെൺകുപ്പായവും വെള്ളത്തട്ടവും കസവിന്റെ കരയുമുള്ള മൗലാനാ സൂരിത്തുണിയുമുടുത്ത് കാതിലെ തോട നേരെയാക്കി ചിറ്റും നേരെയാക്കി അവർ മുറ്റത്തേക്കിറങ്ങി. പെറ്റമ്മ ഉമ്മയെ വിളിച്ചു സ്വകാരിച്ചു.

"ബീവോ ഒക്കേത്ത്മ്മലും ഒരു കണ്ണ്ണ്ടായിക്കൊട്ടെ........."

"എന്താ കാണാണ്ടാവാന്ന് പറയാൻ പറ്റൂലാ......... ആമിനുമ്മീണത് മോള്"

"മ്മാ.....ങ്ങളൊന്ന് മുണ്ടാണ്ട് നിക്കോ............ഇബറ്റീങ്ങള്ടെ ബാപ്പാടെ പെങ്ങളല്ലേ."

"ഒരു പെങ്ങള്..............ഒറ്റ അടക്കീം കാണാനില്ല. സകല പൈങ്ങ അടക്കീം ഓള് പൊട്ടിച്ച്ക്ക്ണ്...."

പെറ്റമ്മാ പോയി . അമ്മായി താഴേക്ക് ഇറങ്ങി വന്നു.

"ഇത്താത്താ.......... ആ കുമ്പളങ്ങേടെ വള്ളിമ്മേലുള്ള ഒരു ചള്ള് കുമ്പളങ്ങ ഞാൻ പൊട്ടിക്കട്ടേ........"

ഉമ്മ ഒന്നും മിണ്ടുന്നില്ല. പെറ്റമ്മ പറഞ്ഞതിൽ കാര്യമുണ്ടെന്ന് ചിന്തിക്കുകയാകുമോ? അമ്മായി ആയിഷയെ വിളിച്ചു. ആയിഷയും അമ്മായിയും കൂടി തൊഴുത്തിന്റെ പിന്നിൽ തഴച്ച് പന്തലിച്ച് നില്ക്കുന്ന കുമ്പളങ്ങ വള്ളിയിൽ നിന്നും രണ്ട് ബഡാ കുമ്പളങ്ങയുമായി വന്നു. ഞാൻ കുമ്പളങ്ങയെ പ്രാകാൻ തുടങ്ങി.

ഈ വള്ളി ഒന്ന് ഉണങ്ങിയാൽ മതിയായിരുന്നു. എന്നും കുമ്പളങ്ങക്കറി തന്നെ.

കുമ്പളങ്ങ ഉപ്പേരി,
കുമ്പളങ്ങ അച്ചാർ
കുമ്പളങ്ങച്ചോർ

രണ്ട് കുമ്പളങ്ങകളും ചാക്കിൽ കയറിപ്പറ്റി. അമ്മായിയുടെ ചാക്കിന്റെ എകരം കൂടിക്കൂടി വരുന്നു.

നാല്

അമ്മായി വന്നിട്ട് ദിവസം അഞ്ചാകുന്നു. വൈക്കോലൊടിച്ചിക്കാർക്ക് പതിര് തൂളിച്ചിട്ട് ഇപ്പോൾ രണ്ടരച്ചാക്കോളം നെല്ല് കിട്ടിയിട്ടുണ്ട്. പകുതി വൈക്കോ കന്നുകൾ ഉണങ്ങി വൈക്കോലായി മാറി. ചെറിയ ചെറിയ വൈക്കോ കൂനകൾ പറമ്പിന്റെ പല ഭാഗങ്ങളിലായി ഉയർന്നു കഴിഞ്ഞു. അമ്മദും ഇജാസും ഞാനും കൊച്ചുകുന്നുകളുടെ ഉച്ചിയിൽ നിന്നും കൊടും വേനലിലെ പഞ്ചസാര മണലിലേക്ക് ചാടിവീണ് കുന്നലം മറിഞ്ഞ് കളിച്ചു. വൈക്കുലുണ്ട എവിടെ സ്ഥാപിക്കണം എന്ന് നോക്കി വൈക്കോൽ ഉണങ്ങുന്ന മുറയ്ക്ക് അപ്പുട്ടിയും കുട്ടാപ്പുവും വന്നും പോയും ഇരുന്നു. പറമ്പിന്റെ കിഴക്കേ അതിരിൽ കയ്യാലയ്ക്ക് പിന്നിൽ മഴവെള്ളം കെട്ടിനില്ക്കുന്ന ഒരിടത്ത് സ്ഥാനം കണ്ടു. എതക്കലുള്ള പൊടി അയിനിയുടെ നീണ്ട തടി ഭാഗം വെട്ടി നേരെയാക്കി കാൽ നാട്ടൽ കഴിഞ്ഞു. മറ്റന്നാൾ വൈക്കോലുണ്ട ആന്ന് തുടങ്ങും. കുട്ടാപ്പു സുലൈഖത്താത്തയെ വിളിച്ചു ചോദിച്ചു.

“താത്തെ... ഇത് എന്ന് തീരും?”

“മറ്റന്നാൾക്ക് മുയുമനും തീര്ന്നാണ് തോന്ന്ണ് ട്ടോളി........”

അമ്മദിന് കണ്ണേങ്കാവ് വേലയ്ക്ക് വാങ്ങിയ തോക്കും പുന്നക്കോട്ടി തുരന്നുണ്ടാക്കിയ പമ്പരവും കാണിച്ചുകൊടുത്തു. പഴകിയ പാളച്ചെരുപ്പുകൾ വെട്ടി ബാലകൃഷ്ണൻ ഉണ്ടാക്കി തന്ന ട്രാക്ടർ ഇപ്പോൾ അവന്റെ കസ്റ്റഡിയിൽ തന്നെയാണ്. എങ്കിലും അവൻ ഇടയ്ക്ക് എന്നെ ഓർമ്മിപ്പിക്കും.

“യ്യ് ആ തൊപ്പി ഒന്ന് കാണിച്ച് തന്നില്ലട്ടാ....... ഞാനൊന്ന് നോക്കീട്ട് ഇപ്പത്തന്നെ തരാടോ.......”

“പുത്തൻപ്പള്ളിക്കലെ മൂപ്പരാണേ....”

അവൻ ഇനിയും അത് വിശ്വസിച്ച മട്ടില്. ആമിനു അമ്മായി ഇന്ന് എങ്ങോട്ടോ പോകാനുള്ള തയ്യാറെടുപ്പിലാണ്.

ഇത്താത്താ...... ഞാൻ വല്യത്താടെ കുടീല്ക്ക് ഒന്ന് പോയിട്ട് വരാം. ന്റെ ചാക്ക് അവ്ടെ ഇരിക്ക്ണ്ണ്ട്ട്ടോ.........”

“ആയിശേ.......”

“ആസിയേ.”

“അമ്മദേ.........”

എല്ലാവരും ഹാജരായി. പോകുമ്പോൾ ഒരു കുട്ടിച്ചാക്കും കൈയിലുണ്ട്.

ആനക്കോളിലെ ബണ്ടിന് സമീപം സൂഫിത്താത്തയുടെ മകൻ ഉമ്മർ മരിച്ചുകിടക്കുന്ന വിവരം അറിഞ്ഞു. ആത്മഹത്യയാണത്രേ. നെല്ലിന് അടിക്കുന്ന ഇൻഡ്രിൻ കുടിച്ചിട്ടാണ് പോലും മരിച്ചത്. ഇൻജൻ തറവരെ പോയി നിറച്ചും ആൾക്കാരുണ്ട്. ആളുകൾക്കിടയിലൂടെ കുമ്പിട്ട് ഒന്ന് നോക്കി. ഒരു വെളുത്ത കാല്പാദത്തിന്റെ അടിഭാഗം. കാലിന്റെ മടമ്പിൽ കട്ടുറുമ്പുകൾ അരിച്ചു നടക്കുന്നു. പൊലീസ് എത്തിയിട്ടുണ്ട്.. പുഞ്ചപ്പാടത്ത് കൊയ്ത്ത് നടക്കുന്നു. സൂഫിത്താത്താടെ അലമുറയിട്ട കരച്ചിൽ കേൾക്കുന്നു.

അമ്മായി തിരിച്ചുവന്നിരിക്കുന്നു. കുട്ടിച്ചാക്കു നിറയെ എന്തൊക്കെയോ സാധനങ്ങളുണ്ട്. പാത്തോമ്മു അമ്മായിയുടെ വീട്ടിൽ നിന്നുമാണ് ആമിനു അമ്മായിയുടെ വരവ്. ഉപ്പാടെ മൂത്ത പെങ്ങളാണ് പാത്തോമ്മു അമ്മായി. വടക്കത്തേലെ പള്ളിക്ക് സമീപം ഒരു ചെറിയ ഓലപ്പെരയിലാണ് അവർ താമസിക്കുന്നത്. പടിഞ്ഞാറങ്ങാടിയിലേക്കുള്ള ചാക്കുകൾ രണ്ടായി.

“ഇത്താത്ത.... ഇക്ക് കൊറച്ച് പൊടിയരി വേണം. കൊറച്ച് തവിടും ഉമിയും കൂടി കൂടി വേണം. ഇക്കാക്കാക്ക് വയറിന് എന്നും കേടാണ്. കഞ്ഞി വെച്ച് കൊടുക്കാനാണ്.”

“ആ ഇടനാഴിയിൽ ഉണ്ട് ഉമി. അതീന്ന് ചേറീട്ട് കൊറച്ച് എടുത്തോ.”

അമ്മായി ഇടനാഴിയിൽ നിന്ന് മുറം കൊണ്ട് ഉമി ചേറിത്തിരിക്കുന്നു. മുറത്തിന്റെ മൂടിൽ കിടും കിടും എന്ന് താളത്തിൽ ചേറുന്ന ശബ്ദം കേൾക്കുന്നു.

ഇന്ന് വൈക്കോലുണ്ട ആലുന്ന ദിവസമാണ്. അപ്പുട്ടിയും കുട്ടാപ്പുവും വന്നു. സുലൈഖത്താത്ത, കുലുസു, ജീല, തത്ത, കോച്ചി, സംഭാവതി, കോത അമ്മിണി എന്നിങ്ങനെയുള്ള പേരുകാരും ഉണ്ട്. വൈക്കോലൊടിച്ചിക്കാർക്ക് നാല് വലിയ ചാക്ക് നിറയെ നെല്ല് കിട്ടിയിട്ടുണ്ട്. നല്ല സന്തോഷത്തിലാണ്. അമ്മായി പുറത്തേക്ക് വന്നു. ചാക്കിൽ പൊടിയരിയും ഉമിയും തവിടും *മാതൃഭൂമി* പത്രത്തിൽ പൊതിഞ്ഞ് കുത്തിനിറച്ചു. കുറേ കവുങ്ങിൻ പാളയും കെട്ടിവെച്ചിട്ടുണ്ട്. മാവിന്റെ ഇലകൊണ്ട് പല്ല് തേച്ചിട്ട് മാനം കെട്ടു. അമ്മായി മുറുക്കാൻ പൊതി തുറന്ന് വെറ്റിലയിൽ ചുണ്ണാമ്പ് തേച്ച് പറയാൻ തുടങ്ങി. അമ്മായി അതാ ...മണ്ടകത്ത് നിന്ന് വലിയ കമ്പിളിപ്പുതപ്പുമായി പുറത്തേക്ക് വന്നു.

“എന്താ ഇത്താതാ..... ഈ പുതപ്പിൽ അപ്പടി ചെളിയാണല്ലോ...? ഇതൊന്ന് തിരുമ്പി വൃത്തിയാക്കിക്കൂടേ.....”

അമ്മായി പുതപ്പ് വാരിക്കെട്ടി അയിഷയെയും കൂട്ടി കുളത്തിലേക്ക് നടന്നു.

അമ്മദുമായി എരമംഗലത്തെ കാപ്പിക്കടക്കാരന്റെ കടയിൽ പോയി അഞ്ച് കിലോ മത്തോക്ക് വാങ്ങിക്കൊണ്ട് വന്നു. രണ്ട് കുണ്ട മത്തിയും. ഇന്ന് വൈക്കോലുണ്ട ആലുന്ന ദിവസമല്ലേ. പണിക്കാർക്ക് പൂളയും മത്തിയുമാണ്. ഞാനും അമ്മദും കൂടി പതുക്കെ മേശയുടെ കാൽഭാഗം തുറന്ന് കേടുവന്ന ആൽബത്തിൽ ഒട്ടിച്ചുവെച്ച പി ടി ഉഷയുടെയും സത്യന്റേയും ഫോട്ടോ കാണിച്ചുകൊടുത്തു. മറ്റൊരു ഫോട്ടോ ചൂണ്ടി ഇത് എന്താണെന്ന് അമ്മദ്.

അത് ഗോവൻ ഗോളി ബ്രഹ്മാനന്ദിനെ ചാർജ്ജ് ചെയ്ത് കേരളത്തിന്റെ നജീമുധീൻ ഗോളടിക്കുന്ന ചിത്രമാണ്.

“ഇയാൾക്ക് ഭയങ്കര നീളമാണല്ലോ?”

ഞങ്ങൾ പുറത്തിറങ്ങി.

“എടാ ആ തൊപ്പി എനിക്കോന്ന് കാണിച്ചുതാ.........”

“പുത്തൻപള്ളിക്കലെ മൂപ്പരാണെ..........”

മേശയിലുള്ള എന്റെ എല്ലാ ശിഷ്ടകൗതുകങ്ങളും ഇതിനകം അമ്മദിന് കാണിച്ചുകൊടുത്തു. മേരിയോ കെമ്പസന്റെ തൊപ്പി ഒഴികേ. അത് കാണിച്ചു കൊടുത്താൽ കള്ള സത്യങ്ങളും പൊളിയുമെല്ലോ...

“ഇത്താതാ...........”

അമ്മായിയുടെ വിളി കേൾക്കുന്നു.

ഞാൻ ചെറിയ ഇത്താട്ക്ക് ഒന്ന് പോയിട്ട് വരാം. അമ്മദും കൂടെപ്പോയി. അമ്മായിയുടെ ചെറിയ ഇത്ത ഞങ്ങൾക്ക് ആയിഷുമ്മ അമ്മായിയാണ്. ചിരട്ടപ്പൂശാരിയുടെ അമ്പലത്തിന് സമീപം കോരപ്പന്റെ കായിലെ പത്ത് സെന്റ് പുരയിടത്തിലാണ് അവർ താമസിക്കുന്നത്.

വൈക്കോലുണ്ട ആന്ന് തീർന്നിട്ടില്ല. നാളെ കൂടി പണിയുണ്ട്. വൈക്കോൽ ചവുട്ടി അമർത്തി ആലുന്നത് കുട്ടാപ്പുവും വേലായിയുമാണ്. താഴെ നിന്ന് വേലായുധേട്ടനും അപ്പുട്ടിയും വൈക്കോൽ ഉണ്ടയാക്കി എറിഞ്ഞുകൊടുക്കുന്നു. വൈക്കോലുണ്ട മുഴുവനായാൽ അതിന്റെ മേലെ കയറ്റാമെന്ന് കുട്ടാപ്പു വാക്കു തന്നിട്ടുണ്ട്. രാവിലെ പോയ അമ്മായി വൈകുന്നേരം തന്നെ തിരിച്ചു വന്നു. ഒരു തൊട്ടിക്കൊട്ട നിറച്ചും എന്തൊക്കെയോ സാധനങ്ങളുണ്ടായിരുന്നു. ചേമ്പിന്റെ ഇലകൊണ്ട് തൊട്ടിക്കൊട്ട മൂടിയിരുന്നു. വൈക്കോലുണ്ട നിർമ്മാണം പൂർത്തിയായി. അമ്മേദും ഞാനും അതിന്റെ ഉച്ചിയിലേക്ക് കയറി. കരിപിടിച്ച ഒരു കലം വൈക്കോലുണ്ടയുടെ മുകളിൽ കമഴ്ത്തി താഴേക്ക് നോക്കി. തട്ട് മോളിന്റെ ഉയരമില്ല. കയ്യാലയുടെ മുതുകിലുള്ള മൂലോടുകൾ ശരിക്കും കാണാം. ഉളിയത്തേക്കാരന്റെ വീടിന്റെ രണ്ടാം നിലയിൽ നിന്നും അരിപ്പിറാവുകൾ പറന്നു പോകുന്നു. അമ്മായി, നഫീസ അമ്മായിയുടെ വീട്ടിൽ നിന്നും കുറെ അരിനെല്ലിക്കയും കുടമ്പുളിയും ഒരു ചെറിയ വള്ളിക്കൊട്ടയിലാക്കി കൊണ്ടുവന്നിട്ടുണ്ട്. കാവത്തിന്റെ വിത്തുകളും ഉണ്ട്. എല്ലാം കൂടി ഒരു നൈലോൺ ചാക്കിലാക്കി കൂട്ടിക്കെട്ടി.

വൈക്കോലൊടിച്ചിക്കാർ കയ്യാലയിൽ നിന്നും നെല്ല് വീതം

വെക്കുന്നു. പച്ച വൈക്കോക്കന്നുകൾ വൈക്കോലായി. വൈക്കോലുണ്ട യിൽ കയറിപ്പറ്റി പറമ്പിലെ പുതിയ ഒരു അംഗത്തെ പോലെ ഭീമാകാര മായ കുടവയറുമായി വൈക്കോലുണ്ട നില്ക്കുന്നു. വൈക്കോലുണ്ടയിൽ നിന്നും കുറച്ച് വൈക്കോൽ പിച്ചിക്കൊണ്ട് വന്ന് ചെനയുള്ള പയ്യിന് കൊടുത്തു.

വൈകുന്നേരം വൈക്കോലുണ്ടയുടെ നിഴലിന് അരിക്പറ്റി വൈക്കോ ലൊടിച്ചിക്കാർ നെല്ലിൻചാക്കുകൾ തലയിൽ വെച്ച് നടന്നുപോയി.

ഉമ്മ കിണറ്റിന്റെ വക്കത്തുള്ള ചേമ്പിന്റെ കട പറിക്കുകയാണ്. മുത്താച്ചികൾ അമ്മായി വേറെവേറെ എടുത്തുവെച്ചു. പത്ത്പതിനഞ്ച് കിലോ ചേമ്പിൻകായകൾ ഉണ്ടാകും. അമ്മായി മുത്താച്ചി എടുത്ത് ചാക്കിൽ തിരുകിക്കയറ്റി. ഉമ്മ മണ്ടകത്ത് കയറി പത്തായപ്പെട്ടി തുറന്ന് കുറേ സാധനങ്ങൾ പുറത്തേക്ക് കൊണ്ടുവന്നു. കൂറഗുളികയുടെ ഗന്ധം. പുഴുങ്ങിയ നെല്ലിന്റെയും ഇയ്യാംപാറ്റകൾ കറങ്ങിനടന്നു.

ഒരു തല പൊളിച്ചിലിന്റെ കുപ്പി ഇങ്ങട്ടെ കാട്ടിയേ.............

മീശക്കാരന്റെ എണ്ണയും സുറുമയും സുറുമക്കോലും കൂടി എടുത്തു അമ്മായി. ഇവയൊക്കെ കൂടാതെ രണ്ട് പോളിസ്റ്ററിന്റെ കള്ളിത്തുണിയും തോൽപെട്ടിയിൽ ബാക്കിയായ രണ്ട് സൂരിത്തുണിയും അമ്മായിക്ക് കൊടുത്തു. അമ്മായി പടിഞ്ഞാറങ്ങാടിയിലേക്ക് പോകാനൊരുങ്ങുക യാണ്. ഉമ്മ അവരെ കയ്യാലയിലേക്ക് വിളിപ്പിച്ചു. വലിയ രണ്ട് ചാക്ക് എടുത്ത് 14 വടിപ്പൻ അളന്നുകൊടുത്തു. വേലായുധേട്ടനെക്കൊണ്ട് വീണു കിടക്കുന്ന പഴുത്ത ഓലയിൽ നിന്നും വലിയ ഒരു പാന്തം കീറി ചാക്കിന്റെ വായ തുന്നിക്കെട്ടി. പടിഞ്ഞാറങ്ങാടിയിലേക്ക് പോകാനുള്ള അമ്മായിച്ചാക്കുകൾ നിരന്നിരിക്കുകയാണ്. അമ്മായി 3 മണിക്ക് പോകും എന്ന പ്രഖ്യാപനം വന്നു. 4 മണിക്ക് കടവത്തു നിന്നും കോങ്ങാട് ബസ്സുണ്ട്. മയിൽവാഹനം മോട്ടോഴ്സ്.

ഇതൊക്കെ എങ്ങനെ കൊണ്ട് പോകും.

“ഞാൻ വണ്ടിക്കാരൻ വി സി അലിക്കുട്ടിയോട് വരാൻ പറഞ്ഞി ട്ടുണ്ട്. ഓൻ രണ്ട് മണിക്ക് ഉന്തുവണ്ടിയുമായി എത്തും.”

ഇന്ന് താത്ത വരും പുന്നയൂർക്കുളത്തേക്ക് വിളിക്കാൻ പോകണം. ഞാൻ അമ്മായിയോട് പറഞ്ഞു. അമ്മായി എന്നെ അടുത്തേക്ക് വിളിച്ചു ചേർത്ത് നിർത്തി വെറ്റിലാടക്കയുള്ള ചുണ്ട് തുടച്ച് മോത്ത് നന്നായി നാറ്റി. കുപ്പായത്തിൽ ആകെ വെറ്റിലാടക്കക്കറയായി. മുഖത്തും. ഞാനത് അറിഞ്ഞതായി ഭാവിച്ചില്ല.

“മോൻ നന്നായി പൈക്ക്ണേന് തിന്നണം.......... തടി നന്നാക്കണം. ഒന്നും തരാനില്ല അമ്മായിയുടെ കയ്യിൽ ഇങ്ങക്ക് തരാൻ”

അമ്മായി കരയുകയാണ്. എനിക്കും കരച്ചിൽ വന്നു.

ഞാൻ പുന്നയൂർക്കുളത്തേക്ക് പോകാൻ ഇറങ്ങി. അമ്മേദ് എന്റെ കൂടെ റോഡ് വരെ വന്നു.

“യ്യ് ആ തൊപ്പി ഒന്ന് ഇക്ക് കാണിച്ച് തന്നില്ലാ.........”

"എന്താ അയാള്ടെ പേര്ന്നാണ് പറഞ്ഞത്....?"

"ആരുടെ.?"

"ആ തൊപ്പിമ്മേലുള്ള ചിത്രത്തിലുള്ള ആളുടെ...."

"മേരിയോ കെമ്പസ്"

അമ്മദ് വൈക്കോലുണ്ട നില്ക്കുന്ന ഭാഗത്തേക്ക് ഒരു കല്ലെടുത്ത് എറിഞ്ഞു.

താത്തയെയും കൂട്ടി എൻ കെ ടി ബസ്സിൽ ഞാൻ തിരിച്ചുവരികയാണ്. ബസ്സ് എരമംഗലം സെന്ററിൽ വെച്ച് ബ്രേക്കിട്ടു. കണ്ടക്ടർ പറഞ്ഞു

"പണ്ടാറം -ഒരു കൈവണ്ടിയും ഉമ്മയും കുട്ടികളുമാണ് മുന്നിൽ, സൈഡ് തരുന്നില്ല."

കൈവണ്ടിയെ ഓവർടേക്ക് ചെയ്ത് ബസ്സ് മുന്നോട്ടെടുത്തു.

ഞാൻ തല പുറത്തേക്കിട്ട് നോക്കി. വി സി ആലിക്കുട്ടിക്ക. കൈവണ്ടി ആഞ്ഞ് വലിച്ച് ഇടതുഭാഗത്തേക്ക് ഒതുക്കുകയാണ്. വണ്ടിക്കു പുറകിൽ ഇളം പച്ച പെൺകുപ്പായവും ചുവന്ന ലുങ്കിത്തുണിയും പുള്ളിത്തട്ടവും വെള്ളിയരപ്പട്ടയും തിളങ്ങിക്കാണുന്നു. ആയിഷ, ആസിയ അവർക്കു പിന്നിൽ അതാ....................

അതാ............... അമ്മദ്...............അവന്റെ തലയിൽ വിജയശ്രീലാളിതനെപ്പോലെ എന്റെ തൊപ്പി. കെമ്പസിന്റെ ചിത്രമുള്ള തൊപ്പി. ഞാൻ ആ തൊപ്പിയിലേക്കും വിദൂരതയിൽ ഒരു പൊട്ട്പോലെ അകന്നുപോകുന്ന കെമ്പസിന്റെ നിറഞ്ഞ ചിരിയിലേക്കും അവസാനമായി ഒന്നുകൂടി നോക്കി അറിയാതെ റ്റാറ്റാ പറഞ്ഞ് കൈവീശിക്കൊണ്ടിരുന്നു.

ദേശാഭിമാനി വാരിക, മെയ് 25, ജൂൺ 1 2014.

9 789386 364029

Printed by Libri Plureos GmbH in Hamburg, Germany